**പി.പി.കെ. പൊതുവാൾ**

ശാസ്ത്രസാഹിത്യകാരൻ, ബാലസാഹിത്യകാരൻ, പരിഭാഷകൻ, പരിഷത്ത് പ്രവർത്തകൻ, പരിസ്ഥിതി പ്രവർത്തകൻ.

പരിസ്ഥിതിപഠനങ്ങളും പരിഭാഷകളുമടക്കം നൂറോളം പുസ്തകങ്ങളുടെ രചയിതാവ്. സ്കൂൾ സിലബസ് കമ്മിറ്റി അംഗം, പാഠപുസ്തകരചയിതാവ്, ശാസ്ത്ര മാസികാ പത്രാധിപസമിതിയംഗം, ശാസ്ത്രവിജ്ഞാനകോശങ്ങളുടേയും ശാസ്ത്ര നിഘണ്ടുക്കളുടേയും എഡിറ്റോറിയൽ ബോർഡ് അംഗം എന്നീ നിലകളിലും പ്രവർത്തിച്ചിട്ടുണ്ട്.

ബാലസാഹിത്യരചനയ്ക്കുള്ള സമഗ്രസംഭാവനാ പുരസ്കാരം, വിവർത്തനത്തിനുള്ള കേരള സാഹിത്യ അക്കാദമിയുടേയും സംസ്ഥാന ശാസ്ത്രസാങ്കേതിക പരിസ്ഥിതി കൗൺസിലിന്റെയും അവാർഡുകൾ എന്നിവയ്ക്കുപുറമെ വിജ്ഞാനസാഹിത്യത്തിനുള്ള ബാലസാഹിത്യപുരസ്ക്കാരം, പി.ടി. ഭാസ്ക്കരപ്പണിക്കർ സമ്മാനം, കേന്ദ്ര ആരോഗ്യമന്ത്രാലയത്തിന്റെ പ്രോജക്ട് ബഹുമതി, മലയാളത്തിൽ ശാസ്ത്രസാഹിത്യ പ്രോത്സാഹനത്തിനുള്ള ഇൻഫർമേഷൻ വകുപ്പിന്റെ ആദരവ് എന്നിവ ലഭിച്ചു.

കൈരളി ബുക്സിനുവേണ്ടി അഞ്ചോളം പുസ്തകങ്ങൾ എഴുതിയിട്ടുണ്ട്.

Malayalam Language
Paristhithi Arivu
Chodyangalum Utharangalum
(Environmental)
by
P P K Poduval
♦
Published in April 2023
by Kairali Books Private Limited
Thalikkavu Road, Kannur.
Ph : 0497-2761200
Email : kairalibooksknr@gmail.com
♦
Cover Design
Prasanth Mangad
♦
Printed at
Printing Park, Tly

---



---

Price ₹: 250.00
09/23-24/Sl.No.1435/500/NS 18.6
ISBN 978-93-93397-59-1

# പരിസ്ഥിതി അറിവ്

ചോദ്യങ്ങളും ഉത്തരങ്ങളും

പി.പി.കെ. പൊതുവാൾ

കൈരളി ബുക്സ്

## എന്തുകൊണ്ട് ഈ പുസ്തകം

പരിസ്ഥിതി സംരക്ഷണത്തിന്റെ പ്രാധാന്യത്തെക്കുറിച്ചും സുസ്ഥിരതയിലും സാമൂഹ്യനീതിയിലും ഊന്നിയ നാടിന്റെ വികസനത്തെക്കുറിച്ചും വിദ്യാർത്ഥികൾക്കും സാധാരണ ജനങ്ങൾക്കും അറിവും അവബോധവും നൽകാനുദ്ദേശിച്ച് രചിക്കപ്പെട്ട ഒരു പുസ്തകമാണിത്. 2018ലെ മഹാപ്രളയത്തിനു ശേഷമുള്ള ഒരു ഗ്രന്ഥമെന്ന നിലയിൽ ഇതിന്റെ വായനയ്ക്ക് ഏറെ സാംഗത്യവും പ്രസക്തിയുമുണ്ടെന്ന് കരുതുന്നു. വൃഥാ സ്ഥൂലത ഒഴിവാക്കി ആശയങ്ങൾക്ക് കൂടുതൽ വ്യക്തത നൽകാൻ ചോദ്യോത്തരരൂപം സ്വീകരിച്ചിരിക്കുന്നു. പരിസ്ഥിതി പ്രവർത്തനരംഗത്തെ ദീർഘകാല അനുഭവങ്ങളും പുസ്തകപരിചയവും ഗ്രന്ഥരചനയെ ഏറെ സഹായിച്ചിട്ടുണ്ട്. ഈ പുസ്തകം നൽകുന്ന അറിവുകളിലൂടെ വായനക്കാരിൽ കുറച്ചെങ്കിലും പാരിസ്ഥിതികാവബോധം ഉണ്ടാക്കാൻ കഴിഞ്ഞാൽ അതുതന്നെയാണ് ഗ്രന്ഥകാരന്റെ സായൂജ്യം. പരിസ്ഥിതിയെ വികസനത്തിന്റെ ജീവശ്വാസമായിക്കാണുന്നവർക്കെല്ലാമായി പുസ്തകം സമർപ്പിക്കുന്നു.

## ഉള്ളടക്കം

"ജീവജാതികളുടെ തിരോധാനം, ഒരു പരിധികഴിഞ്ഞാൽ, തീർച്ചയായും മനുഷ്യന്റെ തിരോധാനത്തിലേയ്ക്കാണ് നയിക്കുക. മനുഷ്യൻ ഇല്ലാതായാൽ മറ്റു ജീവജാതികളെ ബാധിക്കില്ല. മനുഷ്യന്റെ തലയിലും ശരീരത്തിലും കഴിയുന്ന രണ്ടുതരം പേനുൾപ്പെടെ ഏതാനും ജീവജാതികൾക്കു മാത്രമേ മനുഷ്യന്റെ തിരോധാനം കൊണ്ട് വംശനാശം സംഭവിക്കുകയുള്ളൂ. അതിനാൽ നമുക്കുചുറ്റുമുള്ള ജീവജാതികളെക്കുറിച്ചാകട്ടെ ഇനിമുതൽനമ്മുടെ പ്രധാനപാഠങ്ങൾ."

**വി.സി. ബാലകൃഷ്ണൻ**

പ്രകൃതിനിരീക്ഷകൻ, പരിസ്ഥിതിവിദഗ്ധൻ

# പരിസ്ഥിതിയെന്നാൽ

ചുറ്റും നോക്കൂ.. സസ്യങ്ങൾ, ജന്തുക്കൾ, വായു, വെള്ളം, മണ്ണ്, സൂര്യപ്രകാശം എന്നിങ്ങനെ എന്തെല്ലാം ഘടകങ്ങളാണ് നമുക്കുചുറ്റും അല്ലേ? ഈ ഘടകങ്ങളെല്ലാം പരസ്പരം ബന്ധപ്പെടുന്നു. സസ്യങ്ങൾക്ക് പച്ചനിറം. ഈ ഹരിതവർണമുപയോഗിച്ച് ഇല എന്ന അടുക്കളയിൽ സൂര്യപ്രകാശം എന്ന ഇന്ധനമുപയോഗിച്ച് ഹരിതസസ്യങ്ങളെല്ലാം സ്വയം ഭക്ഷണമുണ്ടാക്കി ഉപയോഗിക്കുന്നു. വെള്ളവും കാർബൺ ഡൈ ഓക്സൈഡും ഇതിനുള്ള അസംസ്കൃത വിഭാഗങ്ങളായി പ്രയോജനപ്പെടുത്തുന്നു. ജന്തുക്കളാകട്ടെ പുല്ലായും ഇലയായും ഈ ഭക്ഷണം കഴിച്ച് ജീവിതം മുന്നോട്ടുകൊണ്ടുപോകുന്നു. പുല്ലുതിന്നാത്ത ജീവികളാണെങ്കിലോ? സസ്യഭുക്കുകളെ ഭക്ഷണമായി ഉപയോഗിച്ച് അവ ജീവന്റെ ശൃംഖലയെ ശിഥിലമാകാതെ കാത്തുസൂക്ഷിക്കുന്നു. പുല്ല്, പുൽച്ചാടി, തവള, പാമ്പ് എന്ന രീതിയിൽ ഭക്ഷണം വഴിയുള്ള ഈ ബന്ധത്തെ അടയാളപ്പെടുത്താറുണ്ടല്ലോ നിങ്ങൾ, ഇല്ലേ?

ജീവമണ്ഡലത്തിലെ ചെറുവും വലുതുമായ എല്ലാ ജീവികളും, പിന്നെ വായു, വെള്ളം, സൗരോർജം തുടങ്ങിയ അജൈവികഘടകങ്ങളും - ഇവ തമ്മിലുള്ള പാരസ്പര്യം - ഇത് നമ്മുടെ ചുറ്റുപാടിൽ എല്ലായിടത്തും കാണപ്പെടുന്നു.

## എന്താണ് പരിസ്ഥിതി?

മുകളിൽ പറഞ്ഞ രീതിയിലുള്ള പരസ്പരബന്ധം അനവരതം നടന്നുകൊണ്ടിരിക്കുന്ന നമ്മുടെ ചുറ്റുപാട് - അതുതന്നെയാണ് പരിസ്ഥിതി. ഇംഗ്ലീഷിൽ ഇതിന് enviornment എന്ന പദം ഉപയോഗിക്കുന്നു. പരിതഃസ്ഥിതിയല്ല കേട്ടോ, പരിസ്ഥിതിക്കും പരിതഃസ്ഥിതിക്കും ഇംഗ്ലീഷിൽ enviornment എന്നാണ് പറയുന്നതെങ്കിലും. എന്നാൽ പരിതഃസ്ഥിതി എന്നു പറയുമ്പോൾ (കൂടുതൽ അർത്ഥവ്യാപ്തിയുള്ള) 'പരി

സ്ഥിതി'യുടെ അർത്ഥം കിട്ടുകയില്ല.

ജീവന്റെ നിലനിൽപും തുടർച്ചയും സാധ്യമാക്കുന്ന അവശ്യഘടകങ്ങളെല്ലാം ചേർന്ന, നമ്മുടെ (അഥവാ മറ്റൊരു ജീവിയുടെ) ചുറ്റുപാട് - അതാണ് പരിസ്ഥിതി.

## എന്താണ് പരിസ്ഥിതിശാസ്ത്രം?

ജീവികളും അവയുടെ ജൈവികവും അജൈവികവുമായ പരിസ്ഥിതിയും തമ്മിലുള്ള പരസ്പരബന്ധത്തെക്കുറിച്ചുള്ള ശാസ്ത്രീയപഠനമാണ് പരിസ്ഥിതിവിജ്ഞാനീയം അഥവാ ഇക്കോളജി.

OIKOS, OLOGY എന്നീ രണ്ടുവാക്കുകൾ ചേർന്ന് ഇക്കോളജി എന്ന ഇംഗ്ലീഷുവാക്കുണ്ടായി. OIKOS എന്നാൽ ഗൃഹം എന്ന് അർത്ഥം. ഭൂമി എല്ലാ ജീവികളുടെയും ഗൃഹമാണല്ലോ. ഓളജി എന്നാൽ ശാസ്ത്രം അഥവാ വിജ്ഞാനം എന്നേ അർത്ഥമുള്ളൂ. അങ്ങനെ വരുമ്പോൾ ഇക്കോളജി ഗൃഹത്തെക്കുറിച്ചുള്ള ശാസ്ത്രീയപഠനമാകുന്നു. ഭൂമിയിൽ അധിവസിക്കുന്ന ജീവികളും അവയുടെ ചുറ്റുപാടും തമ്മിലുള്ള ബന്ധത്തെക്കുറിച്ചുള്ള പഠനമായതുകൊണ്ട് ഭൂമിശാസ്ത്രത്തിൽ (Geography)നിന്നും ഭൂഗർഭവിജ്ഞാനീയ(Geology)ത്തിൽനിന്നും അത് തുലോം വ്യത്യസ്തമാണ്.

## ഇക്കോളജിയുടെ ഉപജ്ഞാതാവ് ആര്?

ജീവികളും അവയുടെ ചുറ്റുപാടും തമ്മിലുള്ള പാരസ്പര്യത്തെക്കുറിച്ച് വിവേകശാലികൾ പണ്ടേ ചിന്തിച്ചിരുന്നു. മനുഷ്യൻ അവന്റെ താത്പര്യമനുസരിച്ച് പ്രകൃതിയിൽ നടത്തുന്ന വൻതോതിലുള്ള മാറ്റങ്ങൾ ഭൂപ്രകൃതിയിലും വിഭവങ്ങളുടെ ലഭ്യതയിലും കാലാവസ്ഥയിലും വൻമാറ്റങ്ങൾ വരുത്തിവെക്കുമെന്ന് വ്യവസായവിപ്ലവത്തിന് മുൻപു തന്നെ ക്രാന്തദർശികൾ മനസ്സിലാക്കിയിരുന്നു. എന്നാൽ പരിസ്ഥിതിയെക്കുറിച്ച് ശാസ്ത്രീയമായി പഠിച്ചാൽ മാത്രമേ പ്രകൃതിയിൽ ഉണ്ടായിക്കൊണ്ടിരിക്കുന്ന മാറ്റങ്ങളെക്കുറിച്ച് ആഴത്തിൽ മനസ്സിലാക്കാൻ കഴിയുകയുള്ളൂ. ഇതിനുള്ള ആദ്യസംരംഭം പത്തൊൻപതാം നൂറ്റാണ്ടിന്റെ അന്ത്യപാദത്തിൽ ഉണ്ടായി. നേരത്തെ സൂചിപ്പിച്ചമട്ടിൽ Ecology എന്ന പദം അങ്ങനെ ഉണ്ടായി. ജർമ്മൻ ചിന്തകനും ശാസ്ത്രജ്ഞനുമായ ഏണസ്റ്റ് ഹെക്കൻ ആണ് ഇക്കോളജി എന്ന പദത്തിന്റെ ഉപജ്ഞാതാവ്.

രണ്ടുവാക്കുകൾ കൂട്ടിച്ചേർത്ത് വെറുതെ ഒരു സാങ്കേതികപദം സൃഷ്ടിക്കുകയായിരുന്നില്ല അദ്ദേഹം. തനിക്കുമുമ്പ് ശാസ്ത്രരംഗത്ത്

നടന്ന രണ്ട് സുപ്രധാന കണ്ടുപിടുത്തങ്ങളുടെ അന്തഃസത്തയെ അദ്ദേഹം ഇതിനായി ഉപയോഗിച്ചു. ഇതിൽ ഒന്ന് മഹാനായ ചാൾസ് ഡാർവിന്റെ ജീവപരിണാമം എന്ന ആശയത്തിലെ ഒരു കണ്ടെത്തലാണ്. മറ്റേത് പ്രസിദ്ധ രസതന്ത്രജ്ഞനായ ലിബീഗ് (ജീൻബാപ്റ്റിസ്റ്റ് ലിബീഗ്) വെളിപ്പെടുത്തിയ ഒരു മഹാകാര്യവും.

എല്ലാ ജൈവരൂപങ്ങളും തമ്മിൽ പരസ്പരബന്ധമുണ്ടെന്ന് പരിണാമസിദ്ധാന്തത്തിന്റെ ഭാഗമായി ഡാർവിൻ കണ്ടെത്തി. ലളിതഘടനയുള്ള ജീവികൾ കോടാനുകോടി വർഷങ്ങളിലൂടെ സങ്കീർണ ജൈവരൂപങ്ങളായി പരിണമിക്കുകയായിരുന്നു എന്നും അദ്ദേഹം പറഞ്ഞു.

സസ്യങ്ങളെല്ലാം മണ്ണിൽനിന്ന് പല അജൈവികഘടകങ്ങളും ഉൾക്കൊള്ളുന്നു എന്നതായിരുന്നു ലിബീഗിന്റെ കണ്ടുപിടിത്തം. ഹെക്കൽ ഇതുരണ്ടും തമ്മിൽ കൂട്ടിച്ചേർത്തതോടെ ജീവിയഘടകങ്ങളും അജീവിയഘടകങ്ങളും തമ്മിലുള്ള ഒരു തുടർച്ച(സൈക്കിൾ)യെക്കുറിച്ചുള്ള അവബോധം രൂപം കൊണ്ടു.

"ഇക്കോളജി എന്ന പദംകൊണ്ട് ഞാൻ ഉദ്ദേശിക്കുന്നത് പ്രകൃതിയുടെ മിതമായ സമ്പദ്ഘടനയെക്കുറിച്ചുള്ള ഒരു കാഴ്ചപ്പാടാണ്. ഒരു ജീവിക്ക് അതിന്റെ ജീവീയവും അജീവിയവുമായ ചുറ്റുപാടിനോടുള്ള സമ്പൂർണ്ണ ബന്ധങ്ങളെക്കുറിച്ചുള്ള അന്വേഷണമാണത്. എല്ലാറ്റിലുമുപരി നേരിട്ടോ അല്ലാതെയോ, സൗഹൃദപരമായോ ശത്രുപരമായോ ബന്ധപ്പെടുന്ന, ചുറ്റുമുള്ളതിനോടെല്ലാം കാട്ടുന്ന ബന്ധവും അതിന്റെ ഭാഗമായിവരും." ചുരുക്കിപ്പറഞ്ഞാൽ ഇക്കോളജി എന്നത് നിലനില്പിനായുള്ള പോരാട്ടത്തിന് ഉപാധികളായി ഡാർവിൻ കണ്ട സങ്കീർണമായ എല്ലാ പരസ്പരബന്ധങ്ങളേയും കുറിച്ചുള്ള പഠനമണ്.

# പരിസ്ഥിതിബന്ധങ്ങൾ എങ്ങനെയെല്ലാം

ഹോർലിക്സ് കുപ്പിയിൽ അക്വേറിയമുണ്ടാക്കാറില്ലേ നിങ്ങൾ. തോട്ടിലെ, കുളത്തിലെ വെള്ളം തീരെ ചെറിയ രണ്ടോ മൂന്നോ പരൽമീനുകൾ. അടിയിൽ മണൽ വിരിച്ച് കുളത്തിലെ പായലോ ഏതെങ്കിലും ചെറുജലസസ്യമോ നട്ട് അങ്ങനെ എത്ര നിരീക്ഷണങ്ങൾ വേണമെങ്കിലും നടത്താം. സമയം പോകുന്നത് അറിയില്ല. ജീവികൾ തമ്മിലുള്ള പരസ്പരബന്ധങ്ങളെക്കുറിച്ച് വിലപ്പെട്ട ഒട്ടേറെ അറിവുകൾ കിട്ടുകയും ചെയ്യും, ഇല്ലേ?

വെള്ളവും മീനും ജലസസ്യങ്ങളും ചേർത്ത് ഇവിടെ ഒരു ആവാസവ്യവസ്ഥ ഉണ്ടായിരിക്കുന്നു. സൂര്യപ്രകാശം ഉപയോഗിച്ച് ജലസസ്യം പ്രാണവായു ഉണ്ടാക്കുന്നു. ജലത്തിൽ ലയിച്ചുചേരുന്ന ഇതുപയോഗിച്ച് മീനുകൾക്ക് ദീർഘകാലം സുഖമായി ജീവിക്കാം. ജലസസ്യങ്ങളുടെ ഇലകൾ മാത്രമല്ല വെള്ളത്തിലെ പ്ലവജീവികളും മീനിനു ഭക്ഷണം മീൻകാഷ്ഠം ജലച്ചെടികൾക്ക് വളം. അതിന്റെ നിശ്വാസവായുവിലെ $Co_2$ പ്രകാശസംശ്ലേഷണത്തിനുള്ള അസംസ്കൃതവസ്തു.

നോക്കൂ, ചാക്രികഗതിയിൽ ഇവിടെ ജീവിതം പുരോഗമിക്കുകയാണ്. വിശാലമായ ജീവമണ്ഡലത്തിന്റെ തീരെ ചെറിയ ഒരു പതിപ്പ് നാമിവിടെ സൃഷ്ടിക്കുകയായിരുന്നു. ഏറ്റവും ചെറിയ ഒരു ജൈവവ്യവസ്ഥക്ക് ഉദാഹരണമാണിത്. സസ്യങ്ങളും ജന്തുക്കളും പരസ്പരം സഹകരിച്ച് വിഭവങ്ങൾ പങ്കിടുന്ന ഇത്തരം ഒരു ജൈവവ്യവസ്ഥയെ ആവാസവ്യവസ്ഥ (Ecosystem) എന്നു പറയുന്നു.

## എന്താണ് ആവാസവ്യവസ്ഥ?

പരസ്പരാശ്രിതത്വത്തിൽ നിലനിൽക്കാൻ കഴിയുന്ന ഏത് ആവാസത്തേയും ആവാസവ്യവസ്ഥ എന്നു വിളിക്കാം. മഴ പെയ്തുണ്ടാകുന്ന ഒരു ചെറിയ കുഴിയിലെ വെള്ളത്തിൽ, എന്തിന് ഒരു ചിരട്ടയിലെ ഇത്തിരി ജലത്തിൽപോലും, ആവാസവ്യവസ്ഥ രൂപംകൊള്ളാം, വെള്ളം വറ്റുന്നതോടെ അതിന്റെ ആയുസ്സ് അവസാനിക്കുമെങ്കിലും.

ഈ രീതിയിൽ ചെറുതും വലുതുമായ അനേകം ആവാസനവ്യവസ്ഥകൾ ചേർന്നതാണ് നമ്മുടെ ജീവമണ്ഡലം. കരയും ജലരാശികളും ആകാശവും (ആകാശത്ത് പക്ഷികളും ശലഭങ്ങളും തുമ്പികളും അണുജീവികളുമൊക്കെയുണ്ടല്ലോ) കിണറും കുളവും പറമ്പുകളും പുൽമേടുകളും മരുഭൂമിയുമെല്ലാം വലുതും ചെറുതുമായ അനേകം ആവാസവ്യവസ്ഥകൾ ചേർന്ന് ഉണ്ടായിരിക്കുന്നു. നോക്കൂ, വീട്ടുമുറ്റത്തെ ഒരു ചെറുമരംപോലും അനേകം ആവാസവ്യവസ്ഥകൾ ചേർന്നുണ്ടാകുന്ന സമ്പന്നമായ ഒരു ആവാസവ്യവസ്ഥയല്ലേ?

മത്സരിച്ചും സഹകരിച്ചും ആവാസവ്യവസ്ഥയിലെ ജീവികൾ ജീവിതം സുസ്ഥിരവും സ്ഥായിയുമായി നിലനിർത്തുന്നു.

## ആവാസവ്യവസ്ഥയുടെ ഘടകങ്ങൾ ഏതെല്ലാം

പോഷണ വിനിമയത്തിന്റെ കണ്ണിലൂടെ നോക്കിയാൽ ഒരു ആവാസവ്യവസ്ഥയ്ക്ക് രണ്ട് ഘടകങ്ങൾ ഉള്ളതായിക്കാണാം. സ്വപോഷി ഘടകവും പരപോഷി ഘടകവും. ഹരിതസസ്യങ്ങളെല്ലാം സ്വപോഷിഘടകമാണ്. ജന്തുക്കളെല്ലാം പരപോഷികളും.

സ്വപോഷി ഘടകങ്ങൾ സൗരോർജ്ജം സ്വീകരിച്ച് ലഘുവായ കാർബണിക പദാർത്ഥങ്ങൾ കൂടുതൽ സങ്കീർണസ്വഭാവമുള്ള കൈർബണിക പദാർത്ഥങ്ങൾ (ഉദാ: ഗ്ലൂക്കോസ്, അന്നജം തുടങ്ങിയവ) ഉണ്ടാക്കുന്നു.

പരപോഷിഘടകം ഈ സങ്കീർണ പദാർത്ഥങ്ങളെ സ്വീകരിച്ച് ജീവിതം സാധ്യമാക്കുന്നു. അഥവാ വിഘടിപ്പിച്ച് പുനഃക്രമീകരണം നടത്തി പുനരുപയോഗത്തിന് തയ്യാറാക്കുന്നു. എല്ലാ ജന്തുക്കളും പിന്നെ ഫംഗസുകളും ബാക്ടീരിയകളും ഇതിൽ പങ്കുവഹിക്കുന്നു. ചൂടും തണുപ്പും കാലാവസ്ഥാവ്യതിയാനവുമെല്ലാം ഈ രീതിയിൽ പരിസ്ഥിതിഘടകങ്ങളായി മാറുന്നു.

## സഹകരണമോ മത്സരമോ

ഊർജ്ജമാണഖിലസാരമൂഴിയിൽ എന്നു പറയാറില്ലേ? പ്രവൃത്തി ചെയ്യാൻ ഊർജ്ജം വേണം. ജീവൽ പ്രവർത്തനങ്ങൾ തടസ്സമില്ലാതെ നടക്കാൻ കാരണമായ ചാലകശക്തി ഊർജ്ജമാണ്. സൂര്യനാണ് ജീവമണ്ഡലത്തിന്റെ ഊർജ്ജസ്രോതസ്സ്. ഭൂമിയിൽ ജീവൻ ഉണ്ടായതു തന്നെ ഇവിടെ അതിനുപറ്റിയ അളവിൽ സൗരോർജ്ജം ലഭ്യമായതു കൊണ്ടാണ്. ജീവികൾ തമ്മിലുള്ള ആഹാരബന്ധങ്ങളിലൂടെ ഈ ഊർജ്ജം ജൈവവ്യവസ്ഥയുടെ എല്ലാ തലങ്ങളിലേക്കും ആവശ്യത്തിനനുസരിച്ച് വിതരണം ചെയ്യപ്പെടുന്നു.

ആവാസവ്യവസ്ഥയിലെ ജീവികളെല്ലാം ഒന്നുകിൽ ഇരയാണ്, അല്ലെങ്കിൽ അതിനെ ഉപജീവിച്ച് ജീവിതം മുന്നോട്ടു കൊണ്ടുപോകുന്ന ഇരപിടിയന്മാരാണ്. അങ്ങനെയാകുമ്പോൾ ഇരപിടിത്തം പ്രകൃതിയുടെ ഒരു നിയമമാണെന്നു വരുന്നു.

ജീവിതം നിരന്തരമായ ഒരു സമരമാണെന്നു പറയാറില്ലേ? സത്യമാണത്. ഇരയാകാതെ രക്ഷപ്പെടാൻ നോക്കുന്ന ചില ജീവികൾ. ഇരയുടെ വായിൽ ചെന്നുവീഴുന്ന വേറെ ചില ജീവികൾ മത്സരമങ്ങനെ ചൂടുപിടിപ്പിക്കുന്നു; നിരന്തരം നടന്നുകൊണ്ടിരിക്കുന്നു.

പക്ഷേ, ഒന്നുകൂടിയൊന്ന് സൂക്ഷിച്ചുനോക്കൂ, എന്തിനാണ് ഈ മത്സരമെല്ലാം? ഭക്ഷണം, അതു നൽകുന്ന ഊർജ്ജം, ഓരോ ജീവിയുടെയും ആവശ്യകതയ്ക്കനുസരിച്ച് വിതരണം ചെയ്യപ്പെടാനുള്ള ഒരുപാധി മാത്രമല്ലേ അത്? തീർച്ചയായും അങ്ങനെതന്നെയാണ്. ഈ രീതിയിലുള്ള ആഹാരബന്ധങ്ങൾ വഴി പ്രകൃതി അതിലെ ജീവിവർഗ്ഗങ്ങളുടെ എണ്ണപ്പെരുപ്പവും ഗുണമേന്മയും നിയന്ത്രിച്ചുകൊണ്ടിരിക്കും. പ്രകൃതി സന്തുലനം ഇതുവഴി കാത്തുസൂക്ഷിക്കപ്പെടുന്നു എന്നർത്ഥം. ആ അർത്ഥത്തിൽ നോക്കുമ്പോൾ മത്സരമല്ല, സഹകരണവും സഹവർത്തിത്വവും സമഭാവനയുമാണ് പ്രകൃതിയുടെ നിയമം എന്നു കാണാം.

സമത്വത്തിൽ അധിഷ്ഠിതമായ ഒരു സാമൂഹ്യവ്യവസ്ഥ എന്നത് മനുഷ്യൻ പ്രകൃതിയിൽ നിന്നു പകർത്തിയ ഒരു മൂല്യമാണെന്നർത്ഥം.

ധൂർത്തും ആർത്തിയും പാഴാക്കിക്കളയലുമൊന്നും പ്രകൃതിയുടെ രീതിയല്ല. പ്രകൃതിവിഭവങ്ങളെ അവൾ ഏറ്റവും ശ്രദ്ധയോടെ ഉപയോഗപ്പെടുത്തുന്ന കാഴ്ചയാണ് നാം ജീവമണ്ഡലത്തിൽ എവിടെയും കാണുന്നത്. 'പാഴ്വസ്തുക്കൾ' എന്നു നാം വിളിക്കുന്നതിനെയെല്ലാം പോഷകങ്ങളാക്കി പുനഃസൃഷ്ടിച്ച് ഉപയോഗപ്പെടുത്തുകയും ആ രീതിയിൽ ജീവന്റെ നൈരന്തര്യം സാധ്യമാക്കുകയും ചെയ്യും.

പ്രകൃതിയുടെ പരിവൃത്തികളിലേക്ക് ഇത് നമ്മുടെ വിചാരത്തെ കൊണ്ടുപോകുന്നു.

കാർബൺ പരിവൃത്തി, നൈട്രജൻ പരിവൃത്തി, ജലപരിവൃത്തി എന്നിങ്ങനെ പലതരം പരിവൃത്തികൾ. എല്ലാറ്റിലും പ്രധാനമായി ഊർജ്ജപരിവൃത്തി.

ബാക്ടീരിയകളും ഫംഗസുകളുമാണല്ലോ പ്രകൃതിയിലെ മാലിന്യങ്ങളെയെല്ലാം നീക്കം ചെയ്യുന്നത്. വിഘടനം എന്ന പ്രക്രിയവഴി എല്ലാ ജൈവമാലിന്യങ്ങളും പുനരുപയോഗത്തിനു സാധ്യമാകുംവിധം ലളിതഘടനയുള്ള വസ്തുക്കളായി മാറ്റുന്നു.

## വിഘാടകർ ഇല്ലാതായാൽ

ഒന്നു ചോദിക്കട്ടെ, വിഘാടകരായ ബാക്ടീരിയകളും മറ്റും ഇല്ലാതായാൽ ആവിധ വ്യവസ്ഥകൾക്ക് എന്തു സംഭവിക്കും?

ചീഞ്ഞളിയാതെ ജൈവമാലിന്യങ്ങൾ കുന്നുകൂടും. ചത്തതു മുഴുവൻ ചീയാതെ, അഴുകാതെ, ഐസിലിട്ടപോലെ അതേപടി കിടക്കും, സൈബീരിയൻ മഞ്ഞുമലകൾക്കടിയിൽ പുരാതന മാമത്തുകളുടെയും മറ്റും ശവശരീരങ്ങൾ അഴുകാതെ അതേപടി കിടക്കുന്നതുപോലെ. എത്രയോ കാലമായി ഈ അഴുകൽ നടക്കുന്നില്ലെന്നു കരുതുക. കൈക്കോട്ടെടുത്തു കൊത്താൻപോലും ഭൂമിയിൽ ഒരിഞ്ചു സ്ഥലമുണ്ടാകില്ല. എവിടെ കിളച്ചാലും തൂമ്പയുടെ വായ്ത്തല ചെന്നുകൊള്ളുക പണ്ടെന്നോ മൃതമായിത്തീർന്ന ഏതെങ്കിലും ജന്തുവിന്റെ ശരീരത്തിലായിരിക്കും, സസ്യങ്ങളുടെ മുകളിലായിരിക്കും.

എന്ത്, സസ്യങ്ങളുടെ കാര്യവും ജന്തുക്കളുടേതുപോലെതന്നെയായിരിക്കുമെന്നോ? മരങ്ങളെ ചിതലരിക്കില്ലേ? അങ്ങനെ സസ്യഭാഗങ്ങളെല്ലാം ദ്രവിച്ചുപോകില്ലേ? പക്ഷേ. ചിതലല്ല, ചിതലിന്റെ വയറ്റിനകത്തുള്ള സൂക്ഷ്മജീവികളാണ് സസ്യഭാഗങ്ങളെ തിന്ന് വിഘടിച്ച് ഇല്ലാതാക്കുന്നതെന്ന് ഓർമ്മ വേണം. ബാക്ടീരിയ ഇല്ലെങ്കിൽ ചിതലിനും വിഘടനപ്രവർത്തനം നടത്താനാകില്ലെന്നർത്ഥം.

## ചിതലുകൾ ഉപകാരികളാണെന്ന് ഉറപ്പായും പറയാമോ?

പുസ്തകങ്ങളോ വിലപ്പെട്ട രേഖകളോ ചിതലരിച്ചുപോകുന്നതെങ്കിൽ അത് നമ്മുടെ അശ്രദ്ധകൊണ്ടാണ്. അതിന് ചിതലുകളെ കുറ്റം പറഞ്ഞിട്ടു കാര്യമില്ല. വിഘാടകർ എന്ന നിലയിൽ ചിതൽ, പ്രകൃതി അതിനെ ഏല്പിച്ച കൃത്യം നിർവഹിക്കുന്നു എന്നേയുള്ളൂ. എന്താണതിന്റെ ധർമ്മം? സെല്ലുലോസ് വസ്തുക്കളെ വിഘടിപ്പിച്ച് മണ്ണിനോട് ചേർക്കൽ. ആ രീതിയിൽ സെല്ലുലോസിൽ അടങ്ങിയിട്ടുള്ള രാസവസ്തുക്കളുടെ പുനഃചംക്രമണം ഉറപ്പുവരുത്തൽ. ചിതലല്ല, അതിന്റെ കുടലിൽ കുടിപ്പാർക്കുന്ന ട്രൈക്കോ-നിംഫ എന്ന സൂക്ഷ്മജീവിയാണ് സെല്ലുലോസിനെ ദഹിപ്പിക്കുന്നത്. ചിതലും സൂക്ഷ്മജീവിയും തമ്മിലുള്ള ബന്ധം പ്രകൃതിയിലെ സഹജീവനത്തിന് ഉദാഹരണമാണ്.

## സൗരോർജം ഉപയോഗിക്കാതെയും ജീവനം സാധ്യമോ?

തീർച്ചയായും അങ്ങനെ ജീവിക്കാൻ കഴിയുന്ന അത്യപൂർവ്വം ചില ജീവികളും ജീവമണ്ഡലത്തിലുണ്ട്. സൂക്ഷ്മജീവികളാണ്. ഉദാഹരണമായി ചതുപ്പുകളിലും മറ്റും താമസിക്കുന്ന സൾഫർ ബാക്ടീരിയകൾ.

നൈട്രജൻസൾഫൈഡ് വാതകം ഇതിനെ വിഘടിപ്പിച്ച് ഊർജ്ജം ഉല്പാദിപ്പിക്കുന്നു. ഈ രീതിയിൽ പ്രകാശസംശ്ലേഷണത്തിനു പകരം രാസസംശ്ലേഷണം വഴി ഊർജ്ജം കണ്ടെത്തുന്നു, ഈ സൂക്ഷ്മജീവികൾ.

ആഴക്കടലിന്റെ അഗാധതയിൽ സ്ഥിതിചെയ്യുന്ന ചില ഇടങ്ങളിൽ ഇത്തരം ബാക്ടീരിയകൾ ഭക്ഷ്യശൃംഖലകളുടെ ആദ്യകണ്ണികയായി പുൽച്ചെടികളെപ്പോലെ പ്രവർത്തിക്കുന്നതായി അടുത്തകാലത്ത് കണ്ടെത്തി. കിഴക്കൻ ശാന്തസമുദ്രത്തിനടിയിലെ ചില വരമ്പുകളിൽ ഈ മാതിരിയൊരു ജീവിതം കണ്ടെത്താൻ കഴിഞ്ഞു. ഈ ഭാഗത്ത് ചൂടുള്ള ധനിജങ്ങൾ ഉറവകളായി പുറത്തുവരുന്നു. ദ്വാരങ്ങളിലൂടെ ഹൈഡ്രജൻ സൾഫൈഡ് പുറത്തുവരുന്നു. ബാക്ടീരിയകൾ ഇതിൽനിന്ന് ഊർജം ഉല്പാദിപ്പിക്കുന്നു. ചെറുജന്തുക്കൾ ഈ ബാക്ടീരിയകളെ ഭക്ഷിച്ച് ഊർജ്ജം കണ്ടെത്തുന്നു. ഈ ചെറുജന്തുക്കളെ ഉപജീവിച്ച് ഞണ്ടുകളും സംഘമേറിയ പുഴുക്കളും പോലുള്ള ജീവികളും ഈ രീതിയിൽ ഭക്ഷ്യശൃംഖലാ ജാലികകൾ രൂപംകൊള്ളുന്നു.

## പ്രകൃതിയിൽ ഊർജ്ജപരിവാഹം (Energy Cycle) എങ്ങനെ സംഭവിക്കുന്നു

സൗരവികിരണമാണ് ആവാസവ്യവസ്ഥകളിലെ മുഖ്യ ഊർജ്ജസ്രോതസ്സ് എന്ന് സൂചിപ്പിച്ചുവല്ലോ. ഇതുകൂടാതെ ഗുരുത്വാകർഷണം, ഭൂമിക്കുള്ളിലെ ആന്തരശക്തികളുടെ പ്രവർത്തനം എന്നിവവഴിയും ഊർജമുണ്ടാകുന്നുണ്ടെങ്കിലും അതെല്ലാം താരതമ്യേന നിസ്സാരമാണ്. ജീവന്റെ ഊർജ്ജസ്രോതസ്സ് സൂര്യനായതുകൊണ്ടാണ് അത് പരമപ്രധാനമായിത്തീരുന്നത്. ഇതിനുപുറമെ പ്രകൃതിയിലെ ഏതു പ്രതിഭാസമെടുത്താലും അതിനെയെല്ലാം നിയന്ത്രിക്കുന്ന ശക്തി സൗരോർജമാണെന്നു നാം മനസ്സിലാക്കേണ്ടതാണ്. കാറ്റിൽനിന്നു കിട്ടുന്ന ഊർജ്ജമായാലും തിരമാലകൾ നൽകുന്ന ഊർജമായാലും അതെല്ലാം സൗരശക്തിയുടെ വകഭേദങ്ങൾ മാത്രമാണ്.

കോടാനുകോടി ഹൈഡ്രജൻ ബോംബുകളുടെ ശക്തി ഉല്പാദിപ്പിക്കാൻ കഴിവുള്ള ഒരു തെർമോന്യൂക്ലിയർ റിയാക്ടർ ആണ് സൂര്യനെന്ന് ചിലപ്പോൾ നിങ്ങൾക്കും അറിയാമായിരിക്കും. ഹൈഡ്രജൻ ആറ്റങ്ങൾ സംയോജിച്ച്, (ഹൈഡ്രജൻ ബോംബിലെന്നപോലെ) ഹീലിയം ആറ്റങ്ങളായി മാറുന്ന പ്രക്രിയ നിരന്തരം നടന്നുകൊണ്ടിരിക്കുന്നു. തത്ഫലമായി ഊർജം വൈദ്യുത കാന്തികതരംഗങ്ങളായി പുറത്തുവരുന്നു.

സൗരവികിരണത്തിൽ പാതിയും ദൃശ്യപ്രകാരമാണ്. പിന്നെ

എക്സറെ തൊട്ട് റേഡിയോ തരംഗങ്ങൾ വരെയുള്ള അദൃശ്യരശ്മികളും. ദൃശ്യപ്രകാശം ഏഴു നിറങ്ങളുടെ സംയോഗമാണെന്നറിയാമല്ലോ. ജീവനുണ്ടാകാനും ജീവിശരീരങ്ങളിൽ മാറ്റമുണ്ടാകാനും എല്ലാം കാരണം പലതരത്തിലുള്ള ഈ വിദ്യുത്കാന്തികതരംഗങ്ങളത്രെ. തീർന്നില്ല മൂക്കുകണ്ണടതൊട്ട് ഏറ്റവും ആധുനികമായ ഇലക്ട്രോണിക് ഉപകരണങ്ങളിൽ വരെ പലവിധ പ്രകാശതരംഗങ്ങളുടെ അത്ഭുതമാന്ത്രികവിദ്യകളാണ് നടന്നുകൊണ്ടിരിക്കുന്നത്. എല്ലാം വെളിച്ചം. ഇരുട്ടകറ്റാൻ വെളിച്ചം ജൈവമണ്ഡലത്തിന്റെ നിലനില്പിനും നൈരന്തര്യത്തിനും കാരണമായ പ്രകാശസംശ്ലേഷണം തന്നെയാണ് ഭൂമിയിലെ ഏറ്റവും വലിയ നിർമ്മാണപ്രവർത്തനം. മറ്റെല്ലാം അതിന്റെ അനുകരണം മാത്രം.

## 'മനുഷ്യാ നീ മണ്ണാകുന്നു' ഈ ആപ്തവാക്യത്തിന്റെ പൊരുളെന്ത്?

ഇലപ്പച്ച (ക്ലോറോഫിൽ), അതിന്റെ വകഭേദങ്ങൾ എന്തെല്ലാം അത്ഭുതങ്ങളാണ് ജീവമണ്ഡലത്തിൽ സൃഷ്ടിക്കുന്നത്! വികിരണ ഊർജം (സൗരോർജം) ഇവിടെ രാസോർജമായി സംഭരിക്കപ്പെടുന്നു. വിറകിലുള്ളത്, പെട്രോളിയം ഉല്പന്നങ്ങളിലുള്ളത്, ഇലകളിലും പഴങ്ങളിലും മറ്റു ഭക്ഷ്യപദാർത്ഥങ്ങളിലുമുള്ളത്, ഈ രാസോർജമാണ്. ഇറച്ചിയും മീനും മുട്ടയുമെല്ലാം സസ്യാഹാരം വഴി ജന്തുക്കൾക്കു കിട്ടുന്ന സംഭൃതരാസോർജമത്രെ.

സസ്യാഹാരമായാലും മാംസാഹാരമായാലും നമ്മുടെ കുടലിലെത്തി ദഹിക്കുമ്പോൾ ഗ്ലൂക്കോസ് പോലുള്ള ലളിതപദാർത്ഥമായി മാറി നമുക്ക് ഊർജ്ജവും പോഷകാംശങ്ങളും നൽകുന്നു. സസ്യമായാലും ജന്തുവായാലും, ആയുസെത്തിക്കഴിഞ്ഞാൽ ജീർണിച്ച് വീണ്ടും ഘടകവസ്തുക്കളായി പിരിഞ്ഞ് മണ്ണിലും പരിസരത്തും ഇടം കണ്ടെത്തുന്നു. അങ്ങനെ ഊർജത്തിന്റേയും കാർബൺ, ജലം, നൈട്രജൻ തുടങ്ങിയവയുടെയും ചക്രങ്ങൾ (പരിവൃത്തികൾ) ജീവമണ്ഡിലത്തിൽ അനവരതം നടന്നുകൊണ്ടിരിക്കുന്നു.

'മനുഷ്യാ നീ മണ്ണാകുന്നു. നീ മണ്ണിൽനിന്ന് ഉണ്ടാകുന്നു. മണ്ണിലേക്കു തിരിച്ചുപോകുന്നു.' ഈ മഹദ്വചനത്തിന്റെ പൊരുൾ ഇപ്പോൾ പിടികിട്ടുന്നുണ്ട് അല്ലേ?

## പൂർവികരുടെ അംശം നമ്മുടെ ശരീരത്തിലുണ്ടോ?

നിങ്ങളുടെ സിരകളിൽ ഒഴുകുന്ന ചോരയിലെ ഇരുമ്പും ഫോസ്ഫ

റസും ഹൈഡ്രജനും ഓക്സിജനും നൈട്രജനും കാർബണും മറ്റെല്ലാ മൂലകങ്ങളും പണ്ടെന്നോ മൺമറഞ്ഞുപോയ നമ്മുടെ പൂർവ്വികർ മണ്ണിൽ ബാക്കിവെച്ചതാകാം. (ഈ പൂർവ്വികനുണ്ടല്ലോ, രക്തബന്ധ മുള്ള നിങ്ങളുടെ പിതാമഹന്മാരോ മറ്റ് മഹാന്മാരോ ആകണമെന്നില്ല കേട്ടോ. ഇവിടെ ഈ ഭൂമിയിൽ ജനിച്ചു ജീവിച്ച ഏതോ മനുഷ്യനാകാം അയാൾ.) ജാതിയോ മതമോ നിറമോ വലിപ്പച്ചെറുപ്പമോ നോക്കാതെ എല്ലാവരുടേയും അംശങ്ങൾ എല്ലാവരിലും നിലനിൽക്കുന്നു എന്നർത്ഥം. ജാതിമത വർണവർഗവ്യത്യാസങ്ങൾക്കപ്പുറം മാനുഷ രെല്ലാം ഒരുപോലെ എന്ന സന്ദേശമാണ് പദാർത്ഥങ്ങളുടെ ഇത്തരം ചാക്രിക സഞ്ചാരങ്ങൾ നമുക്കു നൽകുന്നത്.

## എന്തുകൊണ്ട് ഭക്ഷ്യശൃംഖലകൾ

ഇതെല്ലാം സംഭവിക്കുന്നത് ആവാസവ്യവസ്ഥയിലെ ചെറുതും വലുതും ജിവനുള്ളതും ജീവനില്ലാത്തതുമായ എല്ലാ ഘടകങ്ങളും തമ്മിൽ പാരസ്പര്യം നിലനിക്കുന്നതുകൊണ്ടാണ്. ഭക്ഷ്യശൃംഖലകൾ എത്രമാത്രം പ്രധാനമാണെന്ന തിരിച്ചറിവിലേക്ക് ഇതു നമ്മെ കൊണ്ടു പോകുന്നു. എന്തുകൊണ്ട് ഭക്ഷ്യശൃംഖലകൾ?

ചുറ്റുപാടും കണ്ണോടിക്കൂ, ഭക്ഷ്യശൃംഖലകൾ ഉണ്ടാക്കൂ. എത്രവേ ണമെങ്കിലും ഉണ്ടാക്കാം അല്ലേ? പുല്ല്, പുൽച്ചാടി, തവള പാമ്പ്- തവള, പാമ്പ്, നെല്ല് എലി, കാക്ക, പുല്ല്, പുഴു, മീൻ, പൂവ്, പൂമ്പാറ്റ, പക്ഷി.. നോക്കൂ, ഇതിൽ പലതും ഒന്നിലേറെ ജന്തുക്കളുടെ ഇരകളാണ്. എല്ലാ റ്റിനേയും പരസ്പരം ബന്ധിപ്പിച്ചുനോക്കൂ. ഉദാഹരണം നെല്ല് അല്ലെ ങ്കിൽ കിഴങ്ങ് എലിയടക്കം പലജന്തുക്കളുടേയും ഭക്ഷണമാകാം. പു ഴുവിനെ ഇരയാക്കുന്ന എത്രയെത്ര ജന്തുക്കളാണുള്ളത്! എല്ലാറ്റി നെയും തമ്മിൽ യോജിപ്പിക്കുമ്പോൾ വലിയ ഒരു വല തന്നെ കിട്ടും. ഉല്പാദകരായ സസ്യങ്ങളും പ്രാഥമിക ഉപഭോക്താക്കളായ പുഴുവും എലിയും അണ്ണാനും പശുവും ഇതിൽ കണ്ണികളത്രെ.

മേൽ സൂചിപ്പിച്ച ജീവികളെ നോക്കൂ.. ഉല്പാദകനും പ്രാഥമിക ഉപഭോക്താവും ദ്വിതീയ ഉപഭോക്താവും ചേർന്ന് ഒന്നിനുമേൽ ഒന്നായി പോഷകതലങ്ങൾ (Trophic Levels) രൂപം കൊള്ളുന്നു. ഈ തല ങ്ങളെ ശ്രദ്ധിക്കൂ. ഉല്പാദകരായ ഹരിതസസ്യങ്ങളുടെ തലമായിരിക്കും ഏറ്റവും വലുത്. മുകളിലോട്ടു പോകുന്തോറും പോഷകതലം ചെറു തായി വരും. എല്ലാംകൂടി ഒരു പിരമിഡ് പോലെയുണ്ടാവും. പ്രകൃതി സംന്തുലനത്തെക്കുറിച്ച് വളരെ വിലപ്പെട്ട പാഠമാണ് ഇത് നമുക്ക് നൽകുന്നത്. അതായത് ഏതൊരു ഇക്കോവ്യൂഹം നോക്കിയാലും സസ്യ

ങ്ങൾക്കനുസരിച്ച് ജന്തുക്കൾ. വലിപ്പം കുറയുന്തോറും ജന്തുക്കളുടെ എണ്ണം കൂടിവരും. വലിപ്പം ഏറ്റവും കൂടിയ ജന്തുക്കൾ ഏറ്റവും കുറവാകും. കടുവയും സിംഹവും ചെന്നായയും പ്രകൃതിയിൽ എണ്ണത്തിൽ തീരെ കുറഞ്ഞിരിക്കാനുള്ള കാരണം ഇപ്പോൾ മനസ്സിലായില്ലേ?

## കടുവയെ പിടിക്കുന്ന ഒരു 'കിടുവ' ഇല്ലാത്തത് അതുകൊണ്ടായിരിക്കുമോ

തീർച്ചയായും അതെ, കിടുവയ്ക്ക് (കടുവയേക്കാൾ വലിയ ഒരു സാങ്കല്പിക മൃഗം) ജീവിക്കാൻ വേണ്ട ആഹാരം ഉറപ്പുവരുത്താൻ തക്കവണ്ണം ഏതു കാട്ടിലാണ് കടുവകളോ പുലികളോ സിംഹങ്ങളോ ഉണ്ടാവുക. പാരിസ്ഥിതികമായി അത് തീർത്തും അസാധ്യം. അതിന്റെ ശാസ്ത്രം ഇതാ ഇനി പറയുംപ്രകാരം വിശദീകരിക്കാം:

സൂര്യനിൽനിന്ന് ഹരിതസസ്യങ്ങൾ സ്വീകരിക്കുന്ന ഊർജം മറ്റു പോഷകതലങ്ങളിലൂടെ നരിയിലോ പുലിയിലോ എത്തുന്നതിനെക്കുറിച്ച് ചിന്തിച്ചുനോക്കൂ. ഓരോ തലത്തിൽവെച്ചും കുറേ ഊർജം നഷ്ടപ്പെടും. സൂര്യനിൽനിന്നു ലഭിക്കുന്ന ഊർജത്തിന്റെ ഒരംശം സസ്യം സ്വന്തം ആവശ്യങ്ങൾക്ക് ചിലവഴിക്കും. ബാക്കിയേ സസ്യഭുക്കിനു കിട്ടൂ. സസ്യഭുക്കാകട്ടെ ഓടാനും ഇരപിടിക്കാനും ജീവിക്കാനും കുറേ ഊർജം ചെലവഴിക്കും. ബാക്കിയേ മാംസമായി സംഭരിക്കൂ. ദ്വതീയ ഉപഭോക്താവിന്റെ തലത്തിൽ എത്തുമ്പോൾ ലഭ്യത പിന്നെയും കുറയും. ഓരോ തലത്തിലും പത്തുശതമാനം ഊർജം മാത്രമേലഭിക്കൂ എന്നാണ് കണക്ക്. ഉദാഹരണമായി പുല്ലുകളിൽ 1000 കലോറി ഊർജം ഉണ്ടെന്നു വിചാരിക്കൂ. അവിടെ മേയുന്ന സസ്യഭുക്കുകൾക്കെല്ലാംകൂടി അതിൽനിന്ന് 100 കലോറിയേ ലഭിക്കൂ. സസ്യഭുക്കിനെ തിന്നുന്ന പ്രാഥമിക മാംസഭുക്കുകൾക്കെല്ലാംകൂടി 100 കലോറി മാത്രം ലഭിക്കും. അവയെയും ഭക്ഷണമാക്കുന്ന കൂടുതൽ ഭക്ഷണം ആവശ്യമായ ജന്തുക്കൾ ഉണ്ടെങ്കിൽ ജീവിക്കാനാവശ്യമായ ഭക്ഷണം കണ്ടെത്താൻ അവയ്ക്ക് വളരെ വിശാലമായ പ്രദേശങ്ങളിൽ ഇരതേടി നടക്കേണ്ടിവരും. ഇക്കാരണത്താൽ നാലാംപോഷകതലത്തിൽ എത്തുമ്പോൾതന്നെ ഊർജലഭ്യത തീരെ കമ്മിയായിപ്പോകുന്നു. ജീവികൾ നശിച്ചുപോകുമ്പോഴാകട്ടെ അവയുടെ ശരീരത്തിൽ കുടുങ്ങിയിരിക്കുന്ന ഊർജം മുഴുവൻ പരിസ്ഥിതിയിലേക്കുതന്നെ വികിരണം ചെയ്യപ്പെടുന്നു.

ജീവിവർഗങ്ങളുടെ നാശം ശൃംഖലാപ്രവർത്തനമാണ്. ഈ പറയുന്നതിന് തെളിവുണ്ടോ?

'തലക്ക് മേടിയാൽ ചന്തിക്ക് മുഴയ്ക്കും'. നാട്ടിൻപുറങ്ങളിൽ ഇങ്ങ

നെയൊരു ചൊല്ല് പണ്ട് നിലവിലുണ്ടായിരുന്നു. പരിസ്ഥിതിയിൽ ഒരു ഭാഗത്ത് വരുത്തുന്ന മാറ്റം, ഇടപെടൽ തികച്ചും അപ്രതീക്ഷിതമായി മറ്റൊരിടത്തും പ്രകടമാവും. ഈ ചൊല്ലിനെ നമുക്കിന്ന് ആ രീതിയിൽ വ്യാഖ്യാനിക്കാം.

## ഡോഡോ പക്ഷിയുടെ നാശം എങ്ങനെ സംഭവിച്ചു?

പറക്കാൻ വയ്യാത്ത വലിയതരം പക്ഷിയാണ് ഡോഡോ പക്ഷി. പ്രാവുകളുടെ ഒരു അടുത്ത ബന്ധു. പ്രത്യേകമേഖലകളിൽ മാത്രം ഒതുങ്ങിനിൽക്കുന്ന പക്ഷി. മൗറീഷ്യസ് ദ്വീപ് അങ്ങനെയൊരു ആവാസമാണ്. ആൾപാർപ്പില്ലാത്ത ഈ ദ്വീപിൽ ഡോഡോ പക്ഷികൾ സ്വൈര്യമായി ജീവിച്ചു. അങ്ങനെയിരിക്കെ ഡച്ചുകാർ അവിടെ കുടിയേറി ഡോഡോ മാംസത്തിന്റെ രുചിയറിഞ്ഞു. മനുഷ്യസമ്പർക്കം അറിയാത്തതുകൊണ്ട് പേടി എന്ന വികാരമേയില്ല. ഇണങ്ങിയപോലെ പെരുമാറും. പറക്കാൻ വയ്യാത്തതുകൊണ്ട് എളുപ്പം പിടിക്കാം. കൊല്ലാം അങ്ങനെ ചുരുങ്ങിയകാലം കൊണ്ട് പക്ഷികൾ മുഴുവൻ നശിച്ചു. 1681ൽ ഈ പക്ഷിക്ക് പൂർണവംശനാശം വന്നതായി ഔദ്യോഗികമായി പ്രഖ്യാപിച്ചു. മൗറീഷ്യസ് ദ്വീപിൽ മാത്രം ഒതുങ്ങിക്കഴിഞ്ഞിരുന്ന ഒരു പക്ഷിയാണതെന്ന് ഓർക്കണം.

'കഥ' ഇവിടെ അവസാനിക്കുന്നില്ല. കൂടുതലാളുകൾ ദ്വീപിൽ താമസക്കാരായി എത്തി. ഡോഡോയേപോലെ മനുഷ്യരെ സേവിക്കുന്ന ഒരു വൃക്ഷം ആ നാട്ടിലുണ്ടായിരുന്നു. കാൽവരിയ മേജർ. ഇന്ധനം, ഭക്ഷണം, വളം, കാലിത്തീറ്റ എന്നിങ്ങനെയുള്ള ആവശ്യങ്ങൾക്കെല്ലാം ഈ മരത്തെയാണ് നാട്ടുകാർ ആശ്രയിക്കുന്നത്.

കാലം പിന്നെയും മുന്നോട്ടുനീങ്ങി. അതിനിടെ ഒരു കാര്യം ചിലരുടെ ശ്രദ്ധയിൽപെട്ടു. പുതിയ കാൽവരിയ മരത്തൈകളൊന്നും ആ നാട്ടിൽ ഉണ്ടായിട്ടില്ല. കാട്ടുമരമല്ലെ, ആരും അങ്ങനെയതു ശ്രദ്ധിച്ചിരുന്നില്ല. സംഗതി പക്ഷേ ശരിയായിരുന്നു. കുരു പെറുക്കി നട്ടുനോക്കി. പക്ഷേ, ഒന്നും മുളക്കുന്നില്ല. കാരണമന്വേഷിച്ച് ഗവേഷകർ കടന്നുവന്നു. അവർ കണ്ടെത്തിയത് എന്താണെന്നോ? കാൽവരിയ വിത്ത് മുളക്കാൻ ഡോഡോ പക്ഷിയുടെ സഹായം വേണം.

എന്തു സഹായം, എങ്ങനെയുള്ള സഹായം? കട്ടിയുള്ള ഒരു ആവരണത്തിനുള്ളിൽ വിത്ത് സുഷുപ്തിയിലാണ്. ചില വിത്തുകൾ അങ്ങനെയാണല്ലോ. ഡോഡോപക്ഷികൾ വിത്തുകൾ വിഴുങ്ങാറുണ്ട്. അന്നപഥത്തിലൂടെ കടന്നുപോകുമ്പോൾ ദഹനരസങ്ങൾ വിത്തിനുമേൽ പ്രവർത്തിക്കും.ആവരണം ശിഥിലമാകും. ഈ രീതിയിൽ പക്ഷിക്കാഷ്ഠ

ത്തിലൂടെ പുറത്തുവരുന്ന വിത്തുകൾ മാത്രമേ മുളച്ചു തൈയാകാറുള്ളൂ. അതാണ് സംഭവിച്ചത്. ഡോഡോ നശിച്ചപ്പോൾ കാൽവരിയ വൃക്ഷത്തിന്റെ ആയുസ്സും അറ്റുപോകുമെന്നായി

## മൊണാർക്കുശലഭവും മിൽക്ക് വീഡ് പുല്ലും തമ്മിലെന്ത്?

അമേരിക്കയിൽ വയൽക്കളയായ മിൽക്കുവീഡ് ചെടികൾ കുറഞ്ഞത് പ്രകൃതിയുടെ അപൂർവസൃഷ്ടികളിൽ ഒന്നായ മൊണാർക്കുശലഭങ്ങളുടെ എണ്ണത്തെ ഗണ്യമായി ബാധിച്ചു. മൊണാർക്കുകൾ കുറഞ്ഞത് അതിനെ അനുകരിച്ചു ജീവിക്കുന്ന മറ്റൊരുതരം ശലഭത്തിന്റെ എണ്ണത്തേയും ബാധിച്ചു.

മൊണാർക്ക് ശലഭപ്പുഴുക്കൾ മിൽക്ക് വീഡ് ഇലകൾ തിന്ന് വളരുന്നു. മിൽക്ക്‌വീഡിലെ പ്രത്യേകതരം വിഷം ഈ ആഹാരബന്ധത്തിലൂടെ ശലഭങ്ങൾക്കു ലഭിക്കുന്നു. വിഷമുള്ള ശലഭമായതുകൊണ്ട് സൗന്ദര്യത്തുടിപ്പുകളായ ഈ പൂമ്പാറ്റകൾ ഭീഷണിയറിയാതെ ജീവിച്ചുപോന്നു. മിൽക്ക്‌വീഡുകൾ കുറഞ്ഞതോടെ ശലഭങ്ങളുടെ എണ്ണത്തിലും കുറവു സംഭവിക്കാൻ തുടങ്ങി എന്നർത്ഥം. മൊണാർക്കുകളുടെ ദേശാടനം പ്രകൃതിയിലെ മഹത്തായ ദൃശ്യവിസ്മയമാണ്.

എന്തിന് മൗറീഷ്യസിലേക്കും അമേരിക്കയിലേക്കും മറ്റും പോകണം? നമ്മുടെ മുള്ളിലം മരം (സീൽമരം) നശിച്ചുപോയാൽ അതിനെ മാത്രം ആശ്രയിച്ചുപോകുന്ന, കേരളത്തിന്റെ സംസ്ഥാനശലഭമായ ബുദ്ധമയൂരി നശിച്ചുപോകില്ലേ?

## കിളികളെ കൊന്നാൽ കൃഷി രക്ഷപ്പെടുമോ?

ഏതാണ്ട് ഒരറുപത് കൊല്ലം മുമ്പ് ചൈനയിലുണ്ടായ ഒരു സംഭവം കേൾക്കണോ? മാവോ നടപ്പിലാക്കിയ സാംസ്കാരികവിപ്ലവം നടന്നുകൊണ്ടിരിക്കുന്നു. അങ്ങനെയിരിക്കെ കൃഷിക്ക് ഭീഷണിയുയർത്തി ഒരുജാതി ചെറുതരം കുരുവികൾ കൂട്ടത്തോടെ പാടങ്ങളിൽ വന്നിറങ്ങുന്നു. നെൽമണികൾ തിന്നു നശിപ്പിക്കുന്നു. കിളികളെ ഉന്മൂലനാശം ചെയ്യേണ്ടതിനായി ഒരു മഹാപ്രചരണപരിപാടി സർക്കാർ ആരംഭിച്ചു. കൃഷിക്കാരും കൃഷിയുദ്യോഗസ്ഥരും കൂട്ടത്തോടെ പാടങ്ങളിലിറങ്ങി കിളികളെയെല്ലാം കൊന്നൊടുക്കി.

എന്നാൽ കൃഷി രക്ഷപ്പെട്ടോ? ഇല്ല. അടുത്തവർഷം പുഴുശല്യം രൂക്ഷമായി. നെല്ലിൻതണ്ടുകളും ഇലകളും അവ തിന്നുമുടിച്ചു. കതിരുകൾ വിരിയും മുമ്പുതന്നെ പലതും നശിച്ചു. അക്കൊല്ലം വിള തീരെ മോശമായി.

കാരണം അറിയാൻ ഏറെയൊന്നും ആലോചിക്കേണ്ടിവന്നില്ല. പുഴുക്കൾ പക്ഷികളുടെ ഇഷ്ടഭക്ഷണമായിരുന്നു. കുറേ സ്വയം തിന്നും. കുറേ വളരുന്ന കുഞ്ഞുങ്ങൾക്കു കൊടുക്കാൻ കൊത്തിക്കൊണ്ടുപോകും. കൊത്തിത്തിന്നുന്ന നെന്മണികൾ ഇതിനുള്ള കൂലിപോലുമാകുന്നില്ല. അതായിരുന്നു സത്യം. അധികാരികൾ ഇതറിയാൻ വൈകി. അറിഞ്ഞപ്പോൾ കുരുവികൾക്കെതിരെ ആരംഭിച്ച യുദ്ധം അവസാനിപ്പിച്ചു. കൃഷി വീണ്ടും പഴയപടിയായി. കിളികൾ പഠിപ്പിച്ച ഈ പാരിസ്ഥിതികപാഠം ചൈനക്കാർ ഇപ്പോഴും മറക്കാതെ കൊണ്ടുനടക്കുന്നു.

## വവ്വാലുകളെ സംരക്ഷിക്കുന്നതെന്തിന്?

നിപ വൈറസിന്റെ ആക്രമണത്തിൽ കേരളം വിറങ്ങലിച്ചുനിന്നത് ഈയടുത്തകാലത്തായിരുന്നല്ലോ? രോഗബാധയുണ്ടായ ഇരുപതുപേരിൽ പതിനേഴുപേരും മരിച്ചപ്പോൾ ആ വാർത്ത വിശ്വസിക്കാനാകാതെ ജനങ്ങളും അധികാരികളും വിറങ്ങലിച്ചു നിന്നുപോയില്ലേ? പഴംതീനി വവ്വാലുകളാണ് വൈറസുകളെ പോറ്റിവളർത്തുന്നത് എന്നറിഞ്ഞതോടെ ചിലർ വവ്വാൽ വേട്ടയാടാൻ തുടങ്ങി. വവ്വാലുകൾക്ക് അഭയമരുളുന്ന വൻമരങ്ങൾ നശിപ്പിക്കുന്നതിനെക്കുറിച്ച് അവർ ആലോചിച്ചു. എന്നാൽ പരിസ്ഥിതി വിവേകമുള്ള ചിലർ തക്കസമയത്ത് ഇടപെട്ട് അതിനെ തടഞ്ഞു.

എന്തുകൊണ്ട് തടഞ്ഞു എന്നാണ് നാം അറിയേണ്ടത്. വവ്വാലുകൾ കൂടുന്ന വൻമരങ്ങൾ നശിച്ചുപോയാൽ ആശ്രയം നഷ്ടപ്പെട്ട ആ ജീവികൾ നാടുമുഴുവൻ ചിതറും. ഒരു പ്രത്യേക സ്ഥലത്ത് ഒതുങ്ങിക്കഴിയുന്നതിനുപകരം നാടുനീളെ താമസമുറപ്പിക്കും. വൈറസ് കൂടുതൽ സ്ഥലങ്ങളിലേക്ക് പകരും. വവ്വാലുകളുടെ ശരീരത്തിനകത്താകുമ്പൾ പെട്ടെന്നുതന്നെ നശിച്ചുപോകുന്ന അണുജീവികളാണിവ. അധികം വൈകാതെ അതുതന്നെ സംഭവിച്ചു. വൈറസ്സുകൾ പെട്ടെന്ന് നശിച്ചുപോയില്ലേ? കൂടുതൽ വലിയ ആപത്തിൽനിന്ന് കേരളം അങ്ങിനെ രക്ഷപ്പെട്ടില്ലേ?

## നിപ ബാധ തടയാൻ മലേഷ്യക്കാർ വവ്വാലുകളെ കൊല്ലാതിരുന്നതെന്തുകൊണ്ട്?

നിപവൈറസിന്റെ ഉറവിടം മലേഷ്യയിലെ നിപ (Kampung Baru Sungai Nipah) ഗ്രാമമാണെന്നാണല്ലോ ശാസ്ത്രം കണ്ടെത്തിയിരിക്കുന്നത്. പഴംതീനി വവ്വാലുകളിലൂടെയാണ് അവിടെ അത് മനുഷ്യരിലെത്തിയതെന്നും തെളിഞ്ഞിട്ടുണ്ട്. 1998ൽ രോഗം വന്ന് 100 പേർ മരിച്ചു. 200 പേർ രക്ഷപ്പെട്ടു. എന്നാൽ അതിന്റെ പേരിൽ അവർ ഈ 'പറക്കും

കുറുക്ക’ന്മാരെ കൊല്ലാനൊരുങ്ങിയില്ല. ഏതാണ്ട് അമ്പതുവർഷം മുമ്പ് ആ ജീവികളോട് അറിയാതെ കാട്ടിപ്പോയ ഒരു ക്രൂരതമൂലം ഉണ്ടായ അവിചാരിതമായ പ്രത്യാഘാതം പഠിപ്പിച്ച പാഠം അതിന് പിന്നിലുണ്ടെന്ന് കാണാവുന്നതാണ്.

മലേഷ്യയിലെ ഡ്യൂറിയൻ ഫലവൃക്ഷത്തോപ്പികളെപ്പറ്റി നിങ്ങൾ കേട്ടിട്ടുണ്ടോ എന്നറിയില്ല. വിപണിയിൽ ഏറ്റവും പ്രിയമുള്ള പഴങ്ങളാണ് ഇവിടെ ഉണ്ടാകുന്നത്. എഴുപതുകളിൽ ഇവയുടെ ഉല്പാദനം ഗണ്യമായി കുറഞ്ഞു. പഴസംസ്കരണവ്യവസായം തകർച്ചയിലായി. ഈ വൃക്ഷങ്ങളിൽ പരാഗണം നടക്കുന്ന വവ്വാലുകളുടെ എണ്ണത്തിൽ ഗണ്യമായ കുറവുണ്ടാകുന്നതായിരുന്നു കാരണം. ഈ വവ്വാലുകളെല്ലാം അടുത്തുതന്നെയുള്ള കണ്ടൽക്കാടുകളിലാണ് താമസിച്ചിരുന്നത്. ചെമ്മീൻകൃഷിയെ പ്രോത്സാഹിപ്പിക്കാൻ കണ്ടലുകൾ വെട്ടിനശിപ്പിച്ചതോടെ വവ്വാലുകൾ സ്ഥലംവിട്ടു. അധികം അകലെയല്ലാതെ കുറേയധികം ചുണ്ണാമ്പുകല്ലുഗുഹകളുണ്ടായിരുന്നതിൽ ചെന്ന് താമസമായി. ഇരതേടി ഡ്യൂറിയൻ വൃക്ഷത്തോപ്പുകളിലെത്താൻ അവിടെനിന്നും എളുപ്പമായിരുന്നു. എന്നാൽ ആ ഭാഗത്ത് ഒരു സിമന്റു ഫാക്ടറി വന്നതോടെ ചുണ്ണാമ്പുകല്ലിനായി ഗുഹകളെല്ലാം തകർക്കപ്പെട്ടു. വവ്വാലുകൾ മറ്റൊരഭയസ്ഥാനം നേടി മറ്റേതോ വിദൂരസ്ഥലത്തേക്ക് പറന്നുപോയി. പ്രത്യാഘാതം പക്ഷേ, ഡ്യൂറിയൻ വിപണിയിലും തുടർന്ന് രാജ്യത്തിന്റെ സാമ്പത്തികസ്ഥിതിയിലുമാണ് പ്രതിഫലിച്ചത് എന്നുമാത്രം. തുടർന്ന് കണ്ടൽക്കാടുകൾ പുനരുജ്ജീവിപ്പിക്കേണ്ടിവന്നു.

സദൃശമായ ഒരനുഭവം നമ്മുടെ അജന്ത–എല്ലോറ ഗുഹകളിലുമുണ്ടായി. പ്രാണിഭോജികളായ ചെറുതരം വവ്വാലുകൾ (നരിച്ചീറുകൾ) ഈ ഗുഹകളിൽ താവളമടിക്കാറുണ്ട്. ഗുഹകൾക്കകത്ത് കാഷ്ടിച്ചു വൃത്തികേടാക്കുന്ന ഇവയെ തുരത്തിയോടിച്ചും വിഷംവച്ചുകൊന്നും നാമാവശേഷമാക്കി. പ്രത്യാഘാതം ഉണ്ടായത് പക്ഷേ, ചുറ്റുമുള്ള പാടശേഖരങ്ങളിലാണ്. പ്രാണിപിടിയൻ വവ്വാലുകൾ ഇല്ലാതായതോടെ കീടങ്ങൾ വർധിച്ച് കൃഷി പിടയ്ക്കാൻ തുടങ്ങി.

നാം വളർത്തുന്ന പച്ചക്കറികളിൽ മുപ്പതുശതമാനത്തിലും പരാഗണം നടത്തുന്നത് അഞ്ചുതരം ഷഡ്പദങ്ങളാണെന്നുകൂടി ഈ സന്ദർഭത്തിൽ ഓർക്കാം; ഈച്ചകൾ, പൂമ്പാറ്റകൾ, വണ്ടുകൾ എന്നിവയാണ് ഇതിൽ ഏറ്റവും പ്രധാനം.

വവ്വാലുകളാകട്ടെ പരാഗണത്തിനുപുറമെ വിത്തുവിതരണത്തിലും സ്തുത്യർഹമായ പങ്കുവഹിക്കുന്നു.

വൻമരങ്ങൾ ഇല്ലാതായതോടെയും ജനസാന്ദ്രത കൂടിയതോടെയും വവ്വാലുകൾക്ക് താമസസ്ഥലം നഷ്ടപ്പെടാൻ തുടങ്ങി.

## ഗുവാനൊ എന്നാലെന്ത്?

പക്ഷികൾ കാഷ്ടിച്ച് ഉണ്ടായ കുന്നുകൾ. കേൾക്കുമ്പോൾ അതിശയം തോന്നാം. എന്നാൽഅങ്ങനെയുള്ള അനേകം കുന്നുകൾ പെറുവിന്റെ തീരത്തിൽനിന്ന് അകലെയല്ലാതെ ശാന്തസമുദ്രത്തിലെ ചെറുദ്വീപുകളിൽ ഉണ്ട്. ഗുവാനൊ (Guano) എന്നപേരിൽ ഈ വിസർജ്യനിക്ഷേപക്കൂനകൾ അറിയപ്പെടുന്നു. എത്രയോ വർഷംകൊണ്ട് പതിനായിരക്കണക്കിന് കടൽപ്പക്ഷികൾ കാഷ്ടിച്ചുണ്ടാക്കിയതാണ് ഈ കുന്നുകളെല്ലാം. നൈട്രജനും ഫോസ്ഫേറ്റും അടങ്ങിയ ജൈവവളങ്ങൾ എന്ന നിലയിൽ പ്രസിദ്ധമാണിവ. എത്രയോ ആളുകൾ ഇവിടെ വന്ന് വളം വാരിക്കൊണ്ടുപോകുന്നു. വൻകമ്പനികൾ ഇതുപയോഗിച്ച് നൈട്രജൻ രാസവളമുണ്ടാക്കുന്നു. ഇതേ പരിസരത്ത് ശാന്തസമുദ്രത്തിൽ അൻകോവി മത്സ്യങ്ങൾ (Anchovy) ധാരാളമായി വളരുന്നുണ്ട്. നാടിനു സമ്പത്തുണ്ടാക്കിക്കൊടുക്കുന്ന ചെറുജാതി മത്സ്യങ്ങളാണിവ. യന്ത്രവത്കൃതബോട്ടുകളും കോരുവലകളുമെല്ലാം പ്രചാരത്തിലായതോടെ ഈ ഭാഗത്ത് കടലിൽ മത്സ്യബന്ധനം നിയന്ത്രണാതീതമായി. ജാപ്പനീസ് കപ്പലുകൾ രംഗപ്രവേശം ചെയ്തതോടെ അൻകോവി മത്സ്യസമ്പത്തിൽ വൻകുറവുണ്ടായി. അൻകോവികൾ കുറഞ്ഞതിനനുസരിച്ച് ദ്വീപുകളിലെ ഗുവാനോ കുന്നുകളുടെ പൊക്കം കുറയാൻ തുടങ്ങി. ജൈവവളത്തിനു വൻക്ഷാമം അനുഭവപ്പെട്ടു. എന്തു സംഭവിച്ചു എന്നറിയാമോ? മത്സ്യം കുറഞ്ഞതോടെ കടൽപക്ഷികളുടെ വരവും കുറഞ്ഞു. രാസവള മാർക്കറ്റിൽ പോലും ഇതിന്റെ പ്രത്യാഘാതം അലയടിച്ചു. കൃഷിയെ അത് എങ്ങനെ ബാധിച്ചിരിക്കുമെന്ന് പ്രത്യേകം എടുത്തുപറയേണ്ട കാര്യമില്ലല്ലോ.

ഈ ഉദാഹരണങ്ങൾ മതിയാവില്ല, ആവാസവ്യവസ്ഥകളിലെ മാറ്റങ്ങൾ ശൃംഖലാപ്രവർത്തനങ്ങൾക്കു കാരണമാകുമെന്ന് തെളിയിക്കാൻ.

## തേനീച്ചയില്ലാത്ത ലോകത്ത് മനുഷ്യന് നാലുവർഷത്തിലധികം ജീവിക്കാനാവില്ല. ഐൻസ്റ്റൈൻ അങ്ങനെ പറഞ്ഞിട്ടുണ്ടോ?

മഹാനായ എൻസ്റ്റൈൻ കാലത്തിനപ്പുറം ചിന്തിക്കുന്ന ക്രാന്തദർശിയാണ്. ഐൻസ്റ്റൈന്റേതായി അറിയപ്പെടുന്ന ഈ ഉദ്ധരണിയിൽ പാരിസ്ഥിതിക വിവേകത്തിന്റേതായ അഗാധചിന്തകൾ നമുക്കു ദർശിക്കാൻ കഴിയും. പരിസ്ഥിതിബോധം അത്രയൊന്നും ശക്തമല്ലാതിരുന്ന ഒരു കാലത്താണ് അദ്ദേഹം ഇത് പറഞ്ഞത് എന്നുകൂടി ഇവിടെ

യോർക്കാം.

പ്രാണിവർഗത്തിൽ എണ്ണംകൊണ്ട് ഏറ്റവും കൂടുതലുള്ള ജീവികൾ ഷഡ്പദങ്ങളാണ്. ഏത് പ്രതികൂലമായ കാലാവസ്ഥയേയും ചെറുത്തു തോൽപ്പിച്ച് അതിജീവനം സാധ്യമാകുന്ന ജീവികളാണവ. ഉപദ്രവ കാരികൾ ഉണ്ടെങ്കിലും മനുഷ്യനും പ്രകൃതിക്കും പ്രകൃതിയിലെ നാനാ തരം ജീവികൾക്കും ഒഴിച്ചുകൂടാൻ പറ്റാത്ത ജീവികളാണവ.

പരാഗണത്തെക്കുറിച്ച് സൂചിപ്പിച്ചില്ലേ? ഭക്ഷ്യവിളകളുടെ ഏതാണ്ട് എൺപത് ശതമാനത്തിലും പരാഗണം നടത്തുന്നത് തേനീച്ചകളാണ്. അവയുടെ സഹായമില്ലങ്കിൽ മത്തനോ മാങ്ങയോ കോട്ടണോ കശു വണ്ടിയോ തേയിലയോ ഒന്നും നമ്മുടെ അടുക്കളയിൽ എത്തുകയി ല്ലെന്നു തീർച്ച. എന്നിട്ട് ഈ ശേഖരിച്ചെടുത്ത തേനാണെങ്കിലോ സ്വന്തം ദഹനരസവുമായി കൂട്ടിക്കലർത്തി കൂടുതൽ മൂല്യമുള്ളതാക്കി നമുക്കുതന്നെ തിരികെ നൽകുന്നു. ഛർദിച്ച സാധനം അമൂല്യഭക്ഷ ണമാക്കി നമുക്കു നൽകുന്ന പ്രകൃതിയുടെ മാന്ത്രികവിദ്യ നമുക്കി വിടെ കാണാം. തേനിച്ചകളിലെങ്കിൽ നാണ്യവിളകളുമില്ല എന്ന് ആരെ ങ്കിലും പറഞ്ഞാൽ അത്ഭുതപ്പെടേണ്ടതില്ല. ഭക്ഷ്യവിളകളും നാണ്യ വിളകളുമൊന്നുമില്ലെങ്കിൽപിന്നെ മനുഷ്യജീവിതമുണ്ടോ? അതാണ് ഐൻസ്റ്റൈൻ പറഞ്ഞതിന്റെ അന്തസ്സത്ത.

ഏതാണ്ട് രണ്ടരലക്ഷത്തോളം ഇനം പൂക്കളിൽനിന്ന് തേനീച്ച തേൻശേഖരിക്കുന്നുണ്ടെന്ന് ശാത്രജ്ഞന്മാരുടെ ഒരു നിരീക്ഷണം സാക്ഷ്യപ്പെടുത്തിയിട്ടുണ്ട്. ഭക്ഷ്യശൃംഖലാജാലികയിലെ ബലവത്തായ ഒരു കണ്ണിയാണ് നിരന്തരം അധ്വാനിച്ചുകൊണ്ടിരിക്കുന്ന ഈ ചെറു ജീവിയെന്നർത്ഥം. കൂടുതൽ കാര്യങ്ങൾ പിന്നീടൊരവസരത്തിൽ പറ യുന്നുണ്ട്. എന്താ, അതുവരെ ക്ഷമിച്ച് കാത്തിരുന്നുകൂടെ?

## എന്തിനാ ഈ കൂറയും മൂട്ടയുമൊക്കെ? ശല്യക്കാരായ ഇവ തീരെ ഇല്ലാതായാൽ കുഴപ്പമുണ്ടോ?

ഇങ്ങനെയുള്ള ചോദ്യങ്ങൾ പലരും ചോദിക്കാറുണ്ട്. സകലതിലും മീശ കടത്തുന്ന കൂറകൾ. പതുങ്ങിയിരുന്ന് രക്തം കുടിക്കുന്ന മൂട്ട കൾ. കൂറകൾക്കെതിരെയുള്ള മരുന്നുകളുടെ തകൃതിയാണ് പരസ്യ ങ്ങളിൽ. പലതും എലിയെക്കൊല്ലാൻ, ഇല്ലം ചുടാൻ, പൊന്നിൽ വിഷം പൊതിഞ്ഞു നൽകുന്ന ഉപദേശമാണെങ്കിലും കൂറകൾ വളരാനുള്ള സാഹചര്യങ്ങൾ ഒരുക്കിയശേഷം അവയെ ഉന്മൂലനം ചെയ്യാൻ പാടു പെടുകയാണ് നമ്മളെല്ലാം. കൊതുകുകളുടെ കാര്യത്തിലെന്നപോലെ കൂറകളുടെ കാര്യത്തിലും പരസ്യങ്ങൾ വഞ്ചിക്കുന്നു. അക്കഥ

തത്ക്കാലം മാറ്റിവെച്ച് നമുക്ക് കൂറകളുടെ പരിസ്ഥിതി പ്രാധാന്യത്തിന്റെ അടരുകളിലേക്ക് കടന്നുചെല്ലാം.

ഷഡ്പദജീവികളുടെ അതിജീവനശേഷിയെക്കുറിച്ച് നേരത്തെ സൂചിപ്പിച്ചില്ലേ? പത്തുലക്ഷത്തിലേറെജാതി ഷഡ്പദങ്ങളെ കണ്ടെത്തിയിട്ടുണ്ട്. ഏതാണ്ട് ഇത്രതന്നെ ഇനങ്ങളെ ഇനിയും കണ്ടെത്താനുണ്ട് എന്ന് ശാസ്ത്രം പറയുന്നു. ആമസോൺ കാടുകളിലെ ഉറുമ്പുകൾ മാത്രം എടുത്താൽത്തന്നെ ഇതിന്റെ ഒരംശമെങ്കിലും വരും എന്നാണ് പറയുന്നത്.

കൂറകളും എണ്ണത്തിൽ പെരുകിയിട്ടുണ്ട്. വീടിനകത്തുമാത്രമാണ് കൂറകളുടെ താമസം എന്നാണോ നിങ്ങളുടെ വിചാരം? വനമേഖലകളിലുള്ളതരം ഇനങ്ങളുടെ എണ്ണം ആരെയും അമ്പരപ്പിക്കുന്നതാണ്.

കൂറകളുടെ അതിജീവനശേഷിയെക്കുറിച്ച് ഇതാ ചില വിശേഷവിവരങ്ങൾ. ആഹാരമില്ലാതെ അവയ്ക്ക് മൂന്നുമാസംവരെ ജീവിക്കാൻ കഴിയും. വെള്ളം കുടിക്കാതെ ഒരു മാസത്തിലേറെ കഴിഞ്ഞുകൂടാം. ഒരു കൂറയുടെ തല ഇറുത്തുകളഞ്ഞാൽ കബന്ധം പത്തുദിവസമെങ്കിലും ജീവൻ പോകാതെ നിലനിൽക്കും!

## ആണവശിശിരം വന്നാലും കൂറകൾ ബാക്കിയാവും, ശരിയാണോ?

'ഡേ ആഫ്റ്റർ' എന്ന ഇംഗ്ലീഷ് സിനിമയിൽ ഈ രീതിയിലൊരു രംഗമുണ്ട്. അണുബോംബ് മനുഷ്യരെയും മറ്റു ജീവികളെയുമെല്ലാം പൂർണമായും നശിപ്പിച്ചു. കൂറകൾ മാത്രം മീശ ചലിപ്പിച്ചുകൊണ്ട് ആറുകാലിൽ നടന്നുനീങ്ങി. മറ്റെല്ലാ പ്രാണികളേക്കാളും ശക്തരാണവയെന്നർത്ഥം. ആണവവികിരണത്തിന്റെ ഉയർന്ന തോതിനെപ്പോലും അവയ്ക്ക് അതിജീവിക്കാനാകുമെന്നർത്ഥം. ആ രീതിയിൽ കരുത്തുള്ളതാണ് അതിന്റെ ജീനുകൾ.

അത്യന്തം അപകടകാരികളാണ് വികിരണരശ്മികൾ എന്നറിയാമല്ലോ. എക്റേയും സ്കാനിംഗും മറ്റ് ആശുപത്രി ഉപകരണങ്ങളും ചേർന്ന് വികിരണങ്ങളുടേതായ ഒരു അന്തരീക്ഷം ഇപ്പോൾത്തന്നെ നമ്മുടെ ചുറ്റും സൃഷ്ടിച്ചിട്ടുണ്ട്. അതിൽനിന്ന് ആരോഗ്യം സംരക്ഷിക്കുന്നതിനുള്ള രക്ഷാമാർഗ്ഗം ഒരുപക്ഷേ, കൂറകളുടെ ജീനുകളിൽ നിന്നാകാം മനുഷ്യർ കണ്ടെത്തുന്നതും. ഇങ്ങനെ പ്രത്യേകതരം കഴിവുകളുള്ള എത്രയോ ചെറിജീവികൾ നമുക്കുചുറ്റും ഉണ്ട്. മനുഷ്യകുലത്തിന്റെ നിലനില്പിന് സഹായകമായിത്തീരുന്ന ബാങ്കുബാലൻസായി ഇവയെ കരുതാം. ഏതെങ്കിലും ജീവിയെ, അത് എത്ര ഉപദ്രവകാരിയാ

ണെന്ന് തോന്നിയാലും, മുച്ചൂടും മുടിച്ചു കളയുന്നത് തിരിച്ചടികൾ ഉണ്ടാക്കുമെന്ന് മനസ്സിലാക്കാൻ വേണ്ട വിവേകം നാം കാണിക്കേണ്ടതല്ലേ കൂട്ടുകാരെ?

കൂറകൾ മറ്റുരീതിയിൽ പരിസ്ഥിതിസംരക്ഷണത്തിൽ വഹിക്കുന്ന പങ്കിനെക്കുറിച്ചുകൂടി പറഞ്ഞാലേ ഇത് പൂർത്തിയാവുകയുള്ളൂ. നൈട്രജൻ എന്ന പോഷകഘടകം ധാരാളമായി ലഭ്യമായ സ്ഥലങ്ങളിൽ മാത്രമേ കൂറകൾ സുലഭമായി വളരുകയുള്ളൂ. അതുകൊണ്ട് അവ ജീർണിക്കുന്ന സാധനങ്ങൾ ഇഷ്ടപ്പെടുന്നു. വിസർജ്യം വഴി എല്ലാദിവസവും ഇത് മണ്ണിൽ തിരിച്ചെത്തിക്കുകയും ചെയ്യും. പക്ഷികളടക്കം പല ജീവികളുടെയും പ്രിയഭക്ഷണംകൂടിയാണ് ഈ ജീവി.

ലോകത്തിലാകെക്കൂടി അയ്യായിരത്തിനും പത്തായിരത്തിനുമിടയിൽ കൂറജാതികളുണ്ടെന്നാണ് കണക്ക്. ഇവയിൽ പലതിനേയും ഇനിയും കണ്ടെത്തി വർഗീകരിച്ച് പേരു നൽകാനിരിക്കുന്നതേയുള്ളൂ.

35 കോടി വർഷമായി അവ ഭൂമിയിലുണ്ട്. ആണവവികിരണപ്രതിരോധശേഷി മനുഷ്യന്റേതിനെ അപേക്ഷിച്ച് പതിനഞ്ചിരട്ടി.

ഇനി നിങ്ങൾ തന്നെ പറയൂ, കൂറ മനുഷ്യന്റെ ശത്രുവോ മിത്രമോ?

# ജൈവവൈവിധ്യമെന്നാൽ

## ജൈവവൈവിധ്യം (Biodiversity) എന്നതുകൊണ്ട് എന്താണ് അർത്ഥമാക്കുന്നത്?

ജീവമണ്ഡലത്തിൽ എങ്ങുനോക്കിയാലും വൈവിധ്യം കാണാം, ഇല്ലേ? പലതരം ആവാസവ്യവസ്ഥകൾ കരയിലും വെള്ളത്തിലും മാത്ര മല്ല, അന്തരീക്ഷത്തിലും ജീവികളുണ്ട്. കൊടുംതണുപ്പിലും ചൂടുനീ രുറവകളിലും ഉപ്പുപാടങ്ങളിൽപോലും ജീവജാതികൾ സുഖമായി ജീവിക്കുന്നു. അത്യന്തം അഗാധമായ സമുദ്രാന്തർഭാഗങ്ങളിൽപോലും ജീവികളുണ്ട്. എണ്ണത്തിലും വണ്ണത്തിലും ആകൃതിയിലും വലിപ്പത്തി ലുമെല്ലാം ഇവ തമ്മിൽ വ്യത്യാസങ്ങളുണ്ട്. ഒന്നുംവേണ്ട, ചുറ്റുമുള്ള സസ്യങ്ങളെ നോക്കൂ, ഇലകൾ തമ്മിലുള്ള വൈവിധ്യം ശ്രദ്ധിക്കൂ. ആകൃതിയിൽ, വലിപ്പത്തിൽ, നിറത്തിൽ, ഞെട്ടിന്റെ സ്വഭാവത്തിൽ, അരുകുകളുടെ പ്രത്യേകതയിൽ, ഞരമ്പുകളുടെ വിന്യാസത്തിൽ - നോക്കൂ നിങ്ങളുടെ രണ്ടുവിരലുകൾപോലും ഒരേപോലെയാണോ? ഈ ഭൂമിയിൽ എത്ര മനുഷ്യരുണ്ടോ, അവർക്കെല്ലാം വ്യത്യസ്തമായ വിരലടയാളങ്ങൾ. വൈവിധ്യം ജീവന്റെയൊരു അടിസ്ഥാനസ്വഭാവം തന്നെയാണെന്ന് ഇതിൽനിന്ന് വ്യക്തമാകുന്നു.

## ജൈവവൈവിധ്യം എങ്ങനെയുണ്ടായി?

ലളിതമായ ഒരു കോശം ആദ്യമുണ്ടായി. അചിരേണ അതിന് പല മാറ്റങ്ങളുമുണ്ടായി. ഏകകോശ ജീവികളിൽനിന്ന് ബഹുകോശ രൂപി കൾ. കാലം കഴിയുന്തോറും ശരീരഘടനയിൽ മാറ്റങ്ങളുണ്ടായിക്കൊ ണ്ടിരുന്നു. ആരെങ്കിലും നേരത്തേ തീരുമാനിച്ചമട്ടിൽ ഉണ്ടായ മാറ്റങ്ങ ളായിരുന്നില്ല അവയൊന്നും ജീവമണ്ഡലത്തിലെ സാഹചര്യങ്ങൾക്കനു സരിച്ച് ജീവികൾക്ക് മാറ്റം സംഭവിക്കുകയായിരുന്നു. ജീവികൾക്ക് ഗുണ കരവും അല്ലാത്തതുമായ മാറ്റങ്ങൾ ഉണ്ടായിക്കൊണ്ടിരുന്നു. അനുഗു ണമല്ലാത്ത മാറ്റങ്ങളെല്ലാം ക്രമേണ നശിച്ചുപോയി. അത്തരം ജീവി

കൾക്ക് പരിസരവുമായി അനുകൂലപ്പെടാൻ കഴിയാതെപോയി. കാല പ്രവാഹത്തിൽ ഈ രീതിയിൽ എത്രയോ സസ്യങ്ങളും ജന്തുക്കളും നശിച്ചുപോയി. അനുഗുണമായ സ്വഭാവവ്യതിയാനങ്ങൾ വഴി അനുകൂലപ്പെട്ടവയെല്ലാം പിടിച്ചുനിന്നു. ആധിപത്യം നേടി അവ പുതിയ തരം ജീവികളായി രൂപാന്തരപ്പെട്ടു. ഇന്നു ഭൂമുഖത്തു കാണുന്ന വിവിധ ജീവരൂപങ്ങളെല്ലാംതന്നെ ഉണ്ടായത് ഈ രീതിയിൽ പരിസ്ഥിതിയിയുമായി അനുകൂലപ്പെട്ടുകൊണ്ടായിരുന്നു.

## ഭൂമിയിൽ എത്രതരം ജീവികളുണ്ട്?

ഈ ജീവമണ്ഡലത്തിൽ എത്രതരം ജീവികൾ ഉണ്ടായിരിക്കും? ആരും ചോദിച്ചുപോകുന്ന ചോദ്യമാണിത്.

ജീവമണ്ഡലത്തിൽ ആകെക്കൂടി എത്രതരം (സ്പീഷീസ്) ജീവികൾ ഉണ്ടെന്ന ചോദ്യത്തിന് കൃത്യമായ ഒരു ഉത്തരം ആർക്കും പറയാനാവില്ല. അമ്പത് ലക്ഷത്തിനും രണ്ട് കോടിക്കുമിടയിൽ സ്പീഷീസുകൾ ഉണ്ടായിരിക്കുമെന്ന് ശാസ്ത്രജ്ഞന്മാർ കരുതുന്നു. എന്നാൽ മനുഷ്യർ കണ്ടെത്തി. പഠിച്ച് തരംതിരിച്ച് പേരുനൽകിയിരിക്കുന്നത് ഏതാനുംലക്ഷം എണ്ണത്തിനുമാത്രമാണ്. ഇന്നു ഭക്ഷണമായി നാം ഉപയോഗിക്കുന്ന മത്സ്യങ്ങളും പച്ചക്കറികളും പഴവർഗങ്ങളുമെല്ലാംകണ്ടെടുത്തത് ഇക്കൂട്ടത്തിൽനിന്നാണ് മൂവായിരത്തിൽപരം സസ്യസ്പീഷീസുകളെ ലോകാരോഗ്യസംഘടന ഔഷധവീര്യമുള്ളവയായി തരംതിരിച്ചിട്ടുണ്ട്. ഇന്ന് ഗുളിക രൂപത്തിലും മറ്റും നമുക്കു കിട്ടുന്ന പല മരുന്നുകളും ആദ്യം വേർതിരിച്ചെടുത്തത് സസ്യങ്ങളിൽനിന്നാണ്. വാഴയ്ക്കു സമമായി കാട്ടുവാഴ. തുളസി-കാട്ടുതുളസി, മഞ്ഞൾ, ഇഞ്ചി എന്നിങ്ങനെ എല്ലാത്തരം ചെടികൾക്കും ഈ രീതിയിൽ അറിയപ്പെടാത്ത ബന്ധുക്കൾ ഉണ്ടാവും. ആപത്തുകാലത്ത് ഈ ബന്ധുക്കളെക്കൊണ്ട് ഉപകാരമുണ്ടാകും. ഉദാഹരണമായി. ഏതാണ്ടൊരു അമ്പതുവർഷം മുമ്പ് 1970കളിൽ ഏഷ്യയുടെ പല ഭാഗങ്ങളിലെ നെൽപാടങ്ങളും Grassy Stunt Virus പടർന്ന്പിടിച്ച് നശിക്കാൻ തുടങ്ങി. ഒന്നരലക്ഷത്തിലുമധികം ഹെക്ടർ സ്ഥലത്ത് കൃഷി നശിച്ചു. ഒരു പരിഹാരം കാണാനാകാതെ കൃഷിശാസ്ത്രജ്ഞർ പരക്കം പാഞ്ഞു. പല ഗവേഷണങ്ങളും അവർ നടത്തി. ഒന്നും ഫലം കണ്ടില്ല. അവസാനമതാ എളിയവനിൽ എളിയവനായ ഒരു നെൽച്ചെടി രക്ഷകനായെത്തുന്നു. പശ്ചിമഘട്ടത്തിലെ Oryza nivara എന്നതരം കാട്ടുനെല്ലായിരുന്നു അത്. (നമ്മുടെ നെല്ലിന്റെ ശാസ്ത്രനാമം Oryza sativa എന്നാണ്.) ഈ കാട്ടുനെല്ലിന്റെ ഒരൊറ്റ ജീൻ ഉപയോഗിച്ച് ഗ്രാസി സ്റ്റണ്ട് വൈറസി

നെതിരെ ഏഷ്യയിലെ നെല്ലിനങ്ങൾക്ക് പ്രതിരോധം നൽകാൻ ശാസ്ത്ര ജ്ഞർക്കു കഴിഞ്ഞു. അങ്ങനെ നെൽക്കൃഷി രക്ഷിച്ചെടുക്കാൻ കഴിഞ്ഞു.

പശ്ചിമഘട്ടം നശിക്കുമ്പോൾ ആളുകളോ അധികാരികളോ പക്ഷേ, ഇതൊന്നും ഓർക്കാറില്ല.

പ്രകൃതിയിലെ ഇത്തരം വൈവിധ്യങ്ങളെല്ലാം വിലപിടിച്ച കരുതൽ ധനമാണെന്ന് ആരും ഓർക്കാറേയില്ല.

## ജീൻപൂൾ എന്നാൽ എന്ത്?

മുകളിൽ വിവരിച്ച കാര്യങ്ങളിൽ ഈ ചോദ്യത്തിന്റെ ഉത്തരം ഇരിപ്പുണ്ട് അന്യോന്യം ബന്ധപ്പെട്ട ജീവിവർഗങ്ങളുടെ ജീനുകളുടെ ഒരു ശേഖരത്തെ ജീൻപൂൾ എന്നുപറയാം. ആവാസവ്യവസ്ഥവൈവിധ്യം സംരക്ഷിച്ച് ജീൻപൂൾ നഷ്ടപ്പെടാതെ നിലനിർത്താം. കടുത്ത വംശനാശഭീഷണി നേരിടുന്നവയുടെ ജീനുകളെ വിത്തുകളായും കിഴങ്ങുകളായും കാണ്ഡങ്ങളായും മറ്റും ജീൻ ബാങ്കുകളിൽ സൂക്ഷിക്കാം.

## ജീൻചോരണം എന്നാലെന്ത്?

ജീനുകളുടെ മോഷണം ഇന്നു സാർവത്രികമാണ്. കേരളംപോലുള്ള സ്ഥലങ്ങളിൽ ജൈവവൈവിധ്യം വളരെ കൂടുതലാണ്. അപൂർവജീനുകളുടെ കലവറതന്നെയാണ് നമ്മുടെ പശ്ചിമഘട്ടം. പ്രത്യേകിച്ചും ഔഷധച്ചെടികളുടെ കാര്യത്തിൽ. ജീവൻരക്ഷിക്കുന്ന പല അപൂർവ്വ ഔഷധച്ചെടികളും ഇവിടെയുണ്ട്. ടൂറിസ്റ്റായും ഗവേഷകനായും ഇവിടെ വിദേശികളും സ്വദേശികളും വരുന്നു. മരുന്നു ചെടികളെക്കുറിച്ച് അറിവുള്ള ആദിവാസികളെയും മറ്റും സ്വാധീനിച്ച് അപൂർവ്വ ഔഷധച്ചെടികൾ കണ്ടെത്തുന്നു. കടത്തിക്കൊണ്ടുപോകുന്നു; പഠിക്കുന്നു. അവയിൽനിന്ന് മരുന്നുകൾ ഉണ്ടാക്കി വിൽക്കാം. പേറ്റന്റ് എടുത്ത് അതിന്മേലുള്ള അവകാശം കുത്തകയാക്കാം. ഇതാണ് ജീൻ ചോരണം. ഔഷധച്ചെടികൾ മാത്രമല്ല ഈ രീതിയിൽ കട്ടുകൊണ്ടുപോകുന്നത്. ആവശ്യമുള്ളതെല്ലാം തഞ്ചത്തിൽ മോഷ്ടിക്കപ്പെടുന്നു. ഇങ്ങനെ എത്ര ജീനുകൾ മോഷ്ടിക്കപ്പെട്ടിട്ടുണ്ട്? ആവോ ആർക്കറിയാം!

## ജീൻപൂൾ ശോഷണം

ഏതെങ്കിലും സസ്യസ്പീഷീസിന്റെയോ ജന്തുസ്പീഷീസിന്റെയോ ഒരു സമൂഹത്തിലെ ജീനുകളുടെ ആകത്തുക - അതാണ് ജീൻപൂൾ എന്നാണല്ലോ പറഞ്ഞുവന്നത്. ഔഷധച്ചെടികളിൽനിന്നാണ് ഏറ്റവും വിലകുറഞ്ഞതും ഏറ്റവുകൂടുതൽ ഉപയോഗത്തിലുള്ളതുമായ ആസ്പിരിൻ ആദ്യം കണ്ടെത്തിയത് ഒരുതരം അരളിച്ചെടിയിലാണ്. പെനിസി

ലിൻ തൊട്ടുള്ള ആന്റിബയോട്ടിക്കുകളെല്ലാം നൽകുന്നത് പൂപ്പുകളോ സൂക്ഷ്മജീവികളോ ആണ്. കാൻസർ വളർച്ചയെ തടയാൻ കഴിവുള്ള നൂറുകണക്കിന് ഔഷധങ്ങൾ കിട്ടിയതുപലതരം സസ്യഭാഗങ്ങളിൽനിന്നാണ്. ചക്കക്കുരുവിൽ നിന്നുപോലും കാൻസറിനെതിരെ മരുന്നുകണ്ടെത്താനായിട്ടുണ്ട്. ഭാവിയിൽ നമുക്കു വേണ്ട പല മരുന്നുകളും ഭക്ഷണസാധനങ്ങളും കാട്ടിലോ സമുദ്രങ്ങളിലോ ചിലപ്പോൾ നമ്മുടെ വീട്ടുമുറ്റത്തുതന്നെയോ ഉള്ള സസ്യങ്ങളിൽനിന്നോ ജന്തുക്കളിൽ നിന്നോ ആകാം.

**ജൈജവൈവിധ്യം എങ്ങനെയെല്ലാം?**

ജൈവവൈവിധ്യത്തെ മൂന്നായി തരംതിരിക്കാം.

ജനിതകവൈവിധ്യം

സ്പീഷീസ് (ജീവജാതി) വൈവിധ്യം

ആവാസവ്യവസ്ഥാവൈവിധ്യം

ഓരോ ജീവിക്കും അതിന്റേതായ സ്വഭാവസവിശേഷതകൾ നൽകുന്നത് ജീനുകളാണ്. ജീനുകളിൽ പൊടുന്നനവെ മാറ്റമുണ്ടാകാം. ഇതിനെ ഉല്പരിവർത്തനം (mutation) എന്നും പറയുന്നു. സ്ഥായിയായ ഇത്തരം മാറ്റങ്ങൾ ജീനുകളിൽ വൈവിധ്യം ഉണ്ടാക്കുന്നു. ഓരോ ഇനം ചെടിക്കും ജന്തുവിനും അനേകം ഉപവിഭാഗങ്ങൾ ഉണ്ടാകും. ഇവയുടെ ജീനുകളെല്ലാം തന്നെ അന്യോന്യം സാമ്യതയും വ്യത്യാസവും ഉള്ളവയായിരിക്കും.

നാംഭക്ഷണമായും മറ്റും ഉപയോഗിക്കുന്ന ചെടികൾക്കെല്ലാം കാട്ടിനങ്ങൾ കൂടി ഉള്ളത് ശ്രദ്ധിച്ചിട്ടില്ലേ. നാട്ടുനെല്ലും കാട്ടുനെല്ലും ആവാസവ്യവസ്ഥകൾ നശിക്കുമ്പോൾ ജീൻശോഷണം സ്വാഭാവികമായും സംഭവിക്കും. കാരണം കാടുനശിച്ചാലും തണ്ണീർത്തടം നശിച്ചാലും നെൽവയലുകൾ ബസ്റ്റാന്റോ ഷോപ്പിങ്സെന്ററോ ആയി മാറിയാലും ജൈവവൈവിധ്യമാണ് ഇല്ലാതാകുന്നത്. ജീവജാതികളുടെ സ്വഭാവസവിശേഷതകൾക്കെല്ലാം പിന്നിൽ ജനിതകമായ ഒരടിത്തറയുണ്ട്. വിളവുകൾക്ക് കീടപ്രതിരോധശേഷി നൽകാൻ ജീനുകളെ ഉപയോഗപ്പെടുത്താം. അത്യുല്പാദനശേഷിക്കുപിന്നിലും ജീനുകളാണ്. ഇത്തരം ജീനുകളുടെ കലവറയാണ് ഓരോ സസ്യവും ഓരോ ജന്തുവും. ജീൻപൂൾ ശോഷിക്കുന്നതിനനുസരിച്ച് പ്രകൃതി കൂടുതൽ കൂടുതൽ രോഗാതുരമാകും. പരിസ്ഥിതി സംരക്ഷണം വഴി മാത്രമേ ജീൻശോഷണം തടയാനാവൂ.

# സസ്യലോകവൈവിധ്യം

## എത്ര സസ്യങ്ങൾ

പ്രകൃതി പരിരക്ഷണത്തിനായി പ്രവർത്തിക്കുന്ന അന്താരാഷ്ട്രസംഘടന (IUCN - International Union for Conservation of Nature)യുടെ ഏറ്റവും പുതിയ കണക്ക് ഇതാ ഇനി പറയുംപ്രകാരമാകുന്നു. ഇന്ത്യയുടെയും കേരളത്തിന്റെയും മാത്രം വിവരങ്ങളാണിത്.

ഒരു നാട്ടിൽമാത്രം ഒതുങ്ങിക്കാണപ്പെടുന്ന സ്പീഷീസുകളെ സ്ഥാനികസസ്യങ്ങൾ (endemic species) എന്നുപറയും.

1. സ്ഥാനികസസ്യങ്ങളുടെ എണ്ണം ഇന്ത്യയിൽ : 17926
2. സ്ഥാനികസസ്യങ്ങളുടെ എണ്ണം കേരളത്തിൽ : 4606
3. വംശനാശഭീഷണി നേരിടുന്ന സസ്യങ്ങൾ (endangered species) ഇന്ത്യയിൽ : 237
4. കേരളത്തിൽ : 83
5. ആസന്നഭാവിയിൽ ഗുരുതരമായ വംശഭീഷണി നേരിടുന്നവ (critically endangered) ഇന്ത്യയിൽ 22. വംശനാശഭീഷണിസാധ്യതയുള്ളവ - 69. നിലനില്പിന് ഭീഷണി നേരിടുന്നവ (Threatened) – 12

## ലോകത്തിലെ മുഖ്യഭക്ഷ്യവിളകൾ ഏതെല്ലാം?

ഭക്ഷണത്തിനും വസ്ത്രത്തിനും ഔഷധങ്ങൾക്കും മറ്റ് ആവശ്യങ്ങൾക്കുമായി മനുഷ്യൻ ഉപയോഗിക്കുന്ന സസ്യങ്ങളിൽ ഏതാണ്ട് 30 ശതമാനം ഉത്തര-ദക്ഷിണ-മധ്യ അമേരിക്കകളിൽ വളരുന്നവയാണ്. കൊളമ്പസിനെയും മറ്റുംപോലുള്ള സമുദ്രസഞ്ചാരികളിലൂടെ 15-16 നൂറ്റാണ്ടുകളിൽ ഇവയിൽ പലതും യൂറോപ്പിലും അവിടെനിന്ന് ഇന്ത്യയടക്കമുള്ള രാജ്യങ്ങളിലും എത്തുകയായിരുന്നു. മരച്ചീനി, കശുവണ്ടി, പച്ചമുളക്, ഉരുളക്കിഴങ്ങ്, തക്കാളി, മത്തൻ, നിലക്കടല, ബീൻസ്, ചോളം,

കൊക്കോ, റബ്ബർ, പുകയില, സൺഫ്ളവർ, വാനില.. ഇതിൽ തക്കാളിയും ഉരുളക്കിഴങ്ങും കേരളീയരായ നമുക്ക് എത്രമാത്രം പ്രിയങ്കര ഭക്ഷണസാധനങ്ങളായി മാറിയിരിക്കും അല്ലേ?

ലോകത്തിലെ 20 മുഖ്യ ഭക്ഷ്യവിളകളുടെ പേരുകൾ അവയുടെ ഉല്പാദനത്തിന്റെ സ്ഥാനക്രമമനുസരിച്ച് താഴെ നൽകിയിരിക്കുന്നു. കരിമ്പ്, ചോളം, ഗോതമ്പ്, അരി, ഉരുളക്കിഴങ്ങ്, മധുരബീറ്റ്, സോയപ്പയർ, മരച്ചീനി, ബാർലി, മധുരക്കിഴങ്ങ്, തക്കാളി, വത്തയ്ക്ക, വാഴപ്പഴം, മുട്ടക്കൂസ്, മുന്തിരി, ആപ്പിൾ, പയറുവർഗം, ഓറഞ്ച്, അരിച്ചോളം... പ്രതിവർഷം 129 കോടി ടൺ കരിമ്പ്, എഴുപത് കോടി ടൺ ചോളം, 72.5 കോടി ടൺ ഗോതമ്പ്, ഏതാണ്ട് അത്രയും തന്നെ അരിയും.

ഭക്ഷ്യേതര ആവശ്യങ്ങൾക്കായി ഏറ്റവും കൂടുതൽ ഉപയോഗിക്കുന്ന പ്രധാന സസ്യങ്ങളുടെ പേരുകൂടി കേട്ടോളൂ - പരുത്തി, റബ്ബർ, പുകയില, ചണം.

ലോകഭക്ഷ്യസംഘടനയുടെ കണക്കനുസരിച്ച് ഓരോ വർഷവും ലോകത്തിലെ മനുഷ്യരെല്ലാംകൂടി ഇരുന്നൂറു കോടി ടൺ ഭക്ഷ്യധാന്യങ്ങളും 88 കോടി ടൺ പച്ചക്കറിയും പഴവർഗ്ഗങ്ങളും തിന്നുതീർക്കുന്നു. അതേസമയം ആവാസവ്യവസ്ഥകളുടെ കടുത്തനാശം. എല്ലായിടത്തും ഭക്ഷ്യോല്പാദനത്തിൽ കടുത്ത ഭീഷണിയായി വളർന്നുകൊണ്ടിരിക്കുകയാണ്.

സസ്യജന്തുവൈവിധ്യം ഏറ്റവും കൂടുതൽ കാണപ്പെടുന്നത് ഭൂമധ്യരേഖയ്ക്ക് ഇരുവശത്തുമുള്ള സ്ഥലങ്ങളിലാണ്. അമേരിക്കൻ പ്രദേശങ്ങൾ കഴിഞ്ഞാൽ ഇക്കാര്യത്തിൽ ഏറ്റവും മുൻപന്തിയിൽ ഇന്ത്യയും. അതിൽത്തന്നെ കേരളവും ഇൻഡോനേഷ്യ പോലുള്ള ജൈവവൈവിധ്യം ഏറ്റവും കൂടുതലായിരിക്കാൻ സാധ്യതയുള്ള രാജ്യങ്ങളെ ഭൂപടം നോക്കി കണ്ടുപിടിക്കാം.

## എന്തെല്ലാം തരം വൃക്ഷങ്ങൾ?

സസ്യലോകത്തിലെ ഏറ്റവും പുരോഗമനക്കാർ വൃക്ഷങ്ങളാണല്ലോ. എന്താ, അവയുടെ ചില വിശേഷങ്ങളിലൂടെ നമുക്കൊന്നു കയറിയിറങ്ങിയാൽ?

ഏറ്റവും പൊക്കമുള്ള വൃക്ഷം, ഉവ്വ് എനിക്കറിയാം, നിങ്ങളുടെയെല്ലാം നാവിൻതുമ്പത്ത് കാലിഫോർണിയയിലെ റോക്ക് ഫെല്ലർ വനത്തിൽ ഇപ്പോഴും ഒരു കുഴപ്പവുമില്ലാതെ ജീവിച്ചുകൊണ്ടിരിക്കുന്ന ആ പടുകൂറ്റൻ റെഡ് വൃക്ഷത്തിന്റെ പേരാണ് ഉള്ളതെന്ന്. 112.32 മീറ്ററാണ് ഈ വൃക്ഷഭീമന്റെ പൊക്കം. ഇത്രയും വരില്ലെങ്കിലും ആകാശംമുട്ടെ

വളരുന്ന എത്രയോ പടുകൂറ്റൻ റെഡ്‌വുഡ് വൃക്ഷങ്ങൾ ഇപ്പഴും കാലിഫോർണിയയിലുണ്ട്. ഇത്തരം വൃക്ഷങ്ങൾക്ക് ജയന്റ് സെക്കോയ വൃക്ഷം എന്നും പേരുണ്ടെന്നറിയാമല്ലോ.

പൊക്കവും വണ്ണവും എല്ലാം കണക്കിലെടുത്താൽ ലോകത്തിൽ ഇന്ന് ജീവിച്ചിരിപ്പുള്ള എല്ലാ ജീവികളിലും വച്ച് ഏറ്റവും വലുപ്പമേറിയ ജീവി എന്ന ബഹുമതി നൽകിയിരിക്കുന്നതും ഒരു ഭീമൻ സെക്കോയ മരത്തിനുതന്നെ കേട്ടോ. General Sherman Giant Sequoia എന്നാണ് ഇതിന്റെ അപരനാമധേയം. കാലിഫോർണിയയിലെ ജനറൽ ഷെർമാൻ പാർക്കിൽ സ്ഥിതിചെയ്യുന്നു. 83.8 മീറ്റർ പൊക്കം. 2.53 മീറ്റർ വണ്ണം. ഭാരം 2000 ടൺ. ഇതിന്റെ തടിമുഴുവൻ ഉപയോഗിച്ച് ഷെൽഫുകൾ ഉണ്ടാക്കിയാൽ ഒരു പത്തുലക്ഷം പുസ്തകങ്ങളെങ്കിലുമവയിൽ സുഖമായി സൂക്ഷിക്കാം. ഇനി അഥവാ ഷെൽഫുകൾക്ക് പകരം പെൻസിലുകളാണ് ഉണ്ടാക്കുന്നതെങ്കിലോ, ഒന്നിനൊന്നു നിരത്തിവെച്ചു കഴിഞ്ഞാൽ അതുകൊണ്ട് ഭൂമദ്ധ്യരേഖയെ ഒരു തവണ ചുറ്റിക്കഴിഞ്ഞാലും പിന്നെയും പെൻസിലുകൾ ബാക്കിയുണ്ടാവും!

പിന്നെ ഏറ്റവും പ്രായം കൂടിയ മരമുതുമുത്തച്ഛന്മാരും കാലിഫോർണിയയിൽ തന്നെയാണ് ഉള്ളതെന്നുകൂടി അറിയുക. കാലിഫോർണിയയിലെ ബ്രിസിൽ കോൺപൈൻമരവും അതിനടുത്ത് നെവെഡു എന്ന സ്ഥലത്തെ അത്തരം മറ്റൊരു വൃക്ഷവും അഞ്ച് സഹസ്രാബ്ദങ്ങളിലധികം ജീവിച്ചുകഴിഞ്ഞു. ക്രിസ്തു ജനിക്കുന്നതിന് എത്രയോ മുൻപ് മഹാസംസ്കാരങ്ങൾ രൂപംകൊള്ളുന്നതിനുമെല്ലാം മുമ്പ് അന്ന് അത് ഭൂമിയിൽ ഉണ്ടായിരുന്നു എന്നർത്ഥം. പ്രായം കൊണ്ടും ഈ വൻമരങ്ങളെപ്പോലും ചെറുതാക്കുന്ന ചെടികൾ ഒരു കുന്നിൽ ചെരുവിൽ ഈയടുത്തകാലത്ത് ഗവേഷകർ കണ്ടെത്തിയിട്ടുണ്ട്. കേട്ടോ, കുറ്റിച്ചെടികളായി വളർന്ന് പടരുന്ന ക്രയസോൾ (Creosole) ചെടികാണ് ഈ ദീർഘായുസുകൾ യു.എസ്.എ.യിലെ മൊട്ടാപെ മരുഭൂമിയിലാണ് ഇവയുടെ ആവാസകേന്ദ്രം ഉണങ്ങുകയും തളിർക്കുകയും പുനർജീവിക്കുകയും ചെയ്യുന്ന ഇവയെ ചിരംജീവികളാണെന്നും പോലും വേണമെങ്കിൽ വിളിക്കാം.

ഏതായാലും ഇത്രയും അറിഞ്ഞ സ്ഥിതിക്ക് സസ്യലോകത്തിലെ മറ്റുചില അംഗങ്ങളുടെ ദീർഘായുസ്സിനെക്കുറിച്ചുകൂടി അറിയാം നമുക്ക്. ആയുർദൈർഘ്യത്തിൽ ഏറ്റവും മുന്നിൽ നിൽക്കുന്ന ചില വൃക്ഷജാതികൾ ഏതൊക്കെയാണെന്നു നോക്കൂ:

| | | |
|---|---|---|
| ജപാനീസ് സെഡാർ (ദേവതാരു) | : | 7,200 വർഷം |
| ആഫ്രിക്കൻ ബയോബാബ് | : | 5150 |
| മെഡിറ്ററേനിയൻ യ്യു | : | 5000 |
| സെക്കോയ | : | 3000–4000 |
| ഒലീവ് | : | 2000–4000 |
| ഓക്ക് | : | 500 – 600 |

## ഏറ്റവും ചെറിയ പൂവ്

സപുഷ്പികളിൽ ഏറ്റവും ചെറിയ സസ്യം വെള്ളത്തിൽ പൊന്തിക്കിടന്നു വളരുന്ന വുൾഫിയ എന്ന ജലസസ്യമാണ്. വലിപ്പം കഷ്ടിച്ച് 0.6 മില്ലീമീറ്റർ മാത്രം. രണ്ടുതരി ഉപ്പിന്റെ ഭാരം. ഏറ്റവും ചെറിയ പൂവും ഏറ്റവും ചെറിയ വിത്തും വുൾഫിയയുടേതുതന്നെ. (Wolffiaക്ക് duck weed എന്നും പേരുണ്ട്)

## ഏറ്റവും മണമുള്ള പൂവ്

ഏറ്റവും വലിപ്പമുള്ള പൂവ് ഏതെന്ന് ചോദിച്ചാൽ ഉത്തരം അറിയുന്ന മിടുക്കന്മാരും മിടുക്കികളും എത്രവേണമെങ്കിലുമുണ്ടാകും റഫ്ളീസിയ (Rafflesia). അത്രയും പ്രസിദ്ധമാണല്ലോ ഈ പുഷ്പം. റഫ്ളീസിയയുടെ ഒരു പൂവുണ്ടല്ലോ, സൃഷ്ടിയുടെ ഒരു മഹാത്ഭുതമാണത്. അഞ്ചു ദളങ്ങൾ ചേർന്ന് വലിയൊരു വൃത്താകാരം. കുറുകെ സ്കെയിൽ വച്ച് അളന്നാൽ ഏതാണ്ട് ഒരു മീറ്റർ നീളം. പതിനൊന്ന് കിലോ ഭാരം. നടുവിലെ കേവരഭാഗം വലിയൊരു വട്ടളം പോലെയാണ്.

പിന്നെ അധികമാരും അറിയാത്ത മറ്റൊരു കാര്യം കൂടിയുണ്ട്. ജീവലോകത്തിലെ ഏറ്റവും ഗന്ധമുള്ള പുഷ്പം റഫ്ളീസിയയുടേതാണ്. ശവം ചീയുന്ന അസഹനീയമായ ഗന്ധമായിരിക്കുമെന്നു മാത്രം. ഈ ഗന്ധത്തിന്റെ ആകർഷണത്തിൽപെട്ട് നാഴികകൾ അകലെനിന്നുപോലും ഈച്ചയും വണ്ടുമെല്ലാം പൂവിലേക്ക് പറന്നെത്തും. പരാഗണം നടത്തും.

പൂവിനെക്കുറിച്ച് ഇത്രയും പറഞ്ഞ സ്ഥിതിത്ത് ചെടിയക്കുറിച്ച് എന്തെങ്കിലും പറയണ്ടേ? പക്ഷേ ചെടി എവിടെ? അത് മണ്ണിനടിയിലാവും. പരാദമാണ്, പൂർണപരാദം. ഇലകളോ കൊമ്പുകളോ ഒന്നുമില്ല. മറ്റു ചെടികളിൽ നിന്ന് ആഹാരം മോഷ്ടിച്ച് അണ്ടർഗ്രൗണ്ടിൽ കഴിഞ്ഞുകൂടും. പൊടുന്നനവെ ഒരുദിവസം മണ്ണുപിളർന്ന് ആ പടുകൂറ്റൻ പൂവ് പ്രത്യക്ഷവും കുറേദിവസം ജീവിച്ച് വംശവർദ്ധനവിനുള്ള ഏർപ്പാടുകളെല്ലാം നിർവ്വഹിച്ചശേഷം കൊഴിഞ്ഞുപോകും. ഇങ്ങനെ

അത്ഭുതങ്ങൾ രചിച്ചുകൊണ്ട് ഇന്തോനേഷ്യൻകാടുകളിൽ ഈ അത്ഭുതസസ്യം ഇപ്പോഴും നിലനിൽക്കുന്നു.

## ഏറ്റവും വലിപ്പമുള്ള സസ്യം

ലോകത്തിലേയ്ക്കുവെച്ച് ഏറ്റവും വലിയ ജലസസ്യത്തെ ഇയ്യിടെ കണ്ടെത്തി - പൊസിഡോണിയ ഓസ്ട്രേലിയാസ് എന്ന കടൽസസ്യമാണിത്. ഒറ്റ വിത്തിൽനിന്നുണ്ടായ ഒരു ചെടി 180 കിലോമീറ്ററിൽ ഏറെ വിസ്തൃതിയിൽ പടർന്നു വളർന്നുനിൽക്കുന്നു. കാഴ്ചയിൽ വലിയൊരു പുൽത്തകിടിയാണെന്നേ തോന്നൂ! 4,500 വർഷം പഴക്കമുള്ളതും ലോകപൈതൃകപ്പട്ടികയിൽ പെട്ടതുമായ ഒരു സ്ഥലത്താണ് ഇതിനെ കണ്ടെത്തിയത്. ആസ്ട്രേലിയയിലെ ഷാർക്ക് ഉൾക്കടലിൽ.

## ഭൂമിയിൽ വനമേഖല എത്രത്തോളമുണ്ട്?

കരയുടെ 29.6 ശതമാനം വനമാണ് ഇതിന്റെ കാൽഭാഗവും റഷ്യയിലാണ്. (ലോകത്തിലെ ഏറ്റവും വലിയ രാജ്യവും റഷ്യയാണെന്നോർക്കുക). മുഖ്യമായും മൂന്നുതരം കാടുകളാണ് ലോകത്തുള്ളത്. പ്രത്യേക കാലാവസ്ഥയുടെ ആനുകൂല്യം ഇവയെ മൂന്നായി നിലനിർത്തുന്നു.

1. **ഉഷ്ണമേഖലാവനങ്ങൾ:** വർഷവനങ്ങൾ എന്നും പറയും. ഭൂമധ്യരേഖയോടു ചേർന്ന ഭാഗങ്ങളിൽ വളരുന്നു. നല്ലചൂടും നല്ല നനവുമാണ് ഇവയ്ക്ക് അനുകൂലമായ കാലാവസ്ഥാ സാഹചര്യങ്ങൾ. (ശരാശരി ഊഷ്മാവ് 20–25°C ഇടയിൽ 200 സെ.മിയിലേറെ പ്രതിവർഷ പാതം)

2. **മിതോഷ്ണവനങ്ങൾ:** കഠിനമായ വേനലുമില്ല. കഠിനമായ തണുപ്പുമില്ല. ഇങ്ങനെയുള്ള സ്ഥലങ്ങൾ പഥ്യം. 75–150 സെ.മി. മാത്രം മഴ. ഇലപൊഴിയും വൃക്ഷങ്ങൾ സുലഭമായിരിക്കും.

3. **തൈഗ അഥവാ ബോറിയൽ വനങ്ങൾ:** റഷ്യയിലും കാനഡയിലും അതുപോലുള്ള അത്യുത്തരദേശങ്ങളിലും കാണപ്പെടുന്ന തരം വനമേഖലങ്ങൾ. നീണ്ട ശൈത്യകാലങ്ങൾ. അതികഠിനമായ തണുപ്പ്. മഴകുറവ്. ഏറ്റവും ഉറച്ച് മഞ്ഞായി പെയ്തുകൊണ്ടിരിക്കും. നിത്യഹരിത സ്വഭാവമുള്ള കോണിഫർ വൃക്ഷങ്ങൾ സുലഭം.

ഉഷ്ണമേഖലാവനങ്ങളിലാണ് ജൈവവൈവിധ്യം ഏറ്റവും കൂടുതലുള്ളത്. ഭൂമിയുടെ കഷ്ടിച്ച് 14 ശതമാനം മാത്രമാണ് ഇത്തരം വനമേഖല ജീവമണ്ഡലത്തിലെ 90% സസ്യജന്തു സമ്പത്ത് ഇതിനകത്താണുള്ളത്. തെക്കെ അമേരിക്ക, ഏഷ്യയുടെ തെക്കുകിഴക്കു ഭാഗങ്ങൾ, ആഫ്രിക്ക എന്നിവിടങ്ങളിൽ ഇത്തരം മേഖലകളുള്ളത്. വൃക്ഷങ്ങളു

ടെയും അവയെ ആശ്രയിച്ചു ജീവിക്കുന്ന മറ്റു നാനാതരം ജീവിജാതികളുടെയും എണ്ണത്തിന്റെ കാര്യത്തിൽ തെക്കേ അമേരിക്കയിലെ ആമസോൺ മേഖല ഏറ്റവും മുന്നിൽ നിൽക്കുന്നു. വൃക്ഷജനുസ്സുകളുടെ കാര്യം മാത്രമെടുത്താൽ ആ ഭാഗങ്ങളിൽ ഹെക്ടർ ഒന്നിന് 400 എന്ന തോതിലാണത്രേ വൃക്ഷജനുസുകളുടെ സ്വാഭാവികരീതിയിലുള്ള വിതരണം. ബ്രസീലിലെ ഒറ്റയൊരു നദിയിൽ അമേരിക്കൻ ഐക്യനാടുകളിൽ എല്ലാമുള്ളതിൽ കൂടുതൽ വൈവിധ്യമാർന്ന മത്സ്യജനുസുകൾ അധിവസിക്കുന്നു.

ഇനി ഇന്ത്യയിലേക്ക് വന്നാലോ? ലോകത്താകെയുള്ള സസ്യവർഗങ്ങളുടെ 5.2 ശതമാനത്തോളവും ജന്തുവർഗങ്ങളിൽ 5.2 ശതമാനത്തോളവും ഇന്ത്യയിലാണ്. പശ്ചിമഘട്ടങ്ങളിലും വടക്കുകിഴക്കൻ (ഹിമാലയ) മേഖലകളിലുമായി ഇവയിൽ ഭൂരിഭാഗവും ജീവിക്കുന്നു.

## എന്താണ് വനം?

വനം എന്ന ജൈവിക ആവാസത്തെ എങ്ങനെ നിർവ്വചിക്കാം? ഇതാ ഒരു വനവിദഗ്ധൻ നൽകിയ ഈ നിർവ്വചനം നമുക്കു സ്വീകരിക്കാം. 'പരസ്പരം ബന്ധപ്പെട്ടുകിടക്കുന്ന, ഭിന്നജാതിയിലുള്ള സസ്യ-ജന്തു സമൂഹങ്ങൾ അധിവസിക്കുന്ന, ഒരിടമാണ് വനം. വൻവൃക്ഷങ്ങൾ, അടിക്കാടുകൾ, വള്ളിച്ചെടികൾ, പക്ഷിമൃഗാദിജന്തുക്കൾ എന്നിവയെല്ലാം സഹവർത്തിത്വത്തോടും സന്തുലിതമായും പുലരുന്ന അവസ്ഥ ഉത്തമമായ ഒരു സ്വാഭാവികവനത്തിൽ ഉണ്ടായിരിക്കും."

## പശ്ചിമഘട്ടസംരക്ഷണം കേരളത്തിന്റെ നിലനില്പിന്റെ പ്രശ്നമെന്നു പറയാൻ കാരണമെന്ത്?

"കിഴക്ക് പശ്ചിമഘട്ടം, പർവതശിഖരങ്ങളും താഴ്‌വരകളുടെ ഉച്ചിയുടെ താഴ്‌വരകളിൽ അള്ളിപ്പിടിച്ച ഷോലവനങ്ങൾ, അതിനുതാഴെ ഇടതൂർന്ന് നിൽക്കുന്ന ഹരിതവനങ്ങൾ, അർദ്ധഹരിതവനങ്ങൾ, വേനൽക്കാലത്ത് ഇലപൊഴിയുന്നതും പൊഴിയാത്തതും ഇടതൂർന്നു നിൽക്കുന്നതുമായ വനങ്ങൾ, മൊത്തമായി ഇലപൊഴിയുന്ന വനങ്ങൾ, താഴ്‌വാരത്തിനും തീരദേശത്തിനും ഇടയിലുള്ള ഇടനാട്ടിലെ കൃഷിമേഖലകൾ, അതിനു പടിഞ്ഞാറ് കായലും കണ്ടൽക്കാടും കടലോരവും കടലും ഇത്രയും വൈവിധ്യമാർന്ന ആവാസവ്യനസ്ഥകളെക്കൊണ്ട് അലംകൃതമായ കേരളം ജൈവവൈവിധ്യത്തിന്റെ ഒരു കലവറയായതിൽ അത്ഭുതപ്പെടാനില്ലതന്നെ." (ഡോ. വി.എസ്. വിജയൻ ഗാഡ്ഗിൽ കമ്മീഷൻ അംഗം, പരിസ്ഥിതിവിദഗ്ധൻ)

## പശ്ചിമഘട്ടം ലോകപൈതൃകമാകുന്നതെങ്ങനെ?

പശ്ചിമഘട്ട മലനിരകളെ 2012ൽ, ആറു വർഷം നീണ്ട ശ്രമങ്ങൾക്കു ശേഷം യുനെസ്കോ പ്രകൃതിയുടെ ലോകപൈതൃകമായി പ്രഖ്യാപിച്ചതിന്റെ മാനദണ്ഡമെന്ത്? ഗുജറാത്തിലെ തപതീ നദീതീരം തൊട്ടു തെക്ക് കന്യാകുമാരിവരെയുള്ള അതിന്റെ കിടപ്പാണോ? തമിഴ്നാട്, കേരളം, തമിഴ്നാട്, കർണാടകം, ഗോവ, മഹാരാഷ്ട്രം, ഗുജറാത്ത് എന്നിങ്ങനെ ആറോളം സംസ്ഥാനങ്ങളെ അത് ഉൾക്കൊള്ളുന്നതുകൊണ്ടാണോ? അല്ലേയല്ല, ഒരു സ്ഥലത്തെ ലോകപൈതൃകമാക്കി കണക്കാക്കാൻ ഇതൊന്നും മാനദണ്ഡങ്ങളല്ല. മറിച്ച് സമ്പന്നമായ അതിന്റെ ജൈവവൈവിധ്യമാണ്. ഈ വൈവിധ്യത്തിന്റെ അനന്യതയാണ്. പശ്ചിമഘട്ട ആവാസവ്യവസ്ഥയ്ക്കുമാത്രം അവകാശപ്പെടാൻ കഴിയുന്ന അതിലെ സ്ഥിത (എൻഡമിക്) സ്പീഷീസുകളുടെ എണ്ണവും വൈവിധ്യവുമാണ്. സർവോപരി ഭൂമിയിലെ സർവ്വമനുഷ്യർക്കും അവകാശപ്പെട്ടതാണ് അതിന്റെ പ്രകൃതിവിഭവങ്ങൾ എന്നതുകൊണ്ടാണ്. അങ്ങനെയൊരു അനന്യഭൂവിഭാഗം ആവാസവ്യവസ്ഥകളുടെ സഞ്ചയം ഭാവിതലമുറകൾക്കുവേണ്ടി സംരക്ഷിച്ച് സുരക്ഷിതമായി നിർത്തിയേ മതിയാവൂ എന്ന് UNESCOയ്ക്കും IUCNഉം തോന്നിയതുകൊണ്ടാണ്.

ഇത്തരം തീരുമാനങ്ങൾ കൈക്കൊള്ളുന്നത് വർഷംതോറും നടക്കുന്ന ലോകപൈതൃക സമ്മേളനത്തിന്റെ (World Heritage Convention) വേദികളിൽവെച്ചാണ്.

"ഹിമാലയത്തേക്കാൾ പ്രായക്കൂടുതൽ, ഭൗമോപരിതലസംബന്ധമായ നിരവധി സവിശേഷതകൾ, അതുമൂലം ഉണ്ടായിരിക്കുന്ന അപരിമേയവും അനന്യവുമായ ജൈവികവും ഭൗതികവും പാരിസ്ഥിതികവുമായ പ്രാധാന്യങ്ങൾ - ഉന്നതമായ പർവ്വതനിരകളിലെ വന ആവാസവ്യവസ്ഥകൾ ഇന്ത്യൻ കാലാവസ്ഥയുടെ രീതികളിൽത്തന്നെ സ്വാധീനം ചെലുത്താൻ പോന്നതത്രെ. ഈ വിഭാഗത്തെ അത്യുഷ്ണത്തെ അതു മിതപ്പെടുത്തുന്നു. അങ്ങനെയതിനെ ഭൂമി എന്ന ഗ്രഹത്തിലെത്തന്നെ ഏറ്റവും നല്ല ഒരവസ്ഥയിൽ എത്തിക്കുന്നു."

വേൾഡ് ഹെറിറ്റേജ് കൺവെൻഷൻ പശ്ചിമഘട്ടത്തിനു നൽകിയ കീർത്തിമുദ്രയിലെ പ്രധാനഭാഗമാണ് മുകളിൽ ഉദ്ധരിച്ചത്. "ലോകത്തിലെ മുപ്പത്തഞ്ചോളം വരുന്ന ഹോട്സ്പോട്ടുകളിൽ ഏറ്റവും ഹോട്ടായ എട്ടു സ്പോട്ടുകളിൽ ജൈവവൈവിധ്യം കൂടിയ ജൈവവ്യവസ്ഥകളിൽ ഒന്ന്" എന്നും പ്രത്യേകം നിരീക്ഷിക്കുന്നുണ്ട്. ''ആഗോളത

ലത്തിൽത്തന്നെ വംശനാശഭീഷണി നേരിടുന്ന സസ്യജന്തു സ്പീഷീസുകളിൽ ചുരുങ്ങിയതു 325 എണ്ണം ഇവിടെയാണുള്ളത്."

"ശുദ്ധജലം, നല്ല ഭക്ഷണം, ഔഷധങ്ങളുടെ ലഭ്യത, പ്രകൃതിദുരന്തങ്ങളിൽനിന്നുള്ള സംരക്ഷണം എന്നിവ ഉറപ്പുവരുത്താൻ ഈ ഭൂവിഭാഗങ്ങളുടെ സംരക്ഷണം ഉറപ്പുവരുത്തേണ്ടതാണ്." ഉദ്ധരണി തുടരുന്നു.

ഇന്ത്യാരാജ്യത്തെ സപുഷ്പികളായ ആകെ സസ്യങ്ങളിൽ 27 ശതമാനവും (4000ൽ ഏറെ ഇനങ്ങൾ) നിത്യഹരിതവൃക്ഷങ്ങളിൽ 56.6 ശതമാനവും ഇവിടെയാണ്. പായലുകൾ മാത്രമായി 628 ഇനങ്ങൾ. വർണലതകൾ മാത്രം വരും ഒരു 280 എണ്ണമെങ്കിലും. ജന്തുക്കളുടെ കാര്യം പറഞ്ഞാൽ, 350തരം ഉറുമ്പുകൾ, ആയിരത്തിൽപ്പരം ചെറുപ്രാണികൾ, 320 ജാതി ചിത്രശലഭങ്ങൾ, തുമ്പികൾ 174, ഒച്ചുകൾ 269 തരം, 288 തരം മത്സ്യങ്ങൾ, അറുന്നൂറിലേറെ പക്ഷിയിനങ്ങൾ, സസ്തനികളോ കുറഞ്ഞത് 120 ഇനങ്ങളെങ്കിലും. സംരക്ഷണം ആവശ്യപ്പെടുന്ന സിംഹവാലൻ കുരങ്ങുകൾ അടക്കം കടുത്ത വംശനാശഭീഷണി നേരിടുന്ന പലതും ഇവിടെയുണ്ട്. പ്രകൃതിപഠിതാക്കളുടെയും ഗവേഷകരുടേയും ഈ പറുദീസയിലവർ ഇടക്കിടെ പുതിയതരം തവളകളുടേയും മറ്റു ജീവജാതികളുടേയും ഇനങ്ങളെ കണ്ടെത്തിക്കൊണ്ടിരിക്കുന്നു. അപൂർവമായ ഔഷധച്ചെടികൾ കണ്ടെത്താൻ, സ്വന്തം നാട്ടിലേക്കു കടത്തിക്കൊണ്ടുപോയി അറിവുകൾ കുത്തകയാക്കി സൂക്ഷിച്ചുവെച്ച് ഉപയോഗിക്കാൻ വിദേശത്തുനിന്ന് പല വേഷങ്ങളിലായി എത്തിച്ചേരുന്നവർ മത്സരിച്ചുകൊണ്ടിരിക്കുകയാണ്. കേരളാതിർത്തികളിൽ മാത്രം 44 നദികൾ ഇവിടെനിന്ന് ഉത്ഭവിക്കുന്നു. അത്യപൂർവ്വവും അനന്യവുമായ ഇത്തരമൊരു ജൈവവ്യവസ്ഥക്ക് എങ്ങനെ ലോകപൈതൃകപദവി നൽകാതിരിക്കും?

കേരളത്തിന്റെ അതിർത്തിക്കുള്ളിൽ പശ്ചിമഘട്ടത്തിന്റെ നീളം 450 കി.മി. ആകെ പശ്ചിമഘട്ടത്തിന്റെ 28.12 ശതമാനവും കേരള വിസ്തൃതിയുടെ 72 ശതമാനവും പശ്ചിമഘട്ടമാണ്. കേരളത്തിലെ 561 ഗ്രാമപഞ്ചായത്തുകളിലൂടെ പശ്ചിമഘട്ടം കടന്നുപോകുന്നു. ഇത്രയും സ്ഥലത്ത് 1954 അധികൃത ക്വാറികൾ പ്രവർത്തിക്കുന്നു. അനധികൃതം അതിലും കൂടുതലും.

## WGEEP എന്നാൽ എന്ത്?

പശ്ചിമഘട്ട സംരക്ഷണത്തിനായി അതു പഠിക്കാൻ കേന്ദ്രസർക്കാർ നിയോഗിച്ച വിദഗ്ധസമിതിയാണ് WGEEP.

പ്രശസ്ത പരിസ്ഥിതിശാസ്ത്രജ്ഞൻ കൂടിയായ പ്രൊഫസർ മാധവ് ഗാഡ്ഗിൽ ആണ് അതിന്റെ അധ്യക്ഷൻ. അദ്ദേഹമടക്കം 14 അംഗങ്ങൾ. പശ്ചിമഘട്ടമേഖലയുടെ ഇന്നത്തെ പാരിസ്ഥിതിക സ്ഥിതി വിശദമായി പഠിച്ച് സംരക്ഷണത്തിനുള്ള ശാസ്ത്രീയനിർദ്ദേശങ്ങൾ നൽകാൻ കേന്ദ്ര വനം-പരിസ്ഥിതി മന്ത്രാലയം 2010 മാർച്ചിൽ ചുമതലയേറ്റ ഈ കമ്മറ്റിയോട് ആവശ്യപ്പെട്ടു. ഇവർ സമർപ്പിച്ച പഠനറിപ്പോർട്ട് ഗാഡ്ഗിൽ കമ്മറ്റി റിപ്പോർട്ട് എന്ന പേരിൽ അറിയപ്പെടുനന്നു.

## ഗാഡ്ഗിൽ കമ്മറ്റി റിപ്പോർട്ട് എന്ത് പറയുന്നു?

പശ്ചിമഘട്ടമലനിരകളുടെ പ്രാധാന്യത്തെക്കുറിച്ചും നിജസ്ഥിതിയെക്കുറിച്ചും അനന്യമായ ഇതിലെ ആവാസവ്യവസ്ഥകൾ ജനജീവിതത്തിൽ തടസ്സം സൃഷ്ടിക്കാത്ത മട്ടിൽ സംരക്ഷിക്കാൻ സ്വീകരിക്കേണ്ട നടപടികളെക്കുറിച്ചും 2011 ആഗസ്ത് 31ന് കേന്ദ്ര വനം-പരിസ്ഥിതി മന്ത്രാലയത്തിൽ സമർപ്പിച്ചതും ഡോ. മാധവ് ഗാഡ്ഗിൽ അധ്യക്ഷനായുള്ളതുമായ പഠനരേഖ ഗാഡ്ഗിൽ കമ്മറ്റി റിപ്പോർട്ട് എന്ന പേരിൽ അറിയപ്പെടുന്നു. 2012 ജൂലായിൽ റഷ്യയിലെ സെന്റ് പീറ്റേഴ്സ്ബർഗിൽ നടന്ന UNESCO അന്താരാഷ്ട്ര കൺവെൻഷൻ റിപ്പോർട്ടിന് അംഗീകാരം നൽകി. പശ്ചിമഘട്ടത്തിന് UNESCO പൈതൃകപദവി നൽകാൻ തീരുമാനിച്ചത് ഇതേ സമ്മേളനത്തിൽ വെച്ചായിരുന്നു എന്നുകൂടി ഇവിടെ ഓർക്കാം.

## കസ്തൂരിരംഗൻ റിപ്പോർട്ട് ഏതിനെക്കുറിച്ചുള്ളതാണ്?

നിശ്ചിതതീരുമാനമനുസരിച്ച് ഗാഡ്ഗിൽ കമറ്റി റിപ്പോർട്ട് പുറത്തുവന്നപ്പോൾ തല്പരകക്ഷികളായ ഒരുവിഭാഗം ആളുകളിൽനിന്നും വിഭാഗങ്ങളിൽനിന്നും അതിനെതിരെ ശക്തമായ എതിർപ്പുകൾ ഉയർന്നുവന്നു. പരിസ്ഥിതിസംരക്ഷണത്തിന്റെ പേരുപറഞ്ഞ് സാധാരണ ജനങ്ങൾക്ക് ഭൂമിയും പാർപ്പിടവും അധിവാസ സ്വാതന്ത്ര്യവും നിഷേധിക്കുന്നു എന്ന് ഈ വിഭാഗം പ്രചാരണം നടത്തി. പരിസ്ഥിതിസംരക്ഷണത്തിന്റെ മറവിൽ ഇന്നു ജനവാസമുള്ള സ്ഥലങ്ങൾപോലും ലോകപൈതൃകമാക്കി മാറ്റി ആളുകളെ ഒഴിപ്പിക്കാൻ പോവുകയാണെന്നുവരെ പ്രചാരണമുണ്ടായി. അധികാരസ്ഥാപനങ്ങളിൽ വൻ സ്വാധീനമുള്ള ഈ ലോബി മേൽക്കൈ നേടി. പരിസ്ഥിതി സംരക്ഷണത്തെ സുസ്ഥിരമായ ജനകീയ വികസനത്തിന്റെ ഭാഗമായിക്കാണുന്നവരുടെ പക്വമായ നിരീക്ഷണങ്ങൾ പോലും അവഗണിക്കപ്പെട്ടു. ഈ സാഹചര്യത്തിൽ കേന്ദ്ര സർക്കാർ ഗാഡ്ഗിൽ കമ്മറ്റി റിപ്പോർട്ടിനെക്കുറിച്ചു പഠിക്കാൻ നിയോഗിച്ച സമിതിയാണ് കസ്തൂരിരംഗൻ കമ്മറ്റി. 2012 ആഗസ്തിൽ ഇത്

നിലവിൽ വന്നു. 2013 ഏപ്രിലിൽ റിപ്പോർട്ടു സമർപ്പിച്ചു. ഗാഡ്ഗിൽ കമ്മറ്റി സമർപ്പിച്ച റിപ്പോർട്ടിനെതിരെ സംഘടിതമായി നടന്ന അസത്യപ്രചരണത്തിന്റെ ഫലമാണ്, ഉല്പന്നമാണ്, കസ്തൂരിരംഗൻ റിപ്പോർട്ട് എന്നു പറയാം. പശ്ചിമഘട്ടം പൂർണമായി സംരക്ഷിക്കാൻ ഗാഡ്ഗിൽ ആവശ്യപ്പെട്ടപ്പോൾ കസ്തൂരിരംഗനാകട്ടെ, അതിന്റെ മൂന്നിൽ ഒന്നുമാത്രം സംരക്ഷിച്ച് ബാക്കി തോന്നിയമട്ടിൽ ധൂർത്തടിച്ച് നശിപ്പിക്കാൻ സംഘടിതശക്തികൾക്ക് വിട്ടുകൊടുക്കുന്നതിൽ തെറ്റില്ലെന്ന സന്ദേശമാണ് നൽകുന്നത്. പരിസ്ഥിതിയെക്കുറിച്ചുള്ള വികസനത്തെക്കുറിച്ചുള്ള, കാഴ്ചപ്പാടിൽ ആദ്യത്തേത് സാധാരണജനങ്ങളുടെ പക്ഷത്തും മറ്റേത് ജനവിരുദ്ധശക്തികളുടെ പക്ഷത്തും നിൽക്കുന്നു.

ഗാഡ്ഗിൽ റിപ്പോർട്ട് പോയിട്ട് അതിന്റെ പ്രേതം മാത്രമായ കസ്തൂരിരംഗൻ റിപ്പോർട്ടിലെ ശുപാർശകൾ പോലും ഇതുവരെ നടപ്പിലാക്കാൻ കഴിഞ്ഞിട്ടില്ല എന്നതാണ് ഏറ്റവും സങ്കടകരമായ കാര്യം. പശ്ചിമഘട്ട പരിസ്ഥിതിനാശം കൂടുതൽ വാശിയോടെ തുടരുകയാണ്.

## നാഷണൽ ഗ്രീൻ ട്രിബ്യൂണൽ എന്താണ്?

പരിസ്ഥിതിസംരക്ഷണം, വനസംരക്ഷണം എന്നിവ സംബന്ധിച്ചുള്ള നിയമങ്ങൾ ഫലപ്രദമായും സത്വരമായും കൈകാര്യം ചെയ്യുന്നതിനായി നിലവിൽവന്ന സംവിധാനമാണിത്. NGP (National Green Tribunal) എന്നു ചുരുക്കപ്പേരിൽ പാർലമെന്റ് പാസാക്കിയ നിയമത്തിന്റെ അടിസ്ഥാനത്തിൽ 2010 ഒക്ടോബർ 10ന് നിലവിൽവന്നു. പരിസ്ഥിതി സംബന്ധമായി പൊതുതാത്പര്യമുള്ള ഏതുകാര്യത്തിനും ഒരു ഇന്ത്യൻ പൗരന് ദേശീയ ഹരിത ട്രിബ്യൂണലിനെ സമീപിക്കാം.

(കൂടുതലറിയാൻ മാതൃഭൂമി ബുക്സ് പ്രസിദ്ധീകരിച്ച ഗാഡ്ഗിൽ റിപ്പോർട്ടും കേരള വികസനവും, ടി.പി. കുഞ്ഞിക്കണ്ണൻ എന്ന പുസ്തകം നോക്കാം.)

## കേരളത്തിന്റെ ഇപ്പോഴത്തെ വനസ്ഥിതിയെന്ത്?

2009ലെ കണക്കനുസരിച്ച് കേരളത്തിൽ 1130 ച.കി. വനമുണ്ട്. അക്കേഷ്യ, യൂക്കാലി എന്നിങ്ങനെ നിത്യഹരിത ഉഷ്ണമേഖലാവനങ്ങളിൽ പ്രവേശനം അനുവദിച്ചിട്ടില്ലാത്തതരം സ്പീഷിസുകളും കൂടാതെ പ്ലാന്റേഷൻ കോർപറേഷന്റെയും മറ്റും കീഴിലുള്ള തോട്ടങ്ങളും വനത്തിലാണ് ഉൾപ്പെടുത്തിയിരിക്കുന്നത്. അതുകൊണ്ട് യഥാർത്ഥവനമെന്നു പറയുന്നത് സർക്കാർ കണക്കിലും ഏറെ കുറവാണെന്ന് (കഷ്ടിച്ച് 9400 ച.കി.മാത്രം) കാണാൻ കഴിയുന്നു. ഇതുതന്നെ കനത്ത ഭീഷണി നേരി

ടുകയാണിപ്പോൾ.

ഇന്ത്യയുടെ മൊത്തം വനവിസ്തൃതിയാകട്ടെ, 7652 ച.കി.മി. മാത്ര മാണ്. ഒരു നാടിന്റെ മൂന്നിലൊന്നു ഭാഗം വനമായിരിക്കണമെന്നാണ് പറച്ചിലെങ്കിലും നമ്മുടെ കാര്യത്തിൽ അത് തീരെ കുറവാണ്. കഴിഞ്ഞ മൂന്നു നൂറ്റാണ്ടിനിടക്ക് ആഗോള വനമേഖലാ വിസ്തീർണം തന്നെ നാല്പതു ശതമാനം കുറഞ്ഞിട്ടുണ്ട്. 25 രാജ്യങ്ങളിൽ കാട് മുഴുവനും ഇല്ലാതായി. 29 രാജ്യങ്ങളിൽ 90 ശതമാനം പോയി. അതേസമയം യൂറോപ്പിലും വടക്കേ അമേരിക്കയിലും വനവിസ്തൃതി വർദ്ധിപ്പിച്ചു. കാട് ലോകത്തിന്റെ തന്നെ സമ്പത്തായി നിലനിൽക്കുന്ന ഉഷ്ണമേ ഖലാ രാജ്യത്തിലാണ് വനനശീകരണം ഏറ്റവും രൂക്ഷമായി തുടരു ന്നത്. പ്രതിവർഷം ഒരുകോടി ഹെക്ടർ എന്നതോതിൽ അവിടെ കാടു നശിക്കുന്നു. ലോക ഭക്ഷ്യകാർഷിക സംഘടന (FAO) നൽകിയ കണ ക്കാണ് ഇത്.

കേരളത്തിലെ വനങ്ങൾ - വിവിധതരങ്ങൾ

| | ഇനം | വിസ്തീർണം (ച.കി.മി.) | ശതമാനം |
|---|---|---|---|
| 1. | നിത്യഹരിതവനം, അർധനിത്യഹരിതവനം | 3876 | 34.29 |
| 2. | ആർദ്ര ഇലപൊഴിയും വനങ്ങൾ | 3616 | 31.97 |
| 3. | വരണ്ട ഇലപൊഴിയും കാടുകൾ | 391 | 3.46 |
| 4. | ചോലവനങ്ങൾ | 386 | 3.42 |
| 5. | വനത്തോട്ടങ്ങൾ | 1477 | 13.06 |
| 6. | പുൽമേടുകൾ | 507 | 4.43 |
| 7. | മറ്റിനങ്ങൾ | 1060 | 9.37 |
| | **ആകെ** | **11309** | **100** |

## കാടുനൽകുന്ന മറ്റു സേവനങ്ങൾ ഏതെല്ലാം?

ലോകത്തിലെ ശുദ്ധജലത്തിന്റെ മുക്കാൽ ഭാഗവും കാടുകൾ നിറഞ്ഞ വൃഷ്ടിപ്രദേശത്തുനിന്നാണ് ലഭിക്കുന്നത്. വനവിസ്തൃതി കുറയു ന്തോറും വെള്ളത്തിന്റെ അളവും പരിശുദ്ധിയും കുറയും.

ആഗോള കാർബൺ ചക്രത്തിലും അതുവഴി ആഗോളതാപനനി

രക്ക് വർദ്ധിക്കുന്നത് പിടിച്ചുനിർത്തുന്നതിലും വനങ്ങൾ നിസ്തുലമായ പങ്കുവഹിക്കുന്നു. അതുകൊണ്ട് കാടിനെ പരിപോഷിപ്പിക്കുകവഴി കാലാവസ്ഥ മാറ്റത്തിനെതിരെ പ്രതിരോധമുയർത്താൻ കഴിയും.

മരത്തടിയായും കാഫലങ്ങളായും വിറകായും ജൈവവളമായും കാടു നൽകുന്ന സേവനത്തിന് മനുഷ്യന്റെ വികാസത്തിൽ മുഖ്യപങ്കുതന്നെയുണ്ട്. കാട് ജൈവവൈവിധ്യത്തിന്റെ കലവറയാകുന്നു.

വനവുമായി ബന്ധപ്പെട്ട പക്ഷിമൃഗാദികളുടെയും ആദിവാസികളുടെയും വനമനുഷ്യരുടെയും ഗ്രാമീണരുടെയും അതിവിപുലമായ ഒരു സമൂഹം അതിജീവനം സാധ്യമാക്കുന്നു. നേരിട്ടല്ലാതെ നഗരവാസികളും. ചുരുക്കത്തിൽ വനവുമായി ബന്ധപ്പെടാതെ ഒരു ജീവിയും ഈ ഭൂമുഖത്ത് താമസിക്കുന്നില്ലെന്ന് ഉറപ്പിച്ചുപറയാൻ കഴിയും.

വിനോദപരമായും ആത്മീയമായും ദാർശനികമായും എല്ലാകാലത്തും എല്ലാ സംസ്കാരങ്ങളിലും കാടു വഹിക്കുന്ന പങ്ക് വളരെ വലുതാണ്.

## കാടില്ലെങ്കിൽ മനുഷ്യനില്ലേ?

കാടില്ലെങ്കിൽ മഴയില്ലെന്നു പറയുന്നത് ശരിയാണോ?

കാടില്ലെങ്കിലും മഴ പെയ്യുമായിരിക്കും. അറബിക്കടലിലെന്താ മഴ പെയ്യുന്നില്ലേ എന്നു ചോദിക്കുന്നവരുണ്ടല്ലോ. സമുദ്രാന്തരീക്ഷത്തിലെ ചൂടും കാറ്റും മർദ്ദവ്യത്യാസവും തീർച്ചയായും അവിടെയും മഴയുണ്ടാക്കും. ആ മഴ പക്ഷേ നമുക്കു ലഭിക്കില്ലല്ലോ. പെയ്ത മഴ നാടിന്റെ എല്ലാ ഭാഗത്തും കിട്ടാൻ, ആവശ്യത്തിന് ആവശ്യമായ സമയത്തു കിട്ടാൻ, കാടിന്റെ സഹായം ആവശ്യമാണ്. ഉന്നതമായ പർവ്വതങ്ങളുടെ സഹായവും ആവശ്യമാണ്. ഉയരത്തിൽ കാടുള്ള സ്ഥലങ്ങളിൽ മഴ പതിവാണല്ലോ. കാറ്റിനെ തടഞ്ഞുനിർത്താൻ, തണുപ്പിക്കാൻ, കുന്നുകളും കാടുകളും അനുപേക്ഷണീയ ഘടകങ്ങൾ തന്നെയാണ്. ഇലകളിലൂടെയുള്ള ജലബാഷ്പനിർഗമനം, മേഘങ്ങളുടെ സാന്ദ്രീകരണത്തിൽ അഭികേന്ദ്രമായി പൂമ്പൊടികളും മറ്റു കണികകളും പ്രവർത്തിക്കുന്നുണ്ട്. ഇതെല്ലാം കാലാവസ്ഥയിൽ, വർഷപാതത്തിൽ കാടുകൾക്കുള്ള നിസ്തുലമായ പങ്കിനെ അംഗീകരിക്കുന്നു. പിന്നെ പെയ്ത മഴത്തുള്ളികളെ മണ്ണോടെ കുത്തിയൊഴുക്കിക്കളയാതെ പിടിച്ചുനിർത്തി ഭൂമിക്കടിയിലേക്ക് റീചാർജ്ജ് ചെയ്ത് ജലലഭ്യത സുരക്ഷിതമാക്കി നിർത്തുന്നത് കാടിനടിയിൽ വീണ ഇലകൾ ചീഞ്ഞുണ്ടാകുന്ന സുഷിരങ്ങൾ ധാരാളമുള്ള പ്രതലം തന്നെയല്ലേ? അതുകൊണ്ട്,

'കാടില്ലെങ്കിൽ മഴയില്ല

മഴയില്ലെങ്കിൽ കൃഷിയില്ല
കൃഷിയില്ലെങ്കിൽ ചോറില്ല
ചോറില്ലെങ്കിൽ നാമില്ല
നാമില്ലെങ്കിൽ നാടില്ല.'

എന്ന് ഉറക്കെ വിളിച്ചുപറയാൻ നമ്മൾ എന്തിന് മടിത്തണം?

## കാവുകളുടെ പരിസ്ഥിതി പ്രാധാന്യമെന്ത്?

സർപ്പക്കാവുകളും ക്ഷേത്രങ്ങളോടു ചേർന്നുള്ള ചെറുതും വലുതുമായ കാവുകളും കേരള പ്രകൃതിയുടെ ഒരു സവിശേഷതയാണെന്നറിയാമല്ലോ. വിശുദ്ധവനങ്ങൾ എന്ന പേരിൽ അറിയപ്പെടുന്ന ഇത്തരം ആവാസവ്യവസ്ഥകൾ ചെറുതെങ്കിലും ജൈവവൈവിധ്യത്തിന്റെ കലവറകളാണ്. മരങ്ങളും വള്ളികളും ചെറുതും വലുതുമായ പലതരം ജന്തുക്കളും ഇവിടെ പരസ്പരം സഹകരിച്ചും മത്സരിച്ചും ജീവിക്കുന്നു. കാവിനുതൊട്ട് കുളമുണ്ടാകും. ചുറ്റും പാടശേഖരങ്ങളും. കാവിൽ രൂപംകൊള്ളുന്ന ജൈവവളങ്ങൾ കുളത്തില ജലജീവികൾക്ക് ഭക്ഷണമാകും. വയലിലെ കൃഷിക്കും. എല്ലാറ്റിനുമുപരി ചുറ്റുമുള്ള പരിസരത്ത് സുഖകരമായ കാലാവസ്ഥയുമുണ്ടാകും. പരുന്തും കൂമനും വേഴാമ്പലുകളും അതുപോലുള്ള വലിയ പക്ഷികളും പണ്ട് നാട്ടിൻപുറത്ത് ഉണ്ടായിരുന്നത് കാവുകളിലെ വൻവൃക്ഷങ്ങൾ അവയ്ക്ക് ഇരതേടാനും ഇണചേരാനും കൂടുകൂട്ടാനും സംരക്ഷണം ഒരുക്കിയിരുന്നതുകൊണ്ടാണ്. കാവുകൾ ഇന്നും പഴംതീനി വാവലുകളുടെ താവളങ്ങളാണ്. ഫലവൃക്ഷങ്ങളിൽ പരാഗണം നടത്താനും വിത്തുകൾ വിതരണം ചെയ്യാനും ഇവ സഹായിക്കുന്നു.

കാട്ടിൽ കഴിഞ്ഞുകൂടിയ മനുഷ്യന് തന്റെയാ പഴയ വീടിനെച്ചൊല്ലി അബോധമായി അനുഭവപ്പെട്ട ഗൃഹാതുരത്വമാകാം നമ്മുടെ പൂർവ്വികരെ കാവുകൾ എന്നു ചെറുതരം കാടുകൾ ഉണ്ടാക്കി സംരക്ഷിക്കാൻ പ്രേരിപ്പിച്ചത്.

കടുത്ത പരിസ്ഥിതി ആഘാതഫലങ്ങൾ അനുഭവിക്കുന്ന ഒരു സ്ഥലമാണ് വയനാട്. അവിടെ പുൽപ്പള്ളി, പൂതാടി, മുതുർകൊല്ലി എന്നീ പഞ്ചായത്തുകളിലെ മണ്ണും വെള്ളവും പരിസ്ഥിതിയും സംരക്ഷിക്കുന്നതിന് ഒരു തീവ്രയജ്ഞം ആരംഭിച്ചിട്ടുണ്ട്. ഇതിന്റെ ഭാഗമായി ഈ പഞ്ചായത്തുകളിലെ 42 വാർഡുകളിൽ പത്ത് സെന്റുകൾ വീതമുള്ള 120 കാവുകൾ ഉണ്ടായിട്ടുണ്ട്. പള്ളികൾ, മോസ്കുകൾ, ശ്മശാനങ്ങൾ, അമ്പലങ്ങൾ, സ്വകാര്യഭൂമി എന്നിവിടങ്ങളിലെല്ലാം കാവുകൾ വളരുന്നു. മതേതരത്വത്തിന്റെ സ്പർശമുള്ള പുതിയതരം വിശുദ്ധവനങ്ങൾ

മതേതരത്വചിന്തയും പരിസ്ഥിതി സംരക്ഷണത്തിന്റെ അനിവാര്യമായ ഒരു ഭാഗമാണെന്നോർക്കുക - കേരളത്തിലെ, ഇന്ത്യയിലെ എല്ലാ പ്രദേശങ്ങൾക്കും അനുകരണീയമാണ് ഈ മാതൃക.

(കൂടുതൽ അറിയാൻ ഡോ. ഇ. ഉണ്ണിക്കൃഷ്ണൻ 'ഉത്തരകേരളത്തിലെ വിശുദ്ധവനങ്ങൾ' എന്ന പേരിൽ എഴുതിയ പുസ്തകം വായിക്കാം.)

**കണ്ടൽക്കാട് പരിസ്ഥിതിയുടെ ചങ്ങാതിയാവുന്നതെങ്ങനെ?**

കടലും പുഴയും ചേരുന്ന ഭാഗത്ത് വളരുന്ന നിത്യഹരിതവനങ്ങളാണിവ. എന്നാൽ വനങ്ങളായി സാധാരണക്കാരാരും പരിഗണിക്കാറില്ല. ഇന്തോനേഷ്യയ്ക്കാണ് കണ്ടൽ വിസ്തൃതിയിൽ ഒന്നാംസ്ഥാനം. കേരളത്തിലെ കണ്ടൽക്കാടുകളുടെ വലിപ്പം 700 ച.കി.മി. ആയിരുന്നത് വെറും 17 ച.കി.മി. ആയിക്കുറഞ്ഞു എന്നൊരു പഠനറിപ്പോർട്ടുണ്ട്. ഉള്ളതിൽ ഏറ്റവും കൂടുതൽ കണ്ണൂർ ജില്ലയിലാണ്. ഇന്ത്യയിൽ 6700 ച.കി.മി. കൺൽക്കാടുകളുണ്ടെന്നാണ് കണക്ക്.

ചെറുതും വലുതുമായ പലതരം വൃക്ഷങ്ങൾ ചേർന്നതാണ് ഒരു കണ്ടൽവനം. 53 ഇനങ്ങളാണ് ഇന്ത്യയിലുള്ളത്. കേരളത്തിൽ 16. ഉപ്പട്ടി (അവിസെന്നിയാ), ചെറുപ്പെട്ടി (അവിസെന്നിയ മറൈന), ചെറുകണ്ടൽ, കുറ്റിക്കണ്ടൽ, പൂക്കണ്ടൽ, പ്രാതൽകണ്ടൽ, ചക്കരക്കണ്ടൽ, നക്ഷത്രക്കണ്ടൽ, സ്വർണ്ണക്കണ്ടൽ, കണ്ണാമ്പൊട്ടി എന്നിങ്ങനെ പോകുന്നു അവയുടെ നാമധേയങ്ങൾ. ഉപ്പട്ടി വലിയ മരമായി വളരും. കുറ്റിക്കണ്ടലും പേനക്കണ്ടലും ചെറുവൃക്ഷങ്ങളാണ്. പ്രാതൽ കണ്ടലിന് ധാരാളം ശാഖകളുണ്ടാകും. ജലത്തിനുമുകളിലായി ഉയർന്നുനിൽക്കുന്ന ശ്വസനവേരുകളുടെ വലിപ്പത്തിലും സ്വഭാവത്തിലും ഉണ്ടാകും ഇത്തരം വൈവിധ്യങ്ങൾ. കണ്ടൽ ഏതായാലും അത് കരയേയും ജലാശയത്തെയും ഒരുപോലെ സംരക്ഷിക്കുന്നു. കാറ്റിനെ പ്രതിരോധിക്കും. കടലാക്രമണം ചെറുക്കും. പ്രകൃതിയൊരുക്കിയ ജൈവവേലിയായി സുനാമി തിരമാലകൾക്കുപോലും പ്രതിരോധം തീർക്കും. ഇവയുടെ തണലിലും കുളിർമ്മയിലും അടിയിലെ പോഷകസമൃദ്ധിയിലും മത്സ്യങ്ങൾ പ്രജനനം ചെയ്തു പെരുകും. ചെമ്മീനുകളുടെ വളർച്ചയ്ക്ക് ഒന്നാന്തരം. (പക്ഷേ, കണ്ടൽ വെട്ടിക്കളഞ്ഞ് ചെമ്മീൻ കൃഷി പ്രോത്സാഹിപ്പിക്കുന്ന പ്രകൃതി വിരുദ്ധരീതിയാണ് നമ്മുടേത്!)

കണ്ടൽക്കാടുകൾ ചുറ്റുവട്ടത്തുള്ളവർക്ക് മത്സ്യസമൃദ്ധിക്കു പുറമെ വിറകും വളവും ഔഷധങ്ങളും നൽകുന്നു. പൂരക്കാലത്ത് കാമദേവന്റെ പുഷ്പവിഗ്രഹത്തിൽ ചാർത്താൻ ചുള്ളി (കണ്ടൽപ്പൂ) നിർബ

സ്ഥമാണ് ചിലേടങ്ങളിൽ. ഉറപ്പുള്ള തടി തോണിയും കാർഷികോപകരണങ്ങളും കരകൗശലവസ്തുക്കളും നിർമ്മിക്കാൻ ഉപയോഗിച്ച ഒരു കാലമുണ്ടായിരുന്നു. ഈ രീതിയിൽ ചുറ്റുമുള്ള സമൂഹത്തിന്റെ മിക്കവാറും എല്ലാ ആവശ്യങ്ങൾക്കും അവ ഉപകാരപ്പെട്ടിരുന്നു. പിരാന്തൻ എന്നാണ് പേരെങ്കിലും റൈസോഫോറ ഇനത്തെ ചുഴലിക്കാറ്റിനെയും വെള്ളപ്പൊക്കത്തെയും ചെറുത്തുതോല്പിക്കാൻ ഏഷ്യയുടെ തീരപ്രദേശഗ്രാമങ്ങൾ ഫലപ്രദമായി ഉപയോഗപ്പെടുത്തിയിരുന്നു.

തേനൂറുന്ന പൂക്കളും സ്വാദുള്ള പഴങ്ങളും സമൃദ്ധമായി നൽകുന്ന കണ്ടൽസസ്യങ്ങളെ പൂമ്പാറ്റകളും വണ്ടുകളും വവ്വാലുകളും അവയുടെ നിത്യജീവിതവൃത്തിക്ക് സുലഭമായി ആശ്രയിക്കാറുണ്ട്.

അക്കാന്തസ് ഇലിസിഫോളിസ് എന്ന ചുള്ളിക്കണ്ടലിന് ആർസനിക്ക്, കാഡ്മിയം തുടങ്ങിയ ഘനലോഹവിഷങ്ങളെ വലിച്ചെടുത്ത് ജലശുദ്ധീകരണം നടത്താൻ കഴിയുമെന്ന് കോഴിക്കോട് സർവ്വകലാശാലയിലെ ഗവേഷകർ കണ്ടെത്തിയ കാര്യംകൂടി ഈ സന്ദർഭത്തിൽ ഓർക്കാം.

## വന്യബന്ധുത്വം എന്നാലെന്ത്?

ഇന്നു നാം കൃഷി ചെയ്യുകയും പരിപാലിക്കുകയും ചെയ്യുന്ന പല സസ്യവിളകളുടെയും അടുത്ത ബന്ധുക്കൾ കാട്ടിലുണ്ട്. നായയും കുതിരയും പശുവും ആടുമെല്ലാം ഒരുകാലത്ത് വന്യജീവികളായിരുന്നു. കരുത്തുള്ള ജീനുകൾ കൊണ്ടുനടക്കുന്നവയാണ് ഇത്തരം ബന്ധുക്കളെല്ലാം. നമ്മുടെ വിള സസ്യങ്ങളുടെ ബന്ധുക്കളായി 145ൽപ്പരം വന്യസസ്യങ്ങളെ പശ്ചിമഘട്ടത്തിൽ കണ്ടെത്തിയിട്ടുണ്ട്. നെല്ല്, കുരുമുളക്, ഇഞ്ചി, മഞ്ഞൾ, ഏലം, വാഴ, കറുവ, ചക്ക, മാങ്ങ, പലതരം പയർവർഗ്ഗങ്ങൾ എന്നിവയുടെ ബന്ധുക്കളായി ഒന്നിലധികം സ്പീഷീസുകളോ, ഉപസ്പീഷീസുകളോ ഉണ്ട്. കാട്ടിൽ വളരുന്ന കാട്ടിഞ്ചിയും കാട്ടുമഞ്ഞളും കാട്ടുവാഴയും മറ്റും വീട്ടുപറമ്പുകളിൽത്തന്നെ വളരുന്നുണ്ടല്ലോ. ആരോഗ്യവും കരുത്തുമുള്ള ജീനുകളുടെ കലവറകൾ എന്ന നിലയിൽ ഇവയ്ക്ക് വൻപ്രാധാന്യമുണ്ട്. നെല്ലിനും ഗോതമ്പിനും പകർച്ചവ്യാധിബാധയുണ്ടാകുമ്പോൾ അതിനെ ചെറുത്ത് തുരത്തിയോടിക്കാൻ ഇത്തരം ജനുസുകളുമായി സങ്കരം നടത്തി ജീനുകളെ പ്രതിരോധശക്തി കുറഞ്ഞ വിളയിനങ്ങളിക്ക് പകർത്താം. കാടു സംരക്ഷിച്ചാലേ ഈ ജീനുകൾ നിലനിൽക്കൂ.

കുരുമുളകിന്റെ പത്തോളം വന്യഇനങ്ങൾ പശ്ചിമഘട്ടത്തിലുണ്ട്. ഇഞ്ചിപ്പുല്ലിന്റെ ജനിതകവൈവിധ്യവും വളരെ സമ്പന്നമാണ്. ഇതിന്റെ

ആറ് വന്യങ്ങൾ പരിശോധിച്ചപ്പോൾ അതിൽ 3000ൽ അധികം വിഭിന്ന തകൾ കണ്ടെത്താൻ കഴിഞ്ഞത്രെ! ഇഞ്ചി 6, കറുവ 15, മഞ്ഞൾ 18. പുതിയ പുതിയ ഇനങ്ങളെ കണ്ടുപിടിച്ചുകൊണ്ടേയിരിക്കുന്നു.

## ബയോംസ് എന്നാൽ എന്ത്?

ഒരു പ്രത്യേകതരം ആവാസവ്യവസ്ഥയ്ക്ക് അനുയോജ്യമായ ജൈവ വൈവിധ്യം നിലനിൽക്കുന്ന ഒരു പ്രത്യേകസ്ഥലത്തെ ബയോം അഥവാ ജൈവമേഖല എന്നുപറയുന്നു. ഇന്ത്യയിൽ 526ൽ അധികം ബയോമുകൾ ഉണ്ട്. ഒരു ബയോമിലെ സൂക്ഷ്മജീവികൾ, സസ്യങ്ങൾ, ജന്തുക്കൾ, പക്ഷികൾ, മറ്റു പലതരം ജീവികൾ എന്നിവയ്ക്ക് അവയുടെ ആവാസവ്യവസ്ഥകൾക്കനുസരിച്ച് വേറിട്ടുനിൽക്കുന്ന പല സവിശേഷതകളും ഉണ്ടായിരിക്കും.

## ലോകത്തിലെ മഹാജൈവവൈവിധ്യ രാജ്യങ്ങൾ ഏതെല്ലാം? (Mega diversity Countries)

ഇന്ത്യയടക്കം ലോകത്തിൽ 12 മഹാജൈവവൈവിധ്യരാജ്യങ്ങൾ ഉണ്ട്. ഓസ്ട്രേലിയ, ബ്രസീൽ, ചൈന, കൊളമ്പിയ, കോസ്റ്റോറിക്ക, കോംഗൊ, ഇക്വഡോർ, ഇന്ത്യ, ഇന്തോനേഷ്യ, മെഡഗാസ്കർ, മെക്സിക്കൊ, പെറു എന്നിവയാണ് ഈ രാജ്യങ്ങൾ.ലോകജനിതക വൈവിധ്യത്തിന്റെ 70 ശതമാനവും ഇവിടെയാണ്. ഇന്ത്യയിൽ ഏറ്റവും കൂടുതൽ ജനിതക വൈവിധ്യമുള്ള സ്ഥലം കേരളമാണ്. ലോകത്തിൽ ആകെ അറിയപ്പെടുന്ന 2,50,000ത്തോളം വരുന്ന പുഷ്പിതസസ്യങ്ങളുടെ മൂന്നിൽ രണ്ടുഭാഗവും വളരുന്നത് ലാറ്റിൻ അമേരിക്ക, ആഫ്രിക്ക, മഡഗാസ്കർ, ന്യൂഗിനിയ, ആസ്ട്രേലിയ ഇന്ത്യയടക്കമുള്ള ഏഷ്യൻ രാജ്യങ്ങൾ എന്നിവിടങ്ങളിലെ ഉഷ്ണമേഖലാവനങ്ങളിലാണ്. ലോകത്തെ അറുപതു ശതമാനം മഴക്കാടുകളും ബ്രസീൽ, പെറു, എന്നിവയടക്കമുള്ള ലാറ്റിൻ അമേരിക്കൻ രാജ്യങ്ങളിൽ സ്ഥിതിചെയ്യുന്നു.

ബ്രസീലിൽ 55,000 സസ്യജാതികൾ ഉള്ളപ്പോൾ ഇന്ത്യയിൽ അത് 20,000 ജൈവജാതികൾ മാത്രമാണ്. ജൈവവൈവിധ്യത്തിൽ ഇന്ത്യക്ക് പതിനഞ്ചാം സ്ഥാനം മാത്രമേയുള്ളൂ.

ബ്രസീലിലെ 55,000 സസ്യജാതികളിൽ കൂടുതലും വൃക്ഷജാതികളാണ്. തറപറ്റി വളരുന്ന സസ്യങ്ങൾ തീരെ കുറവാണ്.

അതേസമയം ഒരേ ജാതിസസ്യത്തിന് ഏറ്റവും കൂടുതൽ ഇനങ്ങൾ ഇന്ത്യയിലാണ്. മറ്റുസ്ഥലങ്ങളിൽ അത് പരമാവധി 10 മുതൽ 50 വരെ

ഇനങ്ങൾ മാത്രമാണ്. ഇന്ത്യയിലാകട്ടെ, അത് 1000 മുതൽ 10,000വരെയാണ്. അതായത് ഇന്ത്യയിലെ ഓരോ ജീവജാതി (സ്പീഷിസ്)ക്കും ആയിരം മുതൽ പതിനായിരം ഇനങ്ങൾ ഉണ്ടെന്നർത്ഥം. ഇഞ്ചിപ്പുല്ലിന്റെ വൈവിധ്യത്തെക്കുറിച്ച് നേരത്തെ പറഞ്ഞത് ഇവിടെയോർക്കുന്നു.

മനുഷ്യന്റെ ചെറിയ ഒരു ഇടപെടലുകൾക്കുപോലും ജൈവവൈവിധ്യസമ്പന്നതയെ നശിപ്പിക്കാൻ കഴിയും.

ലോകത്ത് 16തരം വ്യത്യസ്ത കാലാവസ്ഥകൾക്ക് അനുയോജ്യമായ വനങ്ങളുണ്ട്. ഇത്തരം വനങ്ങളുടെ സവിശേഷതകളെല്ലാം ഒത്തിണങ്ങിയ വനങ്ങൾ ഇന്ത്യയിൽ കാണപ്പെടുന്നു.

## ജൈവഅധിനിവേശം എന്നാലെന്ത്?

കമ്മ്യൂണിസ്റ്റ് പച്ച മുതൽ ആഫ്രിക്കൻ ഒച്ചുവരെ നമ്മുടെ പ്രകൃതിയിലേക്ക് കടന്നുകയറുന്ന അന്യദേശജീവികളെ അധിനിവേശജീവികൾ എന്നു വിശേഷിപ്പിക്കുന്നു. കോൺഗ്രസ് പുല്ല് എന്ന പേരിൽ അറിയപ്പെടുന്ന പാർതീനിയം, ധൃതരാഷ്ട്രപ്പച്ച എന്നു പേരുള്ള മിക്കാനിയ മൈക്രാന്ത, അരിപ്പൂച്ചെടി (ലന്റാന), ആഫ്രിക്കൻ ഒച്ച്, മിലിബഗ്, അക്കേഷ്യ, യൂക്കാലിപ്റ്റസ് - നീണ്ടുപോകുന്നു ഇവയുടെ പട്ടിക. ഏറ്റവും അവസാനം കടന്നുകയറിയ സിംഗപ്പൂർ ഡെയ്സിയോടെ ഇവയുടെ എണ്ണം ഇരുപതുകവിഞ്ഞു. തനതു സസ്യങ്ങളെ മത്സരിച്ചു തോല്പിച്ച് അതിവേഗം പടർന്നുകയറി ആവാസവ്യവസ്ഥയ്ക്കുതന്നെ ഭീഷണിയാകുന്നു എന്നാണ് ഇവയുണ്ടാക്കുന്ന പരിസ്ഥിതിപ്രശ്നം.

ഇതാ ചില കണക്കുകൾ നോക്കൂ.

കളകൾ വളർന്നുമൂടി പ്രതിവർഷം 2.57 ലക്ഷംകോടി പുല്ല് നശിച്ചുപോകുന്നു.

പ്രാണിശല്യം മൂലം 1.14 ലക്ഷം കോടി വിളനശിക്കുന്നു.

സൂക്ഷ്മജീവികൾ ഉണ്ടാക്കുന്ന രോഗങ്ങൾമൂലം 2.41 ലക്ഷം കോടി വിള നശിക്കുന്നു.

എല്ലാംകൂടി പ്രതിവർഷം 6.17 ലക്ഷം കോടിയുടെ നഷ്ടം. ഇത് സാമ്പത്തികമായ കണക്കുമാത്രമേ ആകുന്നുള്ളൂ. പ്രകൃതിയിൽ ഉണ്ടാക്കുന്ന നാശനഷ്ടങ്ങളാകട്ടെ, സ്ഥായിയും അപരിഹാര്യവുമായി മാറിക്കൊണ്ടിരിക്കുന്നു.

കേരളത്തിലാകെ 85 അധിനിവേശ സസ്യങ്ങൾ വളരുന്നുണ്ടെന്നാണ് കണക്ക്. ഇതിൽ 20 എണ്ണം അതീവ ഗുരുതരപ്രശ്നം സൃഷ്ടിച്ചുകൊണ്ടിരിക്കുന്നു.

അധിനിവേശജീവികൾ സൃഷ്ടിക്കാനിടയുള്ള പ്രശ്നങ്ങളെക്കുറിച്ച്

ഒന്നരനൂറ്റാണ്ടിലേറെക്കാലംമുമ്പ് സാക്ഷാൽ ചാൾസ് ഡാർവിൻ തന്നെ മുന്നറിയിപ്പു നൽകിയിട്ടുണ്ട്.

അധിനിവേശ സസ്യങ്ങളെ നശിപ്പിക്കാൻ കീടനാശിനികൾ കണ്ടമാനം ഉപയോഗിക്കുന്നത് കൂടുതൽ ഗുരുതരമായ പ്രശ്നങ്ങൾ സൃഷ്ടിച്ചുകൊണ്ടിരുന്നു.

എന്നാൽ അധിനിവേശസസ്യങ്ങളെല്ലാം നാം വിചാരിക്കുന്നതുപോലെ അപകടകാരികളാണോ? കമ്യൂണിസ്റ്റ്പച്ച നാടുമായി പൊരുത്തപ്പെട്ടുകഴിഞ്ഞില്ലേ? ഹരിതവിപ്ലവത്തിന്റെ ഭാഗമായി എത്തിയ ശീമക്കൊന്ന ഇന്ന് കേരള പ്രകൃതിയുടെ ഭാഗംതന്നെയായിക്കഴിഞ്ഞില്ലേ? അതേസമയം അക്കേഷ്യയും മറ്റും നിയന്ത്രണമില്ലാതെ ജനവാസകേന്ദ്രങ്ങളിൽ ഫലവൃക്ഷങ്ങളും മറ്റും കൃഷി ചെയ്യേണ്ട മണ്ണിൽ കണ്ടമാനം വളർത്തിയത് ഗുരുതരമായ പരിസ്ഥിതിപ്രശ്നമായി മാറിക്കഴിഞ്ഞിരിക്കുകയല്ലേ?

## ചതുപ്പുകൾ നികത്താമോ?

വെള്ളവും അതിൽ വളരുന്ന പലതരം സസ്യങ്ങളും നാനാതരം ജലജീവികളും നീർപ്പക്ഷികളും നീർസസ്തനങ്ങളും ചിലപ്പോൾ കണ്ടൽക്കാടുകളും ചളിയും എല്ലാം ചേർന്ന് സവിശേഷമായ ഒരു ഇക്കോവ്യവസ്ഥയാണ് ചതുപ്പുകൾ. മറ്റു പല സ്ഥലത്തുമില്ലാത്ത സസ്യങ്ങളെയും ജന്തുക്കളെയും ഇതിൽ കാണാം. ജലസംഭരണികളെന്ന നിലയിലും വ്യത്യസ്തമായ പരിസ്ഥിതിധർമ്മം ഇവ നിർവ്വഹിക്കുന്നു. എന്നാൽ ഒരു പ്രയോജനവുമില്ലാതെ വെറുതെയിട്ട പാഴ്ഭൂമി എന്നാണ് വികസനവാദികൾ ഇതിനെ വിലയിരുത്തുന്നത്. നികത്താനും കെട്ടിടം പണിയാനും പറ്റിയ ഒരു സ്ഥലമാണവർക്കിത്. കൈപ്പാടുകളുടെയും മറ്റു ചതുപ്പുകളുടെയും വിസ്തൃതി അനുദിനമെന്നോണം കുറഞ്ഞുവരികയാണ് കേരളത്തിൽ. പ്രകൃതിദുരന്തങ്ങൾ ഉണ്ടാകുമ്പോൾ കെടുതികൾ പതിന്മടങ്ങു വർദ്ധിക്കാൻ ചതുപ്പുകളുടെ അഭാവം കാരണമാകുന്നു. ചതുപ്പുകളിൽ 'വികസന' പ്രവർത്തനങ്ങൾ നടക്കുമ്പോൾ മഴതീർന്നാലും വെള്ളംതട്ടാതെ കെട്ടിക്കിടക്കുന്ന അവസ്ഥയുണ്ടാകുന്നു. പ്രകൃതി മനുഷ്യന് നൽകുന്ന സംരക്ഷണം പാടേ ഇല്ലാതാകുന്നു. ഓരോ ആവാസവ്യവസ്ഥയ്ക്കും അതിന്റേതായ പങ്കുണ്ടെന്ന പാഠം മറന്നുപോകുന്നത് വൻദുരന്തങ്ങൾക്കു കാരണമാകുന്നു.

## ഒരു വിത്ത് എത്രകാലം അതിജീവിക്കും?

അതിജീവനശേഷിയാണ് ഓരോ ജീവജാതിയുടെയും കരുത്ത്. അനു

കൂലമായ, അനുഗുണമായ സ്വഭാവവ്യതിയാനങ്ങളിലൂടെ ഒരു ജീവി അതി ജീവിക്കും. അതിനു കാരണമായ തരം ജീനുകളെ തലമുറകളിലൂടെ നിലനിർത്തും. അതിജീവനശേഷിയിലൂടെ ഓരോ ജീവിവർഗവും കൂടു തൽ വൈവിധ്യങ്ങൾ നേടിയെടുക്കും.

ഒരു വിത്തിന് പരമാവധി എത്രകാലം അതിന്റെ അതിജീവനശേഷി നിലനിർത്താൻ കഴിയും? പരമാവധി 2000 വർഷം എന്നാണ് ഇതു വരെ കരുതിയിരുന്നത്. എന്നാൽ 32,000 വർഷം മുമ്പത്തെ വിത്തു കളെ ചെടികളാക്കി മാറ്റിയെടുക്കാൻ കഴിയുമെന്ന് ഈയിടെ തെളി ഞ്ഞു. സൈബീരിയയിൽ മഞ്ഞുമലകൾക്കിടയിൽ മരവിച്ചുകിടന്ന ചില വിത്തുകളെയാണ് ഈയ്യിടെ ജീവിതത്തിലേക്ക് ഉണർത്തിയെടുക്കാൻ കഴിഞ്ഞത്. ഒരു ചെടിയല്ല, ഓരോ ജാതിയിൽപ്പെട്ട ആയിരക്കണക്കിനു ചെടികളെ ആ രീതിയിൽ വളർത്തിയെടുക്കാൻ കഴിഞ്ഞു. നിറയെ ഇലകളും പൂക്കളുമായി അവ വിസ്മയക്കാഴ്ചയൊരുക്കി. Sience stenophylla എന്നാണ് ഈ പൂച്ചെടിയുടെ പേര്. എലികൾ കൊണ്ടു പോയി ഒളിപ്പിച്ച വിത്തുകളായിരുന്നു. ഇതിലെ കോശങ്ങൾ മിക്കവാറും നശിച്ചുപോയിരുന്നതുകൊണ്ട് പക്ഷേ, മുളപ്പിച്ചെടുക്കാൻ കഴിഞ്ഞി ല്ല. അതുകൊണ്ട് കേടുവരാത്ത കോശങ്ങൾ പ്രത്യേകം വേർതിരിച്ചു മാറ്റി ക്ലോണിംഗ് മുഖേന മുളപ്പിക്കേണ്ടിവന്നു. ഈ രീതിയിൽ ഉണ്ടാ ക്കിയ ആയിരക്കണക്കിന് തൈച്ചെടികൾ വളർന്ന് വലുതായി പുഷ്പി ക്കുകയും കായ്ക്കൾ ഉല്പാദിപ്പിക്കുകയും ചെയ്തു.

ഈ പൂക്കളെ, ഇപ്പോഴും ജീവിച്ചിരിപ്പുള്ള ഇവയുടെ പുതിയ തല മുറയുടെ ഇലകളും പൂക്കളുമായി താരതമ്യം ചെയ്തു നോക്കിയപ്പോ ഴല്ലേ അതിന്റെ രസമറിയുന്നത്. പൂക്കളുടെ ആകൃതിയിലും മറ്റും നല്ല വ്യത്യാസംമാത്രം കാണാനുണ്ടായിരുന്നു. ശരിക്കും ഒരു ഉപജാതി ഉണ്ടായതുപോലെയായിരുന്നു ഈ സ്വഭാവവ്യതിയാനങ്ങൾ.

മഞ്ഞുകൂനയ്ക്കകത്ത് ഉറങ്ങിക്കിടക്കുന്ന കാലത്തും വിത്തിനു ള്ളിലെ ജീനുകളിൽ പരിണാമത്തിലേക്ക് നയിക്കുന്ന സ്വഭാവവ്യതി യാനങ്ങൾ സംഭവിച്ചുകൊണ്ടിരിക്കുകായിരുന്നു എന്നല്ലേ ഇതുവ്യക്ത മാക്കുന്നത്?

ജീവപരിണാമ നാടകത്തിന്റെ ഒരു ചെറിയ രംഗാംശമെങ്കിലും നേരിൽ കാണാൻ മനുഷ്യനു കിട്ടിയ അവസരമായും ഇതിനെ കരുതാം.

## കടലാസുപൂച്ചെടിക്ക് ഔഷധവീര്യമുണ്ടോ?

വീട്ടുമുറ്റത്ത് കടലാസുപൂച്ചെടികൾ (ബോഗെയ്ൻവില്ല) നട്ടുവ ളർത്താൻ ഇഷ്ടമില്ലാത്തവരായി ആരുമുണ്ടാവില്ല. നിറയെ മുള്ളുക

ളുണ്ടെങ്കിലും പൂക്കൾക്ക് അത്രയേറെ ഭംഗിയാണല്ലോ. നാനാജാതി വർണങ്ങളിൽ പൂക്കൾ വിരിയിച്ചെടുക്കാൻ കഴിയുമെന്നത് ഈ ചെടി യുടെ മുഖ്യആകർഷകമത്രെ. അത് ഇല്ലായിരുന്നെങ്കിൽ ഈ കാട്ടു ചെടി നാട്ടിൽനിന്നെങ്കിലും പണ്ടേ അപ്രത്യക്ഷമായിട്ടുണ്ടാകുമായിരുന്നു.

അങ്ങനെ അപ്രത്യക്ഷമായിരുന്നെങ്കിലോ? നമുക്ക് ഖേദിക്കണ്ടിവരു മായിരുന്നു. കാരണം പ്രമേഹരോഗത്തെച്ചെറുക്കാൻ കഴിവുള്ള പൈന റ്റിൻ എന്ന ഒരു ആൽക്കലോയ്ഡ് ബോഗെയ്ൻവില്ല ചെടികളിൽ ധാരാ ളമുണ്ടെന്ന് ഗവേഷകർ ഇയ്യിടെയാണ് കണ്ടെത്തിയത്. ഇലകളിൽ ഉ ള്ളതിലും കൂടുതൽ പൈനിറ്റിൻ തടിയിതിനു വേർതിരിച്ചെടുക്കാമത്രേ. പൈനിറ്റിൻ മരുന്നിനുള്ള സ്രോതസ്സായി വൻതോതിൽത്തന്നെ ഇതിനെ ഉപയോഗപ്പെടുത്തുന്നു. ഇൻസുലിൻ ഹോർമോണിനോട് ശരീരം പ്രതി രോധം പുലർത്തുന്നതരം പ്രമേഹരോഗത്തിനെതിരെയാണ് പൈനറ്റിൽ ഫലപ്രദമായി പ്രവർത്തിക്കുന്ന്. പൈനറ്റിൻ മരുന്നിന്റെ മറ്റൊരു സ്രോതസ് സസ്ബേനിയ എന്ന സസ്യമാണ്. പയറുവർഗത്തിൽപ്പെട്ട ഈ ചെടി മണ്ണിൽ നൈട്രജൻ വർദ്ധിപ്പിക്കുമെന്നതിനാൽ വയൽവരമ്പു കളിലും മറ്റും ശീമക്കൊന്ന എന്നപോലെ നട്ടുവളർത്താറുണ്ട്. നേരത്തെ പറഞ്ഞ yew മരത്തിന്റെ കാര്യം പോലെയാണിത്. പാഴ്മരമെന്നു കരുതി വെട്ടിനശിപ്പിച്ചു നാനാവിധമാക്കിയ ശേഷമാണല്ലോ അതിന്റെ അർബുദ നിവാരണശേഷി തിരിച്ചറിയുന്നത്. വെറും പാഴ്ച്ചെടികൾ എന്നുപറഞ്ഞു നാം കരിച്ചുകളയാറുള്ളത് റോഡുവക്കത്തേയും പുറമ്പോക്കുകളിലേയും കാട്ടുപടർപ്പുകളിൽ ഇങ്ങനെ എത്രയെത്ര ഔഷധങ്ങൾ ഒളിഞ്ഞുകിട പ്പുണ്ടാവുമെന്ന് ആരറിഞ്ഞു!

# ജൈവവൈവിധ്യം ജന്തുക്കളിൽ

## എത്രയെത്ര ജന്തുക്കൾ?

കീടങ്ങൾ, ചിലന്തികൾ, പക്ഷികൾ, ഇഴജീവികൾ, സസ്തനികൾ എന്നിങ്ങനെ എന്തെല്ലാംതരം ജന്തുക്കൾ! അണ്ണാൻ, ബീവർ പലതരം എലികൾ എന്നിങ്ങനെ പലതരം ചെറുസസ്തനികൾ മാത്രം 2052 സ്പീഷീസുകൾ അറിയപ്പെടുന്നവയുണ്ട്. പറക്കും സസ്തനി സ്പീഷീസുമാത്രം 977! ഇതിൽത്തന്നെ എന്തെല്ലാം വിഭാഗങ്ങൾ. പഴംതീനികളായ എന്തെല്ലാം വിഭാഗങ്ങൾ. പഴംതീനികളായ നരിച്ചീറുകൾ. കിണറുകളിലും ഇരുണ്ട ഗുഹകളിലും കഴിഞ്ഞുകൂടുന്നു ഇവയിൽ ചിലതരക്കാർ. മുള്ളൻപന്നികളും നച്ചെലികളും പ്രാണിഭോജികളാണ്. പ്ലാറ്റിപസും എക്കിഡിനയും സസ്തനികളാണെങ്കിലും പ്രസവിക്കാറില്ല. പക്ഷികളെപ്പോലെ മുട്ടയിട്ട് ഇവ വംശവർദ്ധന നടത്തുന്നു. ഗറില്ലകളും ചിമ്പൻസികളും രണ്ടുകാലിൽ നടക്കും. വവ്വാലുകൾ, മരത്തിൽ തീങ്ങിക്കിടന്നുകൊണ്ടു പ്രസവിക്കും. കങ്കാരുവും വൊംബാറ്റും കുഞ്ഞിന് പ്രായപൂർത്തിയെത്തുമുമ്പ് പ്രസവിച്ച് മാസം തികയുംവരെ ഉദരസഞ്ചിയിൽ കൊണ്ടുനടന്നു വളർത്തും. വല്ലബികളും ഒപ്പോസവുമടക്കം ഈ വിഭാഗത്തിൽ 292 സ്പീഷിസുകളെ കണ്ടെത്തിയിട്ടുണ്ട്. മനുഷ്യരും കുരങ്ങും മനുഷ്യക്കുരങ്ങുമടങ്ങുന്ന പ്രൈമേറ്റുകുലത്തിൽമാത്രം 292 സ്പീഷിസുകൾ അറിയപ്പെടുന്നവയായുണ്ട്. സിംഹവും മലസിംഹവും നരിയും പുലിയും ജാഗ്വർപുലിയും മഞ്ഞുപുലിയും ഏഷ്യയിലേയും ആഫ്രിക്കയിലേയും ചീറ്റപ്പുലിയും ഏഷ്യയിലെ മേഘപ്പുലി(clouded leopard)യുമടങ്ങുന്നവയെ പൂച്ച വിഭാഗത്തിൽ പെടുത്തിയിരിക്കുന്നു. ഇവയും വീട്ടുപൂച്ചയും കാട്ടുപൂച്ചയുമടക്കം, മറ്റു പൂച്ചജാതികളുമടക്കം, ചെറുതും വലുതുമായ എല്ലാമാംസഭോജികളും (നായ, നീർനായ, കുറുക്കൻ, ചെന്നായ്, കരടി, കഴുതപ്പുലി, വെരുക്, പലതരം കീരി) ചേരുമ്പോൾ 249 സ്പീഷീസുകളെങ്കിലുമുണ്ടാകും.

പന്നി, ജിറാഫ്, പികാരി, ഒകാപി, ഹിപ്പൊപൊട്ടാമസ്, മാൻ, ഒട്ടകം, ആന്റിലോപ്മാൻ കന്നുകാലികൾ എന്നിവയെല്ലാം ചേരുമ്പോൾ ഇരട്ട ക്കുളമ്പുള്ള മൃഗസ്പീഷീസുകളുടെ എണ്ണം ഇന്നത്തെ അറിവിനനുസ രിച്ച് 225 വരും.

തിമിംഗലം, ഡോൾഫിൻ, കടൽപശു (പ്രൊപൊയ്സ്) എന്നീ പ്രസ വിക്കുന്ന സമുദ്രജീവികൾ എല്ലാംകൂടി 83 സ്പീഷീസ് (cetacea)

മുയലും കുഴിമുയലും പൈകമുയലും ചേർന്ന് 80 സ്പീഷീസുകൾ വേറെയും (logomoraphia)

വടക്കൻ തായ്‌ലണ്ടിലെ ചില ഗുഹകളിൽ വിചിത്രരൂപിയായ ഒരു തരം വാവലുകൾ താമസമുണ്ട്. 'പന്നിയുടെ മുഖവുമായി ജീവിക്കുന്ന ഈ വിചിത്രജന്തു (kitti's hog-nosed bat) ജീവിച്ചിരിപ്പുള്ളതിൽ ഏറ്റവും ചെറിയ സസ്തനജീവിയാണ്. 2.9 സെന്റീമീറ്റർ മാത്രം ശരീര വലിപ്പമുള്ള ഒരു പറക്കും സസ്തനം. ഏറ്റവും വലിയ സസ്തനജീവി യായ നീലത്തിമിംഗലത്തിന്റെ ഭീമാകാരരൂപവുമായി ഈ കുഞ്ഞൻ ജീവിയെ മനസ്സിൽ ഒന്നു താരതമ്യം ചെയ്തുനോക്കൂ!

തായ്‌ലന്റുകാരനായ ഈ അപൂർവജീവിയെ ലോകത്തിന്റെ മറ്റൊരു ഭാഗത്തും ഇതുവരെ കണ്ടെത്താൻ കഴിഞ്ഞിട്ടില്ലെന്ന കാര്യവും ഇവിടെ ഓർക്കാം.

ജന്തുലോകത്തിലെ കുഞ്ഞന്മാരിൽ തുടർന്നുള്ള സ്ഥാനങ്ങൾ അല ങ്കരിക്കുന്ന ജീവികൾ സ്ഥാനക്രമമനുസരിച്ച് പിഗ്മി നച്ചെലി 3.6 സെ. മി. പിപിസ്ടെലെ വവ്വാൽ (4.0 സെമി.), ചെറിയ തരം തവിട്ടുവവ്വാൽ (4.0) എന്നിവയാണ്.

വാവലുകളും നച്ചെലികളും ചുണ്ടെലികളും തുടർന്നുള്ള സ്ഥാന ങ്ങൾ പങ്കിടുമ്പോൾ തെക്കേ അമേരിക്കയിലെ പിഗ്മി ഒപൊസം എന്ന സഞ്ചിമൃഗം 8.5 സെ.മി. വലിപ്പംകൊണ്ട് പതിമൂന്നാം സ്ഥാനം അലങ്ക രിക്കുന്നു.

വൻമൃഗങ്ങളിൽ യഥാക്രമം ആഫ്രിക്കൻ ആന, വെള്ള കണ്ടാമൃ ഗം, ഹിപൊപ്പോട്ടാമസ്, ജിറാഫ്, അമേരിക്കൻ കാട്ടുപോത്ത്, അറേ ബ്യൻ ഒട്ടകം, ധ്രുവക്കരടി, ഉത്തരഅമേരിക്കൻ കടമാൻ (moose), സൈബീരിയൻ കടുവ, ഗൊറില്ല എന്നിവ വലിപ്പത്തിലെ മറ്റു സ്ഥാന മാനങ്ങൾ പങ്കിടുന്നു.

ഇനി സാമർത്ഥ്യത്തിന്റെ കാര്യത്തിലേക്കു കടന്നാലോ? ഒന്നാം സ്ഥാനം മനുഷ്യനുതന്നെ. സംശയമില്ല. രണ്ടാംസ്ഥാനം ചിമ്പൻസി കൊണ്ടുപോകും. ഗറില്ലക്ക് മൂന്നാംസ്ഥാനമേ കിട്ടൂ. തുടർന്നുള്ള സ്ഥാന

ങ്ങൾ ഒറാങ്ങ്ടൻ, ബബൂൺ, ഗിബ്ബൺ എന്നീ നരവാനരന്മാർ പങ്കുവെക്കും. സാധാരണകുരങ്ങിന് ഏഴാംസ്ഥാനമേയുള്ളൂ. പിന്നെ സാമർത്ഥ്യമുള്ളവർ സമുദ്രത്തിനടിയിലാണ്. ചെറുതരം പല്ലുകളുള്ള തിമിംഗലങ്ങൾക്ക് എട്ടാംസ്ഥാനം. ഡോൾഫിനുകൾ തൊട്ടുപിറകിൽ. അതുകഴിഞ്ഞ് ആന. ആന കഴിഞ്ഞാൽ ഏറ്റവും സാമർത്ഥ്യംകൂടിയ ജന്തു - ഞെട്ടരുത് - പന്നി! പന്നിയെന്നുവിളിച്ച് മറ്റുള്ളരെ ആക്ഷേപിക്കുന്നവരെങ്കിലും ശ്രദ്ധിക്കുക!

## പക്ഷിലോകവൈവിധ്യങ്ങൾ എങ്ങനെയെല്ലാം?

പക്ഷികളുടെ 9,917 സ്പീഷീസുകളെ ഇതുവരെ കണ്ടെത്തിയിട്ടുണ്ടെന്നു സൂചിപ്പിച്ചുവല്ലോ. പറക്കാനാകാത്തവയും പതുക്കെമാത്രം പറക്കുന്നവയും അതിവേഗത്തിൽ പറക്കുന്നവയും ഇക്കൂട്ടത്തിലുമുണ്ട്. വലിപ്പത്തിലും ചിറകുവിസ്തൃതിയിലും ആഹാരരീതിയിലും പലതരം വൈവിധ്യങ്ങൾ ഇവ തമ്മിൽ കാണാം. അതേസമയം മുട്ടയിട്ടു കുഞ്ഞുങ്ങളെ വളർത്താത്ത ഒരു പക്ഷിയേയും കാണാനാവില്ലതാനും.

പറക്കുംപക്ഷികളിൽ മുമ്പൻ ഗ്രേയ്റ്റ്ബസ്റ്റാഡ് പക്ഷിയത്രേ. ശരീരഭാരം 20.9 കി.ഗ്രാം. ചിറകുവിസ്തൃതി 2.7 മീറ്റർ ശരീരഭാരം കുറവെങ്കിലും ട്രംപറ്റ്ഹംസങ്ങൾ ചിറകുവിടർത്തിയാൽ അതിന്റെ വിസ്താരം 3.4 മീറ്ററോളമാകും. മൂകഹംസവും ആൽബട്രോസുമെല്ലാം ഈ വിഭാഗത്തിലെ മുന്നോക്കക്കാർ തന്നെ.

പറക്കാത്ത പക്ഷികൾ ഒട്ടകപ്പക്ഷി, എമു, കസോവരി, റിയ, ചക്രവർത്തി പെൻഗ്വിൻ എന്നിവയാണ്. ശരീരഭാരത്തിലും പൊക്കത്തിലും പക്ഷേ, മറ്റു നാലു പക്ഷികളും ഒട്ടകപ്പക്ഷിയുടേതിന്റെ നാലിലൊന്നുപോലും വരില്ല. ഒത്ത ഒരു ഒട്ടകപ്പക്ഷിക്ക് 2.74 മീറ്റർ പൊക്കവും 156.5 കിലോഗ്രാം ഭാരവുമുണ്ടാകും. ചക്രവർത്തി പെൻഗ്വിന്റെ കാര്യത്തിൽ ഇത് യഥാക്രമം 1.14 മീറ്ററും 29.4 കിലോഗ്രാമും മാത്രം. മുട്ടകളുടെ വലിപ്പത്തിൽ ഒട്ടകപ്പക്ഷി ഒന്നാംസ്ഥാനത്തും (1.6 കി.ഗ്രാം) ആൽബട്രോസ് രണ്ടാംസ്ഥാനത്തും (595 ഗ്രാം) കിവി മൂന്നാംസ്ഥാനത്തും (450 ഗ്രാം) നിൽക്കുന്നു. ഏറ്റവും വേഗത്തിൽ പറക്കുന്ന മൂളിക്കുരുവി (vervian humming bird) ഏറ്റവും ചെറിയ മുട്ട (0.375 ഗ്രാം) തരുന്നു. ശരാശരിക്കണക്കുകൾ മാത്രമാണിത് കേട്ടോ. 2.35 കിലോഗ്രാം തൂക്കമുള്ള മുട്ടകളിടുന്ന ഒട്ടകപ്പക്ഷികൾപോലുമുണ്ട്. അതേസമയം വംശനാശം സംഭവിച്ച ആനപ്പക്ഷികൾ (Aepyorinis maximus) - മെഡഗാസ്കറിലാണ് ഇവ ജീവിച്ചിരുന്നത് - ഇതിനേക്കാൾ എത്രയോ വലിപ്പമേറിയ മുട്ടകൾതന്നെ ഇടുമായിരുന്നു. ദിനോസോർ മുട്ടകൾക്ക് ഒട്ടക

പ്പക്ഷിമുട്ടകളുടെ ഏഴിരട്ടി വലിപ്പമുണ്ടായിരുന്നത്രെ. ആനപ്പക്ഷിമുട്ടകൾ ഇതിലും വലുതായിരുന്നു. എക്കാലത്തേയും ഏറ്റവും വലിയ മുട്ടകൾ ഇവയുടേതായിരുന്നു എന്നു സാരം.

വടക്കെ അമേരിക്കയിൽ poor-will എന്ന ഒരു പക്ഷിയുണ്ട്. അതിശക്തമായ ശിശിരദിനങ്ങളിൽ നിദ്രയിലാണ്ട് ദീർഘകാലം വിശ്രമിക്കുന്ന ലോകത്തിലെ ഒരേയൊരു പക്ഷിയാണിത്. പാറവിള്ളലുകളിൽ നിദ്രയിലാണ്ട് ഇത്തരം പക്ഷികളെ ശൈത്യദിനങ്ങളിൽ കാണാം.

ഏറ്റവും ഉയരത്തിൽ പറക്കുന്ന ഒരു പക്ഷിയെക്കൂടി പരിചയപ്പെടാം - റുപ്പെല്ലിന്റെ കഴുകൻ (Ruppell's Griffon) എന്നാണിതിന്റെ പേര്. സമുദ്രനിരപ്പിൽനിന്ന് 11,278 മീറ്റർ ഉയരംവരെ പറന്നുപൊങ്ങും. എവറസ്റ്റുകൊടുമുടിയുടേതിനേക്കാൾ 2.427 കൂടുതലാണ് ഈ ഉയരമെന്നറിയുക. ജീവന് മുകളിലോട്ട് പതിനൊന്നു കിലോമീറ്ററിനുമപ്പുറത്തുകൂടി നിലനിൽക്കാൻ കഴിയുമെന്ന് ഓരോ പറക്കലിലും ഈ പക്ഷി വിളംബരം ചെയ്യുന്നു.

നമുക്ക് അപരിചിതമെങ്കിലും ചിത്രങ്ങളിലൂടെയും വാർത്തകളിലൂടെയും പലർക്കും പരിചയമുള്ള എംപറർ പെൻഗ്വിൻ പക്ഷി, അന്റാർട്ടിക്കയിലെ 17തരം പെൻഗ്വിൻ ജാതികളിൽ ഏറ്റവും വലിപ്പമുള്ളവയാണ്. ഭൂമിയിലെ ഏറ്റവും തണുപ്പുള്ള ഈ പ്രദേശത്ത് ഇപ്പോൾ രണ്ടു ലക്ഷം എംപറർ പെൻഗ്വിൻ ജോടികളെങ്കിലുമുണ്ടെന്നാണ് കണക്ക്. (ദമ്പതികളായി ജീവിതം മുന്നോട്ടുകൊണ്ടുപോകുന്ന പക്ഷി എന്ന വിശേഷണവും ഇതിനുണ്ട്) പ്രജനനകാലത്ത് പെൺപക്ഷി മുട്ടയിട്ട ശേഷം - ഒരുപക്ഷി ഒരു മുട്ടയിലധികം ഇടാറില്ല - ഇരതേടി കടലിൽപോകും. ആൺപക്ഷി മുട്ടകളുടെ സംരക്ഷണം ഏറ്റെടുക്കും.

## മുതലകൾ നാടുനീങ്ങിക്കഴിഞ്ഞോ?

ഇത് ഇഴജീവികൾ മുതൽ ഉഭയജീവികൾവരെയുള്ള ജീവജാതികളുടെ ലോകം. ഉരഗങ്ങളിൽ എന്തുകൊണ്ടും വമ്പന്മാർ മുതലകളും പാമ്പുകളുംതന്നെ. നാടോടിക്കഥകളിലൂടെയും നുണക്കഥകളിലൂടെയും ജനമനസ്സിൽ നിറഞ്ഞുനിൽക്കുന്ന ജീവികളാണിവ. മൂർഖൻ, അണലി, രാജവെമ്പാല... പേടിയുണ്ടെങ്കിലും നമ്മുടെ കൗതുകം ഒരിക്കലും ശമിക്കാറില്ല. നാട്ടുകുളത്തിലെ നിരുപദ്രവകാരികളായ 'കോലുനാരായണ'ന്മാരായ നീർക്കോലികൾ പോലും കാഴ്ചയിൽ കൗതുകമുണർത്തും. നാലുകാലുള്ള നങ്ങേലിപ്പെണ്ണിനെ കട്ടുകൊണ്ട് പുഴയോ തോടോ പാടമോ മുറിച്ചുകടക്കുന്ന ഇവരെ ഇപ്പോൾ അതിവിരളമായേ കാണാറുള്ളൂ എങ്കിലും.

മുതലക്കുളങ്ങൾ പണ്ട് ഒരുപാടുണ്ടായിരുന്നു. ഇന്ന് പക്ഷേ, അതെല്ലാം ഓർമ്മകൾ മാത്രം. ജീവനുള്ള ഒരു മുതലയെ നമ്മുടെ നാട്ടിൽ (കേരളത്തിൽ) എവിടെയും കാണാൻ കിട്ടില്ല. പാടുപെട്ട് വല്ല വളർത്തുകേന്ദ്രങ്ങളിലും ചെന്നാൽ വല്ല ചീങ്കണ്ണിയെയും കണ്ടാലായി.

ആകെ 23 സ്പീഷീസോളം മുതലകളുണ്ടായിരുന്നു പണ്ട്. മുതലകളെല്ലാം മുതലകളല്ല. U ആകൃതിയിൽ മുന്നോട്ടു തള്ളിനിൽക്കുന്ന വലിയ മോന്തയുള്ള ജാതി ചീങ്കണ്ണികൾ (alligators) എന്ന പേരിൽ അറിയപ്പെടുന്നു. മുതലകൾക്ക് (crocodiles) വലിപ്പം കൂടും.

ആമകൾക്കെല്ലാംകൂടി 250 സ്പീഷീസുകൾ കരയും കാടും ശുദ്ധജലത്തടാകങ്ങളും അവയുടെ ആവാസകേന്ദ്രങ്ങൾ. ഓരോ വിഭാഗത്തിനും അതിന്റേതായ സ്വന്തം നിഷ്ഠകൾ.

ആമകളിൽ ഏറ്റവും വലിപ്പമുള്ളവയായ ലതർബാക്കുകൾ സമുദ്രജലവാസികളാണ്. 900 കിലോഗ്രാമോളം ഇവക്ക് ശരീരഭാരമുണ്ടാകും. നീളം ഏതാണ്ട് 290 സെ.മി. 2040 കിലോവരെ ഭാരമുള്ള ആമകളുടെ ഫോസിൽ രൂപങ്ങൾ കണ്ടുകിട്ടിയിട്ടുണ്ട്. കരയാമകളിൽ ഏറ്റവും വലിപ്പമുള്ളതിനെ ഷീസെൽസ് ദ്വീപിലാണ് കണ്ടെത്തിയത്. 304 കിലോ ആയിരുന്നു അതിന്റെ തൂക്കം. ആയുസ്സിന്റെ കാര്യത്തിലും ഇവനൊരു കേമനാണ്. വയസ്സ് 150 കഴിഞ്ഞിട്ടും ചുറുചുറുക്കോടെ ജീവിക്കുന്നു. വേഗതയിൽ പക്ഷേ, ഒച്ചുകളെ മാത്രമേ തോൽപ്പിക്കാൻ കഴിയൂ. മണിക്കൂറിൽ 0.27 കി.മി. വേഗത്തിൽ സഞ്ചരിച്ചാൽ പിന്നെ മറ്റെന്തു ചെയ്യാൻ കഴിയും, ഏറ്റവും മന്ദഗതിക്കാരനായ ആമ എന്ന പേരിൽ ഗിന്നസ്ബുക്കിൽ ഇടം കണ്ടെത്താമെന്നല്ലാതെ?

ശരീരവലിപ്പംകൊണ്ട് ഏറ്റവും ചെറുതായവ കസ്തൂരി ആമകൾ എന്നപേരിൽ അറിയപ്പെടുന്നു. കടലിലെ ലതർബാക്കും ഒലിവ്റിഡ്‌ലിയും കരയിലെ നക്ഷത്രആമകളും ഇന്ന് ഏറ്റവും കടുത്ത വംശനാശഭീഷണിയെ നേരിട്ടുകൊണ്ടിരിക്കുകയാണ്.

ജീവിതത്തിന്റ ഒരു ഭാഗമെങ്കിലും ജലത്തിൽ കഴിച്ചുകൂട്ടിയാലേ ഉഭയജീവികൾക്ക് ജീവിതം മുന്നോട്ടുകൊണ്ടുപോകാനാകൂ. തവള ഉഭയജീവിയും പാമ്പ് ഇഴജീവിയും മാത്രമാകുന്നതിന്റെ കാരണം ഇതിൽനിന്നു വ്യക്തമാകും.

## തവള വെള്ളമന്വേഷിക്കുന്നതെന്തിന്?

വീട്ടിനകത്തു സുഖമായിക്കഴിഞ്ഞുകൂടുന്ന മണാട്ടിത്തവളകൾപോലും പ്രജനനകാലമാകുമ്പോൾ വെള്ളമന്വേഷിച്ച് പുറത്തേക്കിറങ്ങിപ്പോകുന്നത് ശ്രദ്ധിച്ചിട്ടുണ്ടാകുമല്ലോ.

ലോകത്തിലാകെ ഉഭയജീവികളുടെ 5,578 സ്പീഷീസുകളുള്ളതിൽ തവളകളെയും ചൊറിത്തവളയെന്നു വിളിക്കുന്ന ടോഡു(toad)കളെയും മാത്രമേ നമുക്കു പരിചയമുള്ളൂ. ഇവ രണ്ടുംകൂടി 4896 സ്പീഷിസെങ്കിലും വരും. പിന്നെയുള്ള സലമാണ്ടറുകളും ന്യൂട്ടുകളും ചേർന്ന് 517 സ്പീഷീസ്. സലമാണ്ടറുകളെ നീർപ്പല്ലികളെന്നും വിളിക്കാറുണ്ട്. തീയിൽ വേവാത്ത ശരീരമാണെന്നും സ്വന്തം ശരീരത്തിന്റെ തണുപ്പുപയോഗിച്ച് തീ കെടുത്താൻ കഴിവുള്ള ജീവികളാണെന്നും കെട്ടുകഥകളിലും പ്രേതകഥകളിലും കാണാം. ന്യൂട്ടുകളാകട്ടെ കാഴ്ചക്ക് അരണകൾ തന്നെയാണ്; ജീവിതചക്രം പൂർത്തിയാക്കാൻ ജലവാസം അനുപേക്ഷണീയമാണെന്നു മാത്രം.

കാലുകൾ തീരെയില്ലാത്ത, പാമ്പുകളോടു സാദൃശ്യമുള്ള സീസിലിയമാരുടെ (Cae-cilians) - 'അമ്മിഞ്ഞി കുടിയന്മാർ' എന്ന് നാട്ടിൻപുറക്കാർ വിളിക്കാറുണ്ട് - വെറും 165 സ്പീഷീസ് മാത്രമേ ബാക്കിയുള്ളൂ. ഇതിന്റെ ഒരു പുതിയ സ്പീഷീസിനെയല്ലേ ഇയ്യിടെ തൃക്കരിപ്പൂരിനടുത്ത് ഇടയിലെ കാട്ടിൽ കണ്ടെത്തിയത്?

## ഏറ്റവും വലിയ ലോകം ഷഡ്പദങ്ങളുടേതോ?

എത്ര പറഞ്ഞാലും അവസാനിക്കുകയില്ല ഷഡ്പദലോകത്തിലെ അത്ഭുതങ്ങൾ. സ്പ്രിങ്ടെയിൽ എന്ന പ്രാണിയെപ്പറ്റി കേട്ടിട്ടുണ്ടോ? പേരു സൂചിപ്പിക്കുംപോലെ സ്പ്രിംഗ് പോലെ വാലുള്ള ഈ ചെറുജീവികൾ ഉപരിതലമണ്ണിലാണ് താമസം. മണ്ണിനെ ഫലപുഷ്ടമാക്കുന്നതിൽ ഏറ്റവും മുഖ്യമായ പങ്കുവഹിക്കുന്നത് സൂക്ഷ്മശരീരമുള്ള ഈ പ്രാചീനജീവികളത്രെ. പ്രാചീനജീവികളെന്നു പറഞ്ഞാൽ ആദിയിൽ ഉരുത്തിരിഞ്ഞുവന്ന ഷഡ്പദജീവികളിൽ ഒന്നാണിത്. ഒരു ഹെക്ടർമേൽ മണ്ണു പരിശോധിച്ചാൽ അത്രയും സ്ഥലത്ത് 60 കോടി സ്പ്രിംഗ് വാലന്മാരെങ്കിലും ജീവിക്കുന്നുണ്ടാകുമെന്നാണ് കണക്ക്. എണ്ണംകൊണ്ട് ഏറ്റവും മുമ്പിൽ നിൽക്കുന്ന ജീവികൾ ഇവയാണെന്ന് പറയാം. പക്ഷേ, സൂക്ഷ്മനിരീക്ഷണം വഴി മാത്രമേ കണ്ടെത്താനാകൂ എന്നുമാത്രം.

സസ്യപ്പേനുകളെന്നു പറയുന്ന ആഫിഡുകളാണ് എണ്ണത്തിൽ മറ്റൊരു വമ്പൻ. ഒരു ഹെക്ടർ വിസ്തീർണം വരുന്ന ഒരു പ്രദേശത്ത് സസ്യങ്ങളിലും മണ്ണിലുമെല്ലാംകൂടി 5 ബില്യൺ (500 കോടി) ആഫിഡുകൾ. മരുഭൂമികളിൽ പിറന്നു. വൻമേഘങ്ങൾ പോലെ പറന്നെത്തുന്ന വെട്ടുകിളികളുടെ ഒരു കൂട്ടത്തിലെ അംഗങ്ങളുടെ എണ്ണം 5000 കോടിയിലും കവിയും.

ഷട്പദങ്ങളിൽ ഏറ്റവും നീളമുള്ള ശരീരമുള്ളത് വടിപ്രാണികൾക്കാണ് (stick insects). ശരാശരി നീളം 51 സെ.മി. പതിനൊന്നര സെ.മി. വരെ നീളം വെക്കുന്ന ഗോലിയത്ത് വണ്ടുകളാണ് തൂക്കത്തിൽ ഏറ്റവും മുമ്പിൽ. ഇവയ്ക്ക് 100 ഗ്രാം വരെ ഭാരമുണ്ടാകും.

അലക്സാൻഡ്ര രാജ്ഞി എന്ന ചിത്രശലഭത്തെപ്പറ്റി കേട്ടിട്ടുണ്ടോ? പക്ഷിച്ചിറകുള്ള പൂമ്പാറ്റ എന്നും പറയാറുണ്ട്. വിടർത്തിയ ചിറക് അളന്നുനോക്കിയാൽ 28 സെ.മി. എങ്കിലുമുണ്ടാകും. പക്ഷേ, ഇഷ്ടത്തിയെ കാണാൻ ചിറക് അളന്നുനോക്കാൻ പാപുവ ന്യൂഗിനി വരെ പോകണമെന്നുമാത്രം.

ആറുകാലി ജീവികളിൽ ആയുസ്സ് ഏറ്റവും കുറവ് മെയ് ഈച്ചകൾക്കാണെന്നു കേട്ടിട്ടുണ്ടാകുമല്ലോ. പ്രായപൂർത്തിയായ ഒരു ശലഭം കഷ്ടിച്ച് ഒരുദിവസം മാത്രമേ ജീവക്കാറുള്ളൂ. എന്നാൽ ഇതിന്റെ മുട്ട വിരിഞ്ഞുണ്ടാകുന്ന പുഴുക്കൾ 2-3 വർഷംവരെ ജീവിക്കാറുണ്ട്. നീണ്ട സുഷുപ്തിക്കുശേഷം ഒരുദിവസം പെട്ടെന്ന് ഉണർന്ന് ശലഭമായി പുറത്തുവരുന്നു. മുട്ടയിടുന്നു 24 മണിക്കൂർ തികയുംമുമ്പ് ജീവിതം അവസാനിക്കുന്നു.

എന്നാൽ മരത്തടികൾക്കിടയിൽ കഴിഞ്ഞുകൂടുന്ന തങ്കവണ്ടുകൾ (Jewel beetle) ഉണ്ടല്ലോ, ഇവയുടെ ലാർവകൾ പൂർണ്ണവളർച്ചയെത്തുംമുമ്പ് 30 വർഷത്തോളം ഉറങ്ങിക്കിടക്കും. നാടോടിക്കഥയിലെ റിപ്വാൻ വിങ്കിൾ 25 വർഷം മാത്രമേ ഉറങ്ങിയിട്ടുള്ളൂ!

ഏറ്റവും കൂടുതൽ ഒച്ചയുണ്ടാക്കി ആളെ ശല്യപ്പെടുത്തുന്ന കീടം - അതേ ചീവീടുകൾ തന്നെ. ചീവീടുകുലത്തിലെ ആണുങ്ങൾ മാത്രം! പെണ്ണുങ്ങൾ പൊതുവെ നിശ്ശബ്ദരാണത്രെ! ആൺചീവീടുകൾ ഭാഗ്യവാന്മാരാണ്; കാരണം അവർക്ക് ഒച്ചയുണ്ടാക്കാത്ത ഭാര്യമാരെ കിട്ടിയിരിക്കുന്നു എന്ന് ഒരു രസികൻ പറഞ്ഞിട്ടുണ്ട്.

ഇനി മിന്നാമിനുങ്ങിന്റെ കാര്യം നോക്കൂ. മഴക്കാലരാത്രികളിൽ ഞെക്കുവിളക്കുതെളിച്ച് പാറിപ്പോകുന്നതു കണ്ടിട്ടില്ലേ? ചിലത് ചിലപ്പോൾ നിങ്ങളുടെ മുറിക്കുള്ളിലേക്ക് കടന്നുവന്നു എന്നുവരും. സൂക്ഷിച്ചുനോക്കൂ, എന്തൊരു വെളിച്ചം! കത്തിനിൽക്കുന്ന ഒരു സാധാരണ ബൾബിൽ കൈവെച്ചുനോക്കൂ, ചുട്ടുപൊള്ളും. ഉല്പാദിപ്പിക്കുന്ന വെളിച്ചത്തിന്റെ ഭൂരിഭാഗവും താപോർജ്ജമായി നഷ്ടപ്പെടുന്നതുകൊണ്ടാണിത്. മിന്നാമിനുങ്ങുകളാകട്ടെ, അത് ഉല്പാദിപ്പിക്കുന്ന രാസവൈദ്യുതിയെ ഏതാണ്ട് മുഴുവനുമായും പ്രകാശോർജം മാത്രമാക്കി മാറ്റിയെടുക്കുന്നു. CFL ന്റെയും LEDയുടെയും രഹസ്യം നമുക്കു പറഞ്ഞുത

ന്നത് എളിയവനിൽ എളിയവനായ മിന്നാമിനുങ്ങാണെന്നു പറഞ്ഞാൽ എന്താ, അതിൽ അതിശയോക്തിയുണ്ടോ?

വണ്ടുജാതികൾ (ബീറ്റിൽസ്): 3,70,000., ഉറുമ്പുകൾ, ഈച്ചകൾ, കട ന്നലുകൾ- 1,98,000, ശലഭങ്ങൾ, നിശാശലഭങ്ങൾ - 1,65,000, കൊതു കുജാതികൾ - 1,22,000, സസ്യപ്പേൻ, ചീവീട് - 82,000, പച്ചക്കുതിര, വെട്ടുകിളി - 20,000, തുമ്പികൾ - 5,500, പേൻജാതികൾ മനുഷ്യനെ ബാധിക്കുന്നവയടക്കം - 6,000, കൂറ - 4000, കുഴിയാനജാതികൾ - 4000, ചിതൽ - 2,750, ഇലപ്രാണികൾ, വടിപ്രാണികൾ - 2,500, ഉണ്ണി കൾ - 2,000, പുസ്തകപ്പുഴു (സിൽവർ ഫിഷ്) - 370... ഇങ്ങനെ അറി യപ്പെടുന്ന 20 ഓർഡറുകളിലായി ആകെ ഒരുദശലക്ഷത്തിലേറെ സ്പീഷീസുകൾ. ഹാ! ജൈവവൈവിധ്യത്തിന്റെ ഒരു അത്ഭുതലോകം തന്നെയല്ലേ ഇത്?

## എട്ടുകാലികൾ എത്രവിധം?

ഏറെ വൈപുല്യമുള്ള മറ്റൊരു വിഭാഗം ചിലന്തിജാതികളത്രെ. തേളുകളും ചിലന്തികളും ശാസ്ത്രഭാഷയിൽ അരക്ക്നിഡുകളായി അറിയപ്പെടുന്നു. ശരീരത്തിന് രണ്ടു ഭാഗങ്ങൾ. നാലുജോടി കാലുകൾ. വല നെയ്യുന്ന എട്ടുകാലിയും നെയ്യാത്ത എട്ടുകാലിയുമുണ്ട്. ആകെ 35,000 സ്പീഷീസുകൾ. കീടനശീകരണത്തിൽ എല്ലാറ്റിനും ഏറെ പ്രാധാ ന്യമുണ്ട്. ഔഷധവീര്യമുള്ള ലോകപ്രസിദ്ധ തേൾവിഷത്തിന്റെ ഔഷ ധവീര്യവും ലോകപ്രസിദ്ധം. തേളുകളെ വീട്ടിൽ വളർത്തി വിഷം കറ ന്നെടുത്ത് ഔഷധശാലകൾക്കു നൽകുന്നതിൽ ക്യൂബ എന്ന കൊച്ചു രാജ്യം ഏറെ കീർത്തി നേടിയിട്ടുണ്ട്. മധ്യ-ദക്ഷിണ അമേരിക്കയിലെ ബനാനാ സ്പൈഡറിന്റെ വിഷത്തിന് ഒറ്റയടിക്ക് ആറ് മുതിർന്ന മനു ഷ്യരെ കൊല്ലാൻപോന്ന ശക്തിയുണ്ട്. ഔഷധമെന്ന നിലയിലും ഇതിനു വലിയ വിപണി മൂല്യമുണ്ട്. തെക്കേ അമേരിക്കൻ മഴക്കാടുകളിലെ പക്ഷിയെ തിന്നുന്ന ഗോളിയാത്ത് സ്പൈഡർ വലിപ്പംകൊണ്ട് ഏറ്റവും മുന്നിൽ നിൽക്കുന്നു.

പല കീടങ്ങളും കീടപ്പുഴുകളും പുരാതനകാലംതൊട്ടേ മനുഷ്യന്റെ പ്രിയപ്പെട്ട ആഹാരമാണ്. പല പുരാതന സംസ്കാരങ്ങളും ഇവയെ പ്രിയപ്പെട്ട ആഹാരമായിക്കരുതുന്നു. പട്ടുനൂൽപ്പുഴുക്കൾ, തേനീച്ചകൾ, വെട്ടുകിളികൾ, ഉറുമ്പുകൾ എന്നിവയെല്ലാം ഇഷ്ടഭോജ്യമായി തീൻമേ ശപ്പുറത്തെത്തുന്നു. കുട്ടികൾ നേരിടുന്ന കടുത്ത പ്രോട്ടീൻക്ഷാമത്തിനു പരിഹാരമായി ബേബിഫുഡുകളിൽ ഷഡ്പദ പ്രോട്ടീനുകൾ ചേർക്കു ന്നതിനെക്കുറിച്ച് ആലോചിക്കാൻ ലോകഭക്ഷ്യസംഘടന അടുത്തകാ

ലത്തായി ഒരു ആഗോള സെമിനാർ തന്നെ നടത്തുകയുണ്ടായി.

നിങ്ങൾക്കറിയാമോ വെണ്ടക്കയും പയറും പച്ചയായോ വേവിച്ചോ ഭക്ഷിക്കുമ്പോൾ അതിലൂടെ നമുക്ക് അപൂർവങ്ങളിൽ അപൂർവമായ ജീവകം $B_{12}$ കൂടി കിട്ടുന്നുണ്ട്. സസ്യഭാഗങ്ങൾ ഈ ജീവകം ഉല്പാദിപ്പിക്കാത്തതുകൊണ്ട് മനുഷ്യരിൽ അതുമൂലമുണ്ടാകുന്ന പോഷകാഭാവം പ്രകൃതി പരിഹരിക്കുന്നത് ഈ രീതിയിൽ കൂടിയാണ്.

## സൂക്ഷ്മമേലാപ്പുകളിലെ പ്രാണിലോകം

കാടിന്റെ അടിത്തട്ടിൽനിന്നു മുകളിലേക്കായി മരങ്ങളുടെ മേലാപ്പുകളിൽ ഇതുവരെ കാണാത്ത ഒരു പ്രാണിലോകം സങ്കല്പിച്ചുനോക്കൂ! അങ്ങനെയൊന്ന് ആമസോൺ കാടുകളിൽ കണ്ടെത്തിയിരിക്കുന്നു. കാടിനുമുകളിൽ ചെറുജീവികളുടെ ഒരു ഭൂഖണ്ഡം! ഈ രീതിയിൽ 37000 തരം ജീവികളെ നിരീക്ഷിക്കാൻ കഴിഞ്ഞു - ഇതുവരെ തിരിച്ചറിയപ്പെട്ടിട്ടുള്ള ഒരു ജനുസിലുംപെടാത്തവയായിരുന്നു ഇവയെല്ലാം. ഇത്തരം ലക്ഷക്കണക്കിനു ജീവികൾ ഇനിയുമുണ്ടാകുമെന്നാണ് കണക്കുകൂട്ടൽ.

എല്ലാവർഷവും മെയ് 21 ലോക ജൈവവൈവിധ്യദിനമായി ആചരിക്കുന്നു. ഗംഗാനദിയിലെ ഡോൾഫിൻ (Gangetic Dolphin) ആണ് ഇന്ത്യയുടെ ദേശീയ ജലജീവി ദേശീയ ഊർജ്ജസംരക്ഷണദിനം ഡിസംബർ 14.

# വംശനാശം ഇന്നും പണ്ടും

## വംശനാശം ആർക്ക് എങ്ങനെ?

സുവോളജിക്കൽ സർവേ നടത്തിയ ഒരു പഠനമനുസരിച്ച് നമ്മുടെ നാട്ടിലുള്ള നട്ടെല്ലില്ലാത്തതരം ജീവികളിൽ അഞ്ചിൽ ഒന്നുവീതം കടുത്ത വംശനാശഭീഷണിയെ നേരിട്ടുകൊണ്ടിരിക്കുകയാണ്. 1200തരം ചെറു ജീവികളെ ഇതിനുവേണ്ടി പഠിച്ചു. നിലനില്പിനായുള്ള സമരത്തിൽ ഇരുപത് ശതമാനവും കടുത്ത വെല്ലുവിളികളെ നേരിടുന്നതായി തെളിഞ്ഞു. പതിനഞ്ചുലക്ഷത്തോളം അകേശേരുകികളാണ് നമ്മുടെ നാട്ടിൽ ഉള്ളത്.അറിയപ്പെടുന്നവയുടെ മാത്രം കണക്കാണിത്. ചെറുജീവികളല്ലെ. ഇനിയും കണ്ടെത്തിയിട്ടില്ലാത്തവയുടെ എണ്ണം ഇതിലും എത്രയോ കൂടുതലാവാനിടയുണ്ട്. പരിസ്ഥിതി നശിക്കുമ്പോൾ പരിസ്ഥിതിയിൽ വിഷം കലരുമ്പോൾ ആദ്യം രക്തസാക്ഷികളാവുക ഈ ജീവികളാകും. ഇനിയും കണ്ടെത്തിയിട്ടില്ലാത്ത 80 ലക്ഷത്തിൽപ്പരം അകശേരുകികൾ ഉണ്ടെന്ന് ശാസ്ത്രലോകം തറപ്പിച്ചു പറയുന്നു. നിലം നികത്തൽ മാത്രമല്ല, രാസവസ്തുക്കളും കീടനാശിനികളും ഡിറ്റർജന്റുകളും ആഗോളതാപനവും ഇവയുടെ അന്തകരാണ്. ചെറുസസ്യങ്ങളുടെ തിരോധാനം ചെറുജന്തുക്കളെയും ബാധിക്കും. അതോടെ വലിയതരം ജീവികളും അപകടത്തിലാവും. ഇത്തരം ചെറുജന്തുക്കൾ നിർവഹിക്കുന്ന ചില പരിസ്ഥിതിധർമ്മങ്ങളെക്കുറിച്ച് ആലോചിച്ചുനോക്കാം: കടലിൽനിന്ന് ആരംഭിക്കാം. കടൽ കാർബണിന്റെ വലിയൊരു സംഭരണിയാകുന്നത് ഇത്തരം ചെറുജന്തുക്കളിലൂടെയാണ്. തണ്ണീർത്തടങ്ങളെ അരിച്ചു ശുദ്ധമാക്കുന്നതും മാലിന്യങ്ങളെ വിഘടിച്ച് ഇല്ലാതാക്കുന്നതും ചെറുജീവികൾ തന്നെ. ഇവ ഇല്ലെങ്കിൽ കടലിൽ ചാകരകൾ തടസ്സപ്പെടും. മത്സ്യസമ്പത്തു നശിക്കും. കരയിലാണെങ്കിലോ ഒച്ചുകളും മണ്ണിരകളും തേരട്ടകളും പഴുതാരകളും പുഴുക്കളുമെല്ലാം ഇതേ ധർമ്മം തന്നെ നിർവ്വഹിക്കുന്നു. കരിയിലകൾക്കടിയിലേക്കു കടന്നുചെന്നു നോക്കൂ, ഇത്തരം എത്രയെത്ര ജീവികളാണ് ഈ മേഖലകളിൽ അധിവസിക്കുന്നതെന്ന് മനസ്സിലാകും.

## എത്ര വലുതാണ് ചെറുതുകളുടെ ലോകം?

തീരെ ചെറിയ ജീവികൾ പാർക്കുന്ന ലോകങ്ങളെക്കുറിച്ച് നമുക്ക് അത്ര വലിയ അറിവൊന്നും നേടാൻ കഴിഞ്ഞിട്ടില്ല, അല്ലേ? എത്ര വലുതാണ് ഈ ലോകമെന്ന് ഇതാ കണ്ടോളൂ.

നമ്മുടെ ത്വക്കിനെ മുഴുവനായി ജൈവമണ്ഡലത്തിന്റെ ഒരു ഭാഗമായി എടുത്താൽ, സൂക്ഷ്മജീവികളും അത്ര സൂക്ഷ്മമല്ലാത്ത ജീവികളും അധിവസിക്കുന്ന അനേകം ചെറുചെറു ആവാസവ്യവസ്ഥകൾ അതിൽ ഉള്ളതായിക്കാണാം. നമ്മുടെ പുറംതൊലിയിൽ എല്ലാംകൂടി 10 ലക്ഷംX10 ലക്ഷംX10 ലക്ഷം = പത്തുദശലക്ഷം = ഒരുകോടിക്കോടി സൂക്ഷ്മജീവികളെങ്കിലുമുണ്ടാകും എന്നാണ് കണക്ക്. ബാക്ടീരിയകളും വൈറസുകളും ഇതിൽ ഉൾപ്പെടും. ദിവസവും കുളിച്ച് വൃത്തിയാക്കിയാലും ഓരോ ചതുരശ്ര സെന്റീമീറ്റർ തൊലിയിലും ഒരുകോടി അണുജീവികളെങ്കിലും നശിക്കാതെ ബാക്കിയുണ്ടാകും. എണ്ണം കേട്ട് പേടിക്കാനൊന്നുമില്ല. ഈ സൂക്ഷ്മലോകത്തിലെ ഭൂരിപക്ഷം അംഗങ്ങളും ത്വക്കിന്റെ ആരോഗ്യകരമായ വളർച്ചയ്ക്ക് ആവശ്യമുള്ളവയാണെന്നതാണ് സത്യം. യാത്രക്കിടയിലും കൈ അവിടെയുമിവിടെയും തൊട്ടും വല്ല ഉപദ്രവകാരികളും കൈത്തലത്തിലും മറ്റും വന്നു ചേർന്നാൽ തന്നെ വൃത്തിയായി കഴുകി നമുക്കവയെ നീക്കം ചെയ്യാവുന്നതേയുള്ളൂ.

പേനുകൾ, ഉണ്ണികൾ, ചുണങ്ങു പോലുള്ള ഫംഗസുകൾ എന്നിങ്ങനെയുള്ള പരാദജീവികളാണ് ഈ ആവാസവ്യവസ്ഥയിലെ മറ്റ് അംഗങ്ങൾ. അധികവും ഉപദ്രവകാരികളാണെങ്കിലും സ്തൂലലോകത്തിലേതുപോലെതന്നെ ആരോഗ്യകരമായ ജീവിതരീതിവഴി നമുക്കിവയെയെല്ലാം നിലക്കുനിർത്താൻ കഴിയുമെന്ന കാര്യം ഉറപ്പാണ്.

ബാക്ടീരിയകൾ വാ തൊട്ട് മലാശയംവരെയുള്ള എല്ലാ ആന്തരഭാഗങ്ങളിലും കൂടിയിട്ടിട്ടുണ്ട്. ആന്തരഭാഗങ്ങളുടെ അമ്ലക്ഷാരനിലയും മറ്റും സംരക്ഷിക്കുന്നത് ഇവയാണ്. ചിലത് ദഹനപ്രവർത്തനങ്ങളെ സഹായിക്കുന്നു. ചിലത് ജീവകങ്ങൾ ഉല്പാദിപ്പിക്കുന്നു. വേറെ ചിലത് അപകടകാരികളായ രോഗാണുക്കളെ നിർവീര്യമാകുന്നു. വിരകൾക്കും കൃമികൾക്കും അവയുടേതായ പ്രത്യേക ആവാസവും പ്രവർത്തനതലവുമുണ്ട്. ചിലത് ചോര കുടിക്കുന്നു. പിൻവേം പോലുള്ള ചെറിയ വെളുത്തതരം  കൃമികൾ ദഹിച്ച ആഹാരത്തിൽനിന്നുമാത്രം തങ്ങൾക്കാവശ്യമായ പോഷണം സ്വീകരിക്കുന്നു. നമുക്കറിയാത്ത ചില സുഹൃദ്ബന്ധങ്ങൾ ചിലപ്പോൾ ഇവയ്ക്ക് നമ്മളുമായി ഉണ്ടാകാം. നമുക്കതൊന്നും

ഇപ്പോൾ വ്യക്തമായി അറിഞ്ഞുകൂടെന്നേയുള്ളൂ. അതേസമയം ബാഹ്യ ആവാസങ്ങളിലെ എല്ലാ പരാദങ്ങളെയുംപോലെ ശരീരത്തിനകത്തു താമസിക്കുന്ന പരാദജീവികളെയും നാം നിയന്ത്രിക്കേണ്ടതുണ്ട്. ശുചിത്വപാലനവും പ്രതിരോധമുറകളും പോഷകാഹാരവും ഇതിനു സഹായിക്കും.

## നഗരവൽക്കരണം ജൈവവൈവിധ്യത്തിന് ഭീഷണിയായിത്തീരുന്നതെങ്ങനെ?

നാട്ടിൻപുറങ്ങൾ നഗരങ്ങളായിമാറുന്ന പ്രതിഭാസം ഇന്ത്യാമഹാരാജ്യത്ത് പൊതുവേ സാവധാനത്തിലാണ് നടക്കുന്നതെന്നാണ് വിദഗ്ധർ പറയുന്നത്. എഴുപതു ശതമാനമാളുകളും ഇപ്പോഴും തനിഗ്രാമങ്ങളിൽ കഴിഞ്ഞുകൂടുന്നു. അതേസമയം നഗരവൽക്കരണം പല ഭാഗങ്ങളിലും കാൻസർ കോശങ്ങളെ പോലെ അതിവേഗം വർദ്ധിച്ചുകൊണ്ടിരിക്കുകയാണ്. ഇത് ഏറ്റവും കൂടുതൽ വേഗത്തിൽ അത് പുരോഗമിച്ചിരിക്കുന്നതോ നമ്മുടെ സംസ്ഥാനമായ കേരളത്തിലും.

കേരളത്തിലിപ്പോൾ നാട്ടിൻപുറങ്ങൾ ഇല്ല എന്നുതന്നെ പറയാം. എല്ലാ സ്ഥലങ്ങളും അതിവേഗം നഗരപരിഷ്കരണങ്ങൾക്ക് വഴിമാറിക്കൊടുക്കുന്നു. നിലവിലുള്ള നഗരങ്ങളാകട്ടെ, നാട്ടിൻപുറങ്ങളുടെ പല ഭാഗങ്ങളും ബലാൽ അപഹരിച്ച്, സ്വന്തം വിസ്തൃതി വർദ്ധിപ്പിച്ചുകൊണ്ടിരിക്കുന്നു. ദേശീയപാതയ്ക്ക് വീതി കൂട്ടണ്ടെ? വാഹനങ്ങളുടെ എണ്ണം നിത്യേനയെന്നോണം പെരുകുകയല്ലെ. നിലവിലുള്ള ബസ്സ്റ്റാന്റ് മതിയാകാതെ വരുമ്പോൾ പാടങ്ങൾ മണ്ണിട്ടു നികത്തി സ്ഥലം കണ്ടെത്തേണ്ടത് അപരാധമാണോ? റെയിൽവേ ലൈൻ വേണ്ടേ? മേല്പാലം വേണ്ടെന്നു വെക്കാൻ കഴിയുമോ? റോഡരികിൽനിന്ന് മരങ്ങൾ വെട്ടിമാറ്റേണ്ടിവരുന്നത് അത്ര വലിയ അപരാധമാണോ? പക്ഷേ, നെൽവയലുകൾ കുറയുന്നു. തണ്ണീർത്തടങ്ങൾ അപ്രത്യക്ഷമാകുന്നു. കിഴക്കൻമലകൾ അപ്രത്യക്ഷമാകുന്നു. മണ്ണുരൂപത്തിൽ പടിഞ്ഞാറ് ചെന്ന് അവ കുണ്ടുകളേയും കുഴികളേയും ഒരേ നിരപ്പാക്കുന്നു. കിഴക്കുനിന്ന് പടിഞ്ഞാറ് ഒരു ചരിവുപലകപോലെ കിടക്കുന്ന കേരളം അങ്ങനെ മൊത്തം 'ഫ്ളാറ്റായി' മാറിക്കൊണ്ടിരിക്കുകയാണ്. കണ്ണും മൂക്കുമില്ലാത്ത ഈ പാച്ചിലിനിടയിൽ അപൂർവ സസ്യങ്ങളും ഔഷധച്ചെടികളുമെല്ലാം പാടേ നശിച്ചുപോകുന്നു.

## മനുഷ്യനുമുമ്പും വംശനാശമില്ലേ?

മനുഷ്യനുണ്ടാകുന്നതിനുമുമ്പും ജീവികൾക്ക് വംശനാശം വന്നിട്ടില്ലേ? എങ്ങനെയായിരുന്നു അത്? മനുഷ്യരുണ്ടാകുന്നതിനുമുമ്പും ജീവികൾക്ക്

വംശനാശം വന്നിട്ടുണ്ട്. ഡൈനോസോറും മഹാഗജങ്ങളും അതിന് ഉദാഹരണങ്ങളാണ്. ഡൈനോസോറുകൾ ഏതാണ്ട് 23 കോടി വർഷം മുമ്പ് ഭൂമുഖത്ത് പ്രത്യക്ഷപ്പെട്ടു. 16.5 കോടി വർഷങ്ങളോളം ഭൂമിയെ അടക്കി വാണു. 6.5 കോടി വർഷംമുമ്പ് എന്നന്നേക്കുമായി വംശനാശമടഞ്ഞു. ജീവമണ്ഡലത്തിൽ അധിവസിച്ച ഏറ്റവും കരുത്തരായ അതികായന്മാരായിരുന്നു അവർ.

മഹാഗൗളിയായി അറിയപ്പെടുന്ന Megalosaurus ആണ് പഠനവിധേയമാക്കപ്പെട്ട ആദ്യത്തെ ഡൈനോസോർ ഫോസിലുകൾ പരിശോധിച്ച് ഇവയുടെയൊരു ചിത്രം ആദ്യമായി നൽകിയത് 1824ൽ വില്യം ബക്ക്‌ലിന്റ് എന്ന ജീവാശ്മ ശാസ്ത്രജ്ഞനാണ്. ഡൈനോസോർ എന്ന പേര് ആദ്യമായി നിർദ്ദേശിച്ചതോ 1841ൽ ബ്രിട്ടീഷ് ശാസ്ത്രജ്ഞനായ റിച്ചാർഡ് ഒവനും. അതിനുശേഷം ഇന്നേവരെ വ്യത്യസ്ത സ്പീഷീസുകളിൽ പെട്ട 700ഓളം ഡൈനോസറുകളുടെ അവശിഷ്ടങ്ങൾ കണ്ടെത്താൻ കഴിഞ്ഞിട്ടുണ്ട്. 6 സെന്റീമീറ്റർ നീളമുള്ളവതൊട്ട് 45.7 മീറ്റർ നീളമുള്ളവ വരെ അക്കൂട്ടത്തിലുണ്ട്. ഒരു കോഴിക്കുഞ്ഞിന്റെ വലിപ്പംതൊട്ട് മഹാമേരുവിനെ ഓർമ്മിപ്പിക്കുന്നവവരെ ഡോനോസോർ കുടുംബത്തിലുണ്ടെന്നർത്ഥം.

അതികായന്മാരിലെ അഞ്ച് വമ്പൻമാരുടെ പേർവിവരം ഇതാ ഇനി പറയുംപോലെയാണ്.

1. സീസ്മോസോറസ് - ഭാരം 99.8 കി., നീളം 45.7 മീറ്റർ
2. അർജന്റിനോസോറസ് - ഭാരം 90.72 കി., നീളം 36.6 മീറ്റർ
3. സൂപ്പർസോറസ് - ഭാരം 54.42 കി., നീളം 36.6 മീറ്റർ
4. അൾട്രാസോറസ് - ഭാരം 63.5 കി., നീളം 30.5 മീറ്റർ
5. ബ്രാക്കിയോസോറസ് - ഭാരം 54.43 കി., നീളം 30.5 മീറ്റർ

തികഞ്ഞ സസ്യഭുക്കുകളായിരുന്നു മുകളിൽ പറഞ്ഞ ഡൈനോസോർ ജാതികളെല്ലാം. മാംസഭോജികളിൽ ഏറ്റവും വലിയവർ സിനിമകളിലൂടെയും മറ്റും സുപ്രസിദ്ധനായിത്തീർന്ന ടിറനോസോറസ് റെക്സ് ആയിരുന്നു. നീളം 15 മീറ്റർ, ഭാരം 60,000 കിലോ, 23 സെ.മി വരെ നീളമുള്ള 23 പല്ലുകളുണ്ടായിരുന്നു ഇവയോരോന്നിനും.

പറക്കും ഡോനോസറുകൾ ടെറോസോറുകൾ എന്നപേരിൽ അറിയപ്പെടുന്നു. ഏതാണ്ട് പതിനൊന്നര മീറ്ററോളം നീളം (കുറുകെ അളന്നാൽ) വരുന്ന ചിറകുകളുണ്ടായിരുന്നു അവയ്ക്ക്. വേഗതയിൽ ഒന്നാമൻ (മണിക്കൂറിൽ 70 കിലോമീറ്റർ എന്ന തോതിൽ) ഓടാൻ കഴിയുന്ന ഓർണിതോമൈമസ് എന്ന ഡോനോസോർ വീരനായിരുന്നു. ഏതാ

ണ്ടൊരു ഒട്ടകപ്പക്ഷിയുടെ വേഗതയാണിത്. ഡൈനോസോർ മുട്ടകൾക്ക് ഒട്ടകപ്പക്ഷി മുട്ടയുടെ മൂന്നിരട്ടി വലിപ്പമുണ്ടായിരുന്നു.

## ഡോഡോയ്ക്ക് മുമ്പും പിമ്പും പോയവർ ആരെല്ലാം?

ബ്രായ്ക്കറ്റിൽ കാണുന്നത് അവസാനം കാണാൻ കഴിഞ്ഞ വർഷ മാണ്

1. ചുരികപ്പല്ലുള്ള കടുവ (1200 വർഷം മുമ്പ്)
2. കട്ടിരോമാവരണമുള്ള മഹാദന്തി 910,000 വർഷം മുമ്പ്)
3. മോവപ്പക്ഷി (ന്യൂസിലാന്റിലെ ചിറകില്ലാത്ത ഒട്ടകപ്പണിയാണിത്) (1,000)
4. ഔറോക്ക് എന്ന വൻകാള (1627ൽ)
5. ഈക്തിയോർണിസ് എന്ന ആനപ്പക്ഷി (1649)
6. ഡോഡൊ (1681ൽ)
7. സ്റ്റെല്ലറുടെ കടൽപ്പശു (1768)
8. വൻ ഔക്ക് പക്ഷി (1844)
9. ടർപൻ എന്ന കാട്ടുകുതിര (1851)
10. ലാബ്രഡോർ താറാവ് (1875)
11. സീബ്രയുടെ ഉറ്റബന്ധുവായ ക്വാഗ്ഗ (1883)
12. പിലൊറി കസ്തൂരി എലി (1902)
13. ബാഡ്ലാറിന്റെ വൻകൊമ്പൻ ആട് (1905)
14. ജപ്പാനിലെ നരയൻചെന്നായ് (1905)
15. സഞ്ചാരിപ്രാവ് (1914)
16. കരോലിന പാരക്കീറ്റ് തത്ത (1918)
17. കാലിഫോർണിയയിലെ ഗ്രിസ്‌ലി കരടി (1922)
18. സ്കോംബർക്ക് മാൻ (1938)
19. അറേബ്യൻ ഒട്ടകപ്പക്ഷി (1941 - ശരിയായ ഒട്ടകപ്പക്ഷി ഇപ്പോൾ ആഫ്രിക്കയിലേയുള്ളൂ)
20. യൂതറുടെ പാറ്റപിടിയൻ പക്ഷി (1955)
21. എസികികെ നീർക്കോഴി (1963)
22. ഗുവാം വവ്വാൽ (Flying Fox - 1968)
23. പൈറിനിയൻ മലയാട് (2000)

നോക്കൂ ഇക്കഴിഞ്ഞ നൂറ്റാണ്ടിൽ മാത്രം എത്രയെത്ര രക്തസാക്ഷി കൾ! കാലം കഴിയുന്തോറും ആവാസനഷ്ടവും വംശനാശവും കൂടി വരുന്നു എന്നർത്ഥം.

## ജീവിക്കുന്ന ഫോസിൽ എന്നുവെച്ചാൽ എന്താണർത്ഥം?

പണ്ടേ നശിച്ചുപോയി എന്നു തീരുമാനിച്ചശേഷം വളരെക്കാലം കഴിഞ്ഞ് ഒരു ജീവി ഇപ്പോഴും ജീവിച്ചിരിപ്പുണ്ടെന്ന് ഒരുദിവസം കണ്ടെത്തുക - 6.5 കോടിവർഷം മുമ്പ് ഡൈനോസോറിനൊപ്പം ഇല്ലാതായെന്നു കരുതിയ അങ്ങനെയൊരു മത്സ്യം ഏതാണ്ട് എൺപതു വർഷം മുമ്പ് (കൃത്യമായി പറഞ്ഞാൽ 1938 ഡിസംബർ 22-ാം തീയതി) തെക്കേ ആഫ്രിക്കക്കടുത്തുവച്ച് ഒരു ട്രോളർ നെറ്റിൽ കുടുങ്ങി. പ്രായം ചെന്ന മുക്കുവർപോലും അതുവരെ കണ്ടിട്ടില്ലാത്ത ഒരു മീൻ! കാഴ്ചയിൽത്തന്നെ അത് ഒരു സാധാരണ മത്സ്യമല്ലെന്ന് മീൻപിടുത്തക്കാർക്ക് തോന്നി. ഒന്നേമുക്കാൽ മീറ്ററോളം നീളമുണ്ടായിരുന്നു ആ അസാധാരണ മത്സ്യത്തിന്. പിടിക്കുമ്പോൾ ജീവനുണ്ടായിരുന്നെങ്കിലും അധികം താമസിയാതെ അത് ചത്തുപോയി. കടലിൽ എറിയുന്നതിനുപകരം കപ്പിത്താനായിരുന്ന ഹെൻറിക്ക് ശൂസൺ അതിനെ മ്യൂസിയത്തിലെത്തിച്ചു. ശാസ്ത്രർക്ക് വിശ്വിക്കാൻ കഴിഞ്ഞില്ല. പണ്ടെന്നോ അപ്രത്യക്ഷമായ സീലക്കാന്ത് (Coelacanth) എന്ന ശ്വാസകോശമത്സ്യം അതാ അതിന്റെ എല്ലാ തനിമയോടുംകൂടി മുമ്പിൽ കിടക്കുന്നു! ചെകിളയുള്ള ജലവായു ശ്വസിക്കുന്ന മത്സ്യങ്ങളിൽ നിന്ന് അന്തരീക്ഷവായു ശ്വസിക്കുന്ന ശ്വാസകോശജീവികളിലേക്കുള്ള പരിണാമത്തിന് ജീവിക്കുന്ന തെളിവായി കരുതപ്പെടുന്ന അപൂർവജന്തുവായിരുന്നു അത്. ജുറാസിക്കല്പത്തിലെ ആ ജീവിതകാലത്തിനുശേഷം കോടാനുകോടി വർഷം കഴിഞ്ഞിട്ടും അത് കാര്യമായ ഒരു മാറ്റവുമില്ലാതെ പഴയ തനിമയോടെ നിലനിൽക്കുകയായിരുന്നു എന്ന് ശാസ്ത്രജ്ഞന്മാർക്ക് മനസ്സിലായി. തുടർന്ന് 200ൽ ഏറെ സീലക്കാന്തുകളെ ആഴക്കടലിന്റെ പല ഭാഗങ്ങളിൽ നിന്നായി (ഇതിലേറെയും കൊറമാറൊസ് ദ്വീപുകളിൽ നിനനായിരുന്നു) ജീവനോടെ പിടിക്കാൻ കഴിഞ്ഞു. മാറ്റമില്ലാതെ യുഗങ്ങളോളം നിലനിൽക്കുന്ന ഇത്തരം ജീവികളെ ജീവനുള്ള ഫോസിലുകൾ എന്നുപറയുന്നു.

പശ്ചിമഘട്ടത്തിലെ പാതാളത്തവള (മാവേലിത്തവള - Nasikabatrachus sahyadrensis)യാണ് മറ്റൊരുദാഹരണം. എട്ടുകോടി വർഷം മുമ്പ് ഉണ്ടായിരുന്ന രൂപം അത് ഇന്നും അതേപോലെ നിലനിർത്തുന്നു. സംസ്ഥാന ഉഭയജീവിയാക്കാൻ ആലോചനയുണ്ട്. കടുത്ത വംശനാശ ഭീഷണി നേരിടുന്നു. IVCN ചുവപ്പു പട്ടികയിൽ ഉൾപ്പെടുത്തി.

## കടുവകൾ അതിജീവിക്കുന്നതെങ്ങനെ?

നമ്മുടെ ദേശീയമൃഗമായ കടുവ ഇനി എത്രയെണ്ണം ബാക്കിയുണ്ട്?

ഭക്ഷ്യശൃംഖലയുടെ ഉച്ചിയിൽ നിൽക്കുന്ന ഈ ജന്തുക്കളുടെ ഭാവിയെന്ത്? അങ്ങ് പടിഞ്ഞാറ് തുർക്കിമുതൽ ഇന്തോനേഷ്യയിലെ ബാലവരേയും വടക്ക് സൈബീരിയ വരേയും പടർന്നുപന്തലിച്ചുനിന്ന കടുവാസാമ്രാജ്യം. ഒരു നൂറ്റാണ്ടുമുമ്പുവരെ അംഗസംഖ്യ ഒരുലക്ഷത്തിലേറെയായിരുന്നു. എന്നാൽ ഇന്നത്തെ സ്ഥിതിയോ? പാൻതറ ടൈഗ്രീസ് എന്നഈ സ്പീഷീസിന് ആകെയുള്ള 9 ഉപസ്പീഷീസുകളിൽ മൂന്നെണ്ണവും ഇപ്പോൾ വന്യതയിൽ തീരേ ഇല്ലാതായിക്കഴിഞ്ഞിരിക്കുന്നു. ജാവൻ, പേർഷ്യൻ (കാസ്പിയൻ), ബാലി. തെക്കൻ ചൈനീസ് ഉപജാതിയിൽ കഷ്ടിച്ച് 20-30 എണ്ണംമാത്രം ഇപ്പോൾ അവശേഷിക്കുന്നു. കൂട്ടത്തിൽ ഏറ്റവും വലിപ്പമേറിയ അമൂർ (സൈബീരിയൻ), 562 ഇൻഡൊചൈനീസ് 342, മലയൻ 250-340), സുമാത്രൻ 441 -679, ബംഗാൾ (ഇന്ത്യൻ) എന്നിങ്ങനെയാണ് ബാക്കിയുള്ളവയുടെ കണക്ക്.

ഇന്ത്യയിൽ കടുവകളുടെ സംരക്ഷണം ആരംഭിക്കുന്നത് 1972ൽ ആണ്. ആദ്യത്തെ കണക്കെടുപ്പ് അന്നു നടന്നു. എണ്ണം 1800 ആണെന്നു 1973ൽ പ്രോജക്ട് ടൈഗർ ആരംഭിച്ചു. ആദ്യത്തെ കടുവ റിസർവുകൾ ഇത്തർപ്രദേശിലെ കോർബറ്റ് ദേശീയോദ്യാനത്തിൽ തുടങ്ങി തുടർന്ന് പെരിയാർ പറമ്പികുളം എന്നിങ്ങനെ ഇപ്പോഴതിന്റെ എണ്ണം അമ്പത്തിരണ്ടായിരിക്കുന്നു. 2014ലെ കണക്കനുസരിച്ച് ഇന്ത്യയിൽ 2226 കടുവകളാണുള്ളത്. എണ്ണം കൊണ്ടും മുന്നിൽ കർണാടകം - 408. പുലികളും സിംഹങ്ങളുമുള്ള ആഫ്രിക്കൻ വന്യതയിൽ കടുവകൾ വളരാറില്ലെന്നോർക്കുക. 2018-19ലെ ഏറ്റവും പുതിയ കണക്കിൽ 53 കടുവ സങ്കേതങ്ങളിലായി 2967 എണ്ണം അധിവസിക്കുന്നു. പ്രതിവർഷം ശരാശരി ആറുശതമാനം എന്ന കണക്കിൽ എണ്ണം കൂടുന്നു. എല്ലാവർഷവും ജൂൺ 29 ദേശീയ കടുവദിനമായി കൊണ്ടാടുന്നു.

## റഡ്ഡാറ്റാബുക്ക് എന്നാലെന്ത്?

പാടേ നശിച്ചുപോകാൻ ഇടയുള്ളതും വംശനാശഭീഷണി നേരിട്ടുകൊണ്ടിരിക്കുന്നതുമായ സസ്യങ്ങളെയും ജന്തുക്കളെയും വർഗീകരണം നടത്തി പഠിച്ച് അവയെ സംരക്ഷിച്ച് നിലനിർത്തുന്നതിനായി തെരഞ്ഞെടുത്തവയുടെ പട്ടിക അടങ്ങിയ വിവരപുസ്തകമാണ് റഡ്ഡാറ്റാബുക്ക്. ചുവപ്പ് അപകടമുന്നറിയിപ്പാണെന്ന് അറിയാമല്ലോ. പരിരക്ഷണത്തിനുള്ള ലോകസമിതിയായ IUCN (International Union for Conservation of Nature andNatural Resources) 1960കളിൽ ഇതിനു തുടക്കംകുറിച്ചു. വിവരങ്ങൾ ശേഖരിച്ച് ഓരോ വർഷവും പുതുക്കുന്നു.

ആഗോളതലത്തിൽ ഓരോ രാജ്യവും അപകടഭീഷണി നേരിടുന്ന സസ്യങ്ങളുടെയും ജന്തുക്കളുടെയും പട്ടിക (Data Book) വേറെവേറെ പ്രസിദ്ധപ്പെടുത്താറുണ്ട്. ഇത് ക്രോഡീകരിച്ചാണ് ഡാറ്റാബുക്ക് ആദ്യമായി ഉണ്ടാക്കിയത്. ഇന്ത്യയിൽ ബൊട്ടാണിക്കൽ സർവേ ഓഫ് ഇന്ത്യ സസ്യങ്ങളുടെയും സുവോളജിക്കൽ സർവേ ഓഫ് ഇന്ത്യ ജന്തുക്കളുടെയും ഡാറ്റാബുക്കുകൾ ഉണ്ടാക്കി ഓരോ വർഷവും നവീകരിക്കുന്നു. ഡാറ്റാബുക്കിൽ ജീവികളെ അവ നേരിടുന്ന ഭീഷണിയുടെ കാഠിന്യം അനുസരിച്ച് പൂർണ്ണമായും നാശമടഞ്ഞവ (extinct) വന്യതയിൽ നിന്ന് അപ്രത്യക്ഷമായവ (extinct in the wild) ഗുരുതരമായ വംശനാശഭീഷണി നേരിടുന്നവ (critically endangered), സമീപഭാവിയിൽ നശിച്ചുപോകാൻ ഇടയുള്ളവിധം ഭീഷണി നേരിടുന്നവ (endangered), ആ പട്ടികയിൽ താമസിയാതെ ഇടം പിടിക്കാനിടയുള്ളവ (vilnerable), താരതമ്യേന കുറഞ്ഞ അളവിൽ ഭീഷണി നേരിടുന്നവ (lower risk), ഭീഷണിയെ സംബന്ധിച്ച് വേണ്ടത്ര തെളിവുലഭിക്കാത്തവ (data defficient) പഠനം നടക്കാത്തതുകൊണ്ട് മുകളിൽ പറഞ്ഞ പട്ടികകളിൽ പെടുത്താൻ കഴിയാത്തവ (not enlisted) എന്നിങ്ങനെ ഏഴുവിഭാഗങ്ങളായി പട്ടികപ്പെടുത്തിയിരിക്കുന്നു. (IUCN - 1994). നമ്മുടെ ചീറ്റപ്പുലി വന്യതയിൽനിന്ന് അപ്രത്യക്ഷമായിക്കഴിഞ്ഞ ജന്തുക്കളുടെ കൂട്ടത്തിൽപ്പെടും. 2022ൽ ആഫ്രിക്കയിൽനിന്ന് ഏതാനും ചീറ്റകളെ കൊണ്ടുവന്ന് മധ്യപ്രദേശിൽ വളരാൻ വിട്ടു.

കടുത്ത വംശനാശഭീഷണികൾക്കിടയിലും എന്തെല്ലാം വിചിത്ര ജൈവരൂപങ്ങളെയാണ് ഗവേഷകർ പുതുതായി കണ്ടെടുത്തതെന്നോ! ഫ്രഞ്ച് ഗ്വാജിലോപ് ദ്വീപസമൂഹത്തിലെ ചതുപ്പിൽ കണ്ടെത്തിയ തിയൊമാൻ ഗറിറ്റ മാഗ്നിഫിഷ്യ എന്നയിനം ബാക്ടീരിയ ലോകത്തിൽ ഇതുവരെ കണ്ടെത്തിയതിൽവെച്ച് ഏറ്റവും വലുതാണ്. ഒരു സെന്റിമീറ്റർ നീളംവരുന്ന ഇതിനെ സൂക്ഷ്മജീവി എന്നു വിളിക്കുമ്പൾ സൂക്ഷിക്കണം. കാരണം, ഇതിനെ നഗ്നനേത്രങ്ങൾ കൊണ്ടു കാണാം. പക്ഷേ, ഏകകോശ ജീവിയാണെന്നുറപ്പ്. ബാക്ടീരിയകൾക്ക് ഇത്രയും വലിപ്പം സാധ്യമല്ലെന്ന ധാരണയും ഇതോടെ പൊളിഞ്ഞു!

# വളർച്ച സുസ്ഥിരമാകാൻ

## വികസനം പരിസ്ഥിതിവിരുദ്ധമാകുന്നതെപ്പോൾ?

മനുഷ്യസമൂഹത്തിന് മുന്നോട്ടുമാത്രമേ നീങ്ങാൻ കഴിയുകയുള്ളൂ. പുരോഗമനമാണ് എന്നുമെന്നും മനുഷ്യന്റെ ലക്ഷ്യം. വികസനത്തിനു പിന്നിൽ ദൂരക്കാഴ്ച ഉണ്ടാകണം. അത് താത്കാലിക ലക്ഷ്യം മാത്രമാകരുത്. ഒരു വികസനപദ്ധതി ആവിഷ്കരിക്കുന്നതിനുമുമ്പ് നേട്ടകോട്ടങ്ങൾ ഗൗരവത്തോടെ പരിശോധിക്കണം. അത് സ്ഥായിയായ ഗുണം പ്രദാനം ചെയ്യുമോ എന്നു നോക്കണം. വികസനമെന്നത് ഇന്നേക്കുമാത്രമുള്ളതല്ല. വരുംകാലലോകങ്ങളിലും അത് നിലനിൽക്കണം. ഇങ്ങനെയുള്ള വികസനമാണ് സുസ്ഥിരവികസനം അഥവാ sustainable development. പ്രകൃതിവിഭവങ്ങൾ എല്ലാവർക്കുമുള്ളതാണ്. ഭൂമിയിലെ ജീവജാലങ്ങൾക്കെല്ലാം പങ്കുവെക്കാനുള്ളതാണ്. ആവശ്യമനസരിച്ച് അത് എല്ലാ ജീവികൾക്കും കിട്ടണം. അങ്ങനെയുള്ള ഒരു സാഹചര്യം നിലവിൽ വരണം. അതല്ലാതെ നമ്മുടെ മുമ്പിലുള്ളതെല്ലാം തോന്നിയതുപോലെ ഉപയോഗിച്ചുതീർക്കാൻ പറ്റില്ല. എല്ലാവരും ഭൂമിയുടെ അവകാശികൾ. ഭൂമിയിലെ വലുതും ചെറുതുമായ എല്ലാ ജീവികൾക്കും ഇവിടെ തുല്യപങ്കാളിത്തമാണുള്ളത്. ജനപക്ഷത്തുനിൽക്കുന്ന വികസനം ധൂർത്തും പാഴാക്കലും വിഭവക്കൊള്ളയും പാടേ വർജ്ജിക്കുന്നു. ദൂരക്കാഴ്ചയും ശ്രദ്ധയും കരുതലും പുനരാലോചനയും പുനരുപയോഗവും അതിന്റെ മുഖമുദ്രകളാകുന്നു.

## ഭക്ഷ്യശൃംഖലയിൽ വിഷംകലർന്നാൽ എന്തു സംഭവിക്കും?

കഴിഞ്ഞ നൂറ്റാണ്ടിന്റെ ഏതാണ്ട് പകുതിയിൽ വടക്കെ അമേരിക്കൻ നഗരങ്ങളിലും ഗ്രാമങ്ങളിലും ഉണ്ടായ ഒരു സംഭവമാണ് കേൾപ്പിക്കാൻ പോകുന്നത്. വസന്തം വന്നിട്ടും പതിവുപോലെ പക്ഷികൾ പലതിനേയും കാണാതായി. വസന്തകാലത്തെ പാടിയുണർത്തുന്ന റോബിൻപക്ഷികളെ തീരെ കാണാതായി. ശിശിരാന്ത്യത്തിൽ

കണ്ണിൽപ്പെടുന്ന ആദ്യത്തെ റോബിൻ അവരെ സംബന്ധിച്ചിടത്തോളം വസന്താഗമനത്തിന്റെ നാന്ദിയാണ്.

അടുത്ത വർഷത്തിലും ഇത് ആവർത്തിച്ചു. നേരത്തെ പലസ്ഥലത്തും റോബിൻ പക്ഷികൾ ചത്തുവീഴുന്നുണ്ടായിരുന്നു. ആരും അത് ആദ്യം ശ്രദ്ധിച്ചില്ല. എന്തുപറ്റി ഈ കുഞ്ഞിക്കിളികൾക്ക്? അന്വേഷണം ആരംഭിച്ചു.

റോബിൻ മണ്ണിരകളെ തിന്ന് ജീവിക്കുന്ന ഒരു പക്ഷിയാണ്. മണ്ണിരകളിൽനിന്ന് അവ വിഷം ഉൾക്കൊണ്ടതായി തെളിഞ്ഞു. എവിടെനിന്നു വന്നു ഈ വിഷം. അത് മരങ്ങളിൽ തളിച്ച കീടനാശിനിയായിരുന്നു. ഡി.ഡി.ടി. മനുഷ്യൻ ആദ്യമായി പ്രയോഗിച്ച രാസകീടനാശിനി. രണ്ടാം ലോകയുദ്ധകാലത്തായിരുന്നു ഉപയോഗം. ആദ്യം പട്ടാളക്യാമ്പുകളിൽ മരണം വിതച്ച ടൈഫസ് വാഹകരായ പേനുകളെ നശിപ്പിക്കാൻ പിന്നീട് മലേറിയ പരത്തുന്ന കൊതുകുകളെ ഇല്ലാതാക്കാൻ.

**DDTയുടെ ജൈവസാന്ദ്രീകരണം വെള്ളത്തിലൂടെ**

പ്ലവജീവികൾ - 0.04 പി.പി.എം.

പ്ലവകഭക്ഷകരായ ചെറുമീനുകൾ - 0.23 - 0.94 പിപിഎം

ചെറുമീൻ തിന്നുന്ന വലിയ മീനുകൾ - 1.04 - 2.07 പിപിഎം

കൊക്കുകൾ - 3.57 പിപിഎം

താറാവുകൾ - 22.8 പിപിഎം

എം (elm) വൃക്ഷങ്ങൾ ആനാട്ടിൽ സുലഭമാണ്. പറമ്പുകളിലും ക്യാമ്പസുകളിലും റോഡുവക്കിലുമെല്ലാം ഇഷ്ടംപോലെ വളർന്ന് നില്പുണ്ടാവും. അങ്ങനെയിരിക്കെ ഈ മരങ്ങളെയെല്ലാം മാരകമായ ഒരു ഫംഗസുകൾ ബാധിച്ച് രോഗത്താൽ നശിക്കാൻ തുടങ്ങി. വിദേശത്തുനിന്ന് ഇറക്കുമതി ചെയ്ത എം മരപ്പാളികൾ വഴി നാട്ടിൽ പരക്കുകയായിരുന്നു ആ രോഗം. ഡിഡിടി കീടനാശിനിയാണെന്നു തെളിഞ്ഞതോടെ ഹെലികോപ്ടറിൽ നാടുനീളെ വിഷമടിക്കാൻ തുടങ്ങി. പൊഴിഞ്ഞുവീണ എം ഇലകളിലൂടെ അത് മണ്ണിലെത്തി. അവിടെയത് മണ്ണിരകൾ ജീർണിച്ച അവശിഷ്ടങ്ങൾക്കൊപ്പം ആഗിരണം ചെയ്തു. റോബിനും മറ്റും പക്ഷികളും അവയുടെ ഇഷ്ടഭോജ്യമായ മണ്ണിരക്കൊപ്പം വിഷവും ശരീരത്തിൽ സംഭരിക്കുകയും ചത്തുവീഴുകയും ചെയ്തു.

ഭക്ഷ്യശൃംഖലയിലൂടെ രാസവിഷങ്ങൾ ആവാസവ്യവസ്ഥകളിലെല്ലാം പടരുമെന്നതിന് ആദ്യം കിട്ടിയ ശാസ്ത്രീയമായ തെളിവാണിത്. പരിസ്ഥിതിയിൽ എത്തുന്ന ഏതുനിമിഷവും ഈ രീതിയിൽ ആഹാരബന്ധങ്ങൾ വഴി ജീവമണ്ഡലമാകെ പകരും. പരിസ്ഥിതി സന്തുലനത്തിന്റെ

അന്തകനാകും.

കുഞ്ഞേ മുലപ്പാൽ കുടിക്കരുത് എന്നും കണ്ണീരുപോലും മലിനമായ് എന്നും നമ്മുടെ ഒരു കവി പാടിയിട്ടുണ്ടല്ലോ. മുലപ്പാൽപോലും വിഷമായി മാറുന്നത് ആഹാരശൃംഖലകൾ വഴിയാണ്. പുല്ല്, പാടങ്ങളിൽ തളിച്ച മാരകമായ കീടനാശിനി, പശുവിന്റെ ശരീരത്തിൽ, അവിടെ നിന്ന് പശുവിൻപാലിൽ അമ്മയുടെ ശരീരത്തിൽ, മുലപ്പാലിൽ അങ്ങനെ വിഷസംക്രമണത്തിന്റെ ചക്രം പൂർത്തിയാകുന്നു.

കാസർഗോഡു ജില്ലയിലെ എൻമകജെയിലും മറ്റനേകം ഗ്രാമങ്ങളിലും തളിച്ച എൻഡോസൾഫാൻ എന്ന കീടനാശിനി ഒരു നാടുമുഴുവൻ പടർന്നതും മരണം വിതച്ചതും മാറാരോഗങ്ങൾ സൃഷ്ടിച്ചതും ഇതേരീതിയിൽ ഭക്ഷ്യശൃംഖലകൾ വഴിയായിരുന്നു എന്നു കാണാൻ കഴിയും. പ്ലാന്റേഷൻ കോർപറേഷൻ വക കശുമാവിൻതോട്ടങ്ങളിൽ ഹെലികോപ്ടർ വഴി കീടനാശിനി തളിക്കുകയായിരുന്നല്ലോ. ഉയരത്തിൽ നിന്നുള്ള ഈ വിഷം തളി ഒരു നാടിന്റെ പ്രകൃതിസമ്പത്തുകളെയെല്ലാം വിഷമയമാക്കി. മണ്ണും ജലവും വായുവുമെല്ലാം മലിനമായി. പൂവിനും പുല്ലിനും പുഴുവിനും തവളയ്ക്കും കന്നുകാലികൾക്കും മത്സ്യങ്ങൾക്കുമെല്ലാം അതിന്റെ വിഹിതം ഭക്ഷ്യശൃംഖലയിലൂടെ കിട്ടി. മനുഷ്യർ ഭക്ഷണമാക്കി ഉപയോഗിച്ചതെല്ലാം ഈ രീതിയിൽ അവന്റെ ശരീരത്തിൽക്കടന്ന് കെട്ടിക്കിടന്ന് രോഗമുണ്ടാക്കി.

## ജൈവസാന്ദ്രീകരണം എങ്ങനെ?

ഡിഡിടിയുടെ കാര്യം പറഞ്ഞില്ലേ, ഭക്ഷ്യശൃംഖലയുടെ ഓരോ പോഷകതലം കഴിയുന്തോറും ജീവികളുടെ കോശങ്ങളിൽ വിഷത്തിന്റെ സാന്ദ്രീകരണം കൂടിവരും. പുല്ലിൽ ഉള്ളതിനേക്കാൾ കൂടുതൽ പുഴുവിന്, പശുവിന്, മത്സ്യങ്ങൾക്ക്, മനുഷ്യരിൽ എത്തുമ്പോൾ സാന്ദ്രീകരണം അതിന്റെ പരമാവധിയിൽ എത്തും. ഇവിടെ ഭക്ഷ്യശൃംഖലയുടെ ഉച്ചകോടിയിൽ നിൽക്കുന്ന ജീവി മനുഷ്യനാണല്ലോ. അതുകൊണ്ട് വിഷസാന്ദ്രീകരണം ഏറ്റവും കൂടുതൽ മനുഷ്യനിൽ. അതുകൊണ്ടുതന്നെ കീടനാശിനികൾ ജൈവസാന്ദ്രീകരണം വഴി മനുഷ്യാരോഗ്യത്തിന് ഏറ്റവും വലിയ ഭീഷണിയായിത്തീരുന്നു.

## അമിതപോഷണം ജലാശയങ്ങളെ കൊല്ലുന്നതെങ്ങനെ?

ചില ജലാശയങ്ങൾ കണ്ടിട്ടില്ലേ? പായലും കുളവാഴയും വളർന്നു പന്തലിച്ച് അവസാനം പൂർണമായും ജീവശൂന്യമായ അവസ്ഥയിൽ ചെന്നെത്തുന്ന കുളങ്ങളും പാടങ്ങളും മറ്റു ജലസ്രോതസ്സുകളും എവിടെ

നോക്കിയാലും കാണാം ഇപ്പൾ നമ്മുടെ നാട്ടിൽ.ഇത് എന്തുകൊണ്ട് സംഭവിക്കുന്നു എന്നാണ് ചോദ്യം.

അലക്കുപൊടികൾ (ഡിറ്റർജന്റ്സ്) വ്യാപകമായി ഉപയോഗത്തിൽ വന്നതോടെയാണ് ജലസ്രോതസുകൾ ആയുസ്സെത്താതെ മരിക്കാൻ തുടങ്ങിയത്. അലക്കുപൊടികളിലെല്ലാം ഫോസ്ഫറസ് എന്ന മൂലകത്തിന്റെ രൂപങ്ങൾ ധാരാളമായി അടങ്ങിയിട്ടുണ്ട്. ഫോസ്ഫറസ് വെള്ളത്തിലെത്തിയാൽ അത് ജലസസ്യങ്ങളുടെ വളർച്ചയെ കണക്കില്ലാതെ വർദ്ധിപ്പിക്കും. ഉപരിതലത്തിൽ സസ്യാവരണം നിറയുന്നതോടെ അടിഭാഗങ്ങളിൽ ഓക്സിജൻ കിട്ടാതാകും. ജലപ്പരപ്പിലെ സസ്യങ്ങൾ ചീഞ്ഞ് അതും ആപൽക്കരമായിത്തീരും. പ്രകാശം അകത്തുകടക്കുന്നത് പൂർണമായും തടസ്സപ്പെടും. പ്രാണവായുവില്ലാതെ മീനുകളും തവളകളും മറ്റു ജലജീവികളും നശിക്കാൻ തുടങ്ങും. അധികം താമസിയാതെ ഉൾഭാഗം പൂർണമായും ജീവിമുക്തമാകും. ജലാശയം മരിക്കും. യൂട്രോഫിക്കേഷൻ (Eutrophication- അമിതപോഷണം) എന്നപേരിൽ ഈ പ്രതിഭാസം അറിയപ്പെടുന്നു. ഡിറ്റർജന്റുകളുടേയും മറ്റു അമിതമായ ഉപയോഗം ജല ആവാസവ്യവസ്ഥകൾക്ക് ഭീഷണിയായിത്തീരുന്നത് ഈ രീതിയിലാണ്.

## ആൽഗൽബ്ലൂം എങ്ങനെയുണ്ടാകുന്നു?

പരിസ്ഥിതിയിൽ ഉണ്ടാകുന്ന ദോഷകരമായ മാറ്റത്തിന്റെ മറ്റൊരു സൂചനയാണിത്. കാരണം മേൽപ്പറഞ്ഞ രീതിയിൽ മനുഷ്യൻ ഉണ്ടാകുന്നതല്ലെന്നു മാത്രം. കടലിലോ വിശാലമായ മറ്റു ജലപ്പരപ്പുകളിലോ ഒരു പ്രത്യേകഭാഗത്ത് ആൽഗകൾ പെട്ടെന്ന് വൻതോതിൽ വളരുന്ന പ്രതിഭാസമാണിത്. അധികവും നീലഹരിത ആൽഗകളാണ് ആൽഗൽബ്ലൂം ഉണ്ടാകുന്നത്. ബ്രൗൺ ആൽഗകൾ കണ്ടമാനം വളർന്ന് കടൽ ചുവക്കുന്നതു കാണാം. ഇത്തരം 'പൂക്കാല'ങ്ങളെ ആപൽസൂചനയായി വേണം കണക്കാക്കാൻ. ജലോപരിതലത്തിൽ ഉണ്ടാകുന്ന വർണവ്യത്യാസത്തിൽനിന്ന് ഈ അപകടം തിരിച്ചറിയാം. മൈക്രോസിസ്റ്റിസ് തുടങ്ങിയ ചെറുജീവികളും ആൽഗൽബ്ലൂം ഉണ്ടാക്കാറുണ്ട്. ഇവയിൽനിന്ന് ഉണ്ടാകുന്ന വിഷം കടൽജീവികളെയും അവയിൽനിന്ന് മത്സ്യങ്ങളെയും ബാധിച്ച് അപകടമുണ്ടാകാറുണ്ട്. ഡിറ്റർജന്റുകളും രാസവളങ്ങളും ആൽഗൽബ്ലൂം ഉണ്ടാക്കുന്നതായി പഠനങ്ങൾ തെളിയിച്ചിട്ടുണ്ട്.

## ഇടിമിന്നലിനുപോലും പരിസ്ഥിതിസന്തുലനത്തിൽ പ്രാധാന്യ മുണ്ടെന്ന് പറയുന്നത് ശരിയോ?

മഴക്കാലത്തിനു മുന്നോടിയായി ശക്തിയായ മിന്നലുണ്ടാകും. ഇടി വെട്ടും. മിന്നലേറ്റ് ആളുകൾ മരിച്ചവാർത്തകൾ പത്രങ്ങളിൽ സ്ഥലം പിടിക്കും. എന്തിനാണപ്പാ ഈ ഇടിയും മിന്നലും? മഴ എത്രവേണമെ ങ്കിലും പെയ്തോട്ടെ. മിന്നൽ ഒഴിവാക്കിക്കിട്ടാൻ ഈ ശാസ്ത്രത്തിന് എന്തെങ്കിലും ചെയ്തുകൂടെ എന്ന് ചോദിക്കാറുണ്ട് ചിലരെങ്കിലും.

ഇടിയോ മിന്നലോ ഇല്ലാത്ത സംതൃപ്തമായ ഒരു മഴക്കാലം സ്വപ്നം കാണുന്ന എത്രയോ പേർ നമ്മുടെ നാട്ടിലുണ്ട്. പരിസ്ഥിതി യിൽ ഇടിമിന്നലിന് അതിന്റേതായ പ്രാധാന്യമുണ്ടെന്ന് തിരിച്ചറിയാതെ യാണ് അങ്ങനെ പറയുന്നത്.

കാർബൺ, നൈട്രജൻ, ജലം തുടങ്ങിയവയുടെ ചാക്രികസഞ്ചാര ഗതിയെക്കുറിച്ച് നേരത്തെ സൂചിപ്പിച്ചില്ലേ? നൈട്രജൻ പരിവൃതിയിൽ ഇടിമിന്നൽ മുഖ്യപങ്കുവഹിക്കുന്നു. അന്തരീക്ഷനൈട്രജൻ മണ്ണിലെ ത്താൻ മിന്നലുകൾ വേണം. നൈട്രജൻ ഉയർന്ന വൈദ്യുതിയുടെ പ്രേര ണയിൽ ഓക്സിജനുമായി സംയോജിച്ച് നൈട്രജൻ ഓക്സൈഡുക ളായി മാറും. ഇത് വെള്ളത്തിൽ കലർന്ന് ചെടികൾക്ക് വലിച്ചെടുക്കാ വുന്ന നൈട്രേറ്റ് ഉണ്ടാകും.

## ജൈവവൈവിധ്യത്തിന്റെ കലവറയാണ് കേരളം എന്നു പറ യാൻ കാരണമെന്ത്?

താഴെ ചേർത്ത പട്ടികയിലൂടെ ഒന്നു കണ്ണോടിക്കൂ, ചോദ്യത്തിനുള്ള ഉത്തരം കിട്ടും.

| സ്പീഷീസിന്റെ എണ്ണം | ഇന്ത്യ | കേരളം | വംശനാശഭീഷണി നേരിടുന്നവ ആകെ |
|---|---|---|---|
| മത്സ്യങ്ങൾ | 3022 | 905 | 72 |
| ഉഭയജീവികൾ | 342 | 151 | 50 |
| ഉരഗങ്ങൾ | 526 | 173 | 23 |
| പക്ഷികൾ | 1233 | 500 | 24 |
| സസ്തനികൾ | 423 | 118 | 28 |

**പുതിയ സ്പീഷീസുകളെ കണ്ടുപിടിക്കുന്നതിനെക്കുറിച്ച് വരുന്ന വാർത്തകളിൽ സത്യമുണ്ടോ?**

ദിനംപ്രതിയെന്നോണം പുതിയ സ്പീഷീസുകളെ കണ്ടെത്തുന്നതിനെക്കുറിച്ച് വാർത്തകൾ വന്നുകൊണ്ടിരിക്കുന്നു. IUCN അംഗീകാരം നൽകുന്നവയ്ക്കെല്ലാം ജീവികളുടെ പട്ടികയിൽ ഇടംകിട്ടുന്നു. ഇങ്ങനെ എത്രയോ പുതിയ കണ്ടുപിടുത്തങ്ങൾ നമുക്കുചുറ്റും നടക്കുന്നു. വയനാട് വന്യമൃഗസങ്കേതത്തിൽ ഇയ്യിടെ കണ്ടെത്തിയ ഉല്ലമാൻ അങ്ങനെയൊരു ജീവിയാണ്. നാലുകൊമ്പുള്ള ഈ ആന്റിലോപ്പ് (tetracerus quadri cornis) കൊമ്പുകളുടെ എണ്ണംകൊണ്ടുതന്നെ ഏറെ സവിശേഷതകളുള്ള ഒരു ജീവിയാണ്, വ്യത്യസ്ത സ്പീഷിസ് ആണ്.

പല അപൂർവ്വതരം തവളകളുടെയും ഇഷ്ടഭൂമിയാണ് നമ്മുടെ പശ്ചിമഘട്ടമലനിരകൾ. എന്നാൽ നർത്തകതവളകളെക്കുറിച്ച് ഇതുവരെ ആരെങ്കിലും കേട്ടിട്ടുണ്ടോ എന്നറിഞ്ഞുകൂടാ. പൂർണവളർച്ചയെത്തിയ തവളയേക്കാൾ പ്രകൃതിനിരീക്ഷകരെ ആകർഷിച്ചത് ഇതിന്റെ വാൽമാക്രികളാണ്. മണൽത്തിട്ടകൾ തുളച്ച് അതിനകത്ത് ജീവിച്ച് ജീവിതചക്രം പൂർത്തിയാക്കും ഈ ജീവികൾ. മറ്റൊരു പ്രത്യേകതകൂടി ഈ വാൽമാക്രികൾക്കുണ്ട്. ഭക്ഷണം ദഹിക്കുന്നത് സുഗമമാക്കാൻ പക്ഷികൾ കല്ലുവിഴുങ്ങാറുള്ളതുപോലെ ഇവ മണൽ വിഴുങ്ങും. മണ്ണിനടിയിൽ ജീവിക്കുന്നതുകൊണ്ടാകണം ഇവയെ ഇതുവരെ കണ്ടെത്താതിരുന്നത്. ഈ രീതിയിൽ എല്ലാത്തരത്തിലും അതീവരസകരമാണ്. ഇയ്യിടെ മാത്രം കണ്ടെത്താൻ കഴിഞ്ഞ 'ഇന്ത്യൻ ഡാൻസിങ് ഫ്രോഗി'ന്റെ ജീവിതകഥ.

ശ്രദ്ധേയമായ മറ്റുചില സ്പീഷീസ് തിരിച്ചറിയലുകൾ:

തെക്കൻ കേരളത്തിൽനിന്ന് വെള്ളയും നീലയും നിറങ്ങളോടുകൂടിയ ഈച്ചപിടിയൻ പക്ഷി (blue and white flycatcher). കേരളത്തിലെ 522-ാമത്തെ പക്ഷി എന്ന ബഹുമതി ഇതിനു നൽകിയിരിക്കുന്നു.

കണ്ണൂർജില്ലയിലെ മയ്യിൽ പാവന്നൂർമെട്ടയിൽ കണ്ടെത്തിയ ബുബ്റോൺസ് കോറൽ സ്നെയ്ക്ക് എന്നയിനം പവിഴപ്പാമ്പ് പശ്ചിമഘട്ടനിരയിൽ മാത്രം കണ്ടുവരുന്ന ഒരു സ്ഥിത (endemic) സ്പീഷീസ് ആണ് ഇതെന്നും വിലയിരുത്തപ്പെടുന്നു. കാലിയോഫിസ്ബിസ്റോണി എന്നു ശാസ്ത്രനാമം. ആവാസവ്യവസ്ഥയിൽ ഉണ്ടായിക്കൊണ്ടിരിക്കുന്ന മാറ്റം ഈ അപൂർവയിനത്തിന്റെ നിലനില്പിന് ഭീഷണിയാണ്.

ഈയിടെ കണ്ടെത്തിയ SAUNDER'S TERN എന്ന പക്ഷിയോടെ കേര

ളത്തിലെ പക്ഷി സ്പീഷീസുകളുടെ എണ്ണം 547 ആയി എന്ന് വിദഗ്ധർ പറയുന്നു. (മുൻപട്ടികയിലെ 500 എന്ന എണ്ണം ഇതോടെ 547 ആയി എന്നർത്ഥം).

ആംഫിപോഡ് - പേര് സൂചിപ്പിക്കുന്നതുപോലെ പലതരം പാദങ്ങളോടുകൂടിയ ഒരു വിചിത്രജീവിയാണിത്. കൊച്ചിതീരത്തെ വളതക്കാട് കണ്ടൽക്കാടുകൾക്കിടയിൽനിന്ന് കണ്ടെത്തി victoriopisa cusatensis എന്നു പേരുനൽകി.

കാസർഗോഡ് ജില്ലയിൽ വലിയപറമ്പ് പഞ്ചായത്തിലെ ഇടയിലെക്കാട്ടിൽ കണ്ടെത്തിയ സിസിലി എന്ന ഉഭയജീവി (അമ്മിഞ്ഞി കുടിയൻ) ഇത്തരം ഒരു അപൂർവമായ തിരിച്ചറിയലാണ്.

ഈ രീതിയിൽ ചില അപൂർവ്വ സസ്യങ്ങളും തിരിച്ചറിവിനു വിധേയമായിക്കൊണ്ടിരിക്കുകയാണ്. ഇടയിലെക്കാട്ടിലെ ഓരിലത്താമര (നെർവീലിയ പ്രൈനിയാന, നെർവിലിയ ഇൻഫുണ്ടിബ) കർക്കിടക മഴയിൽ ഏതാനും പിങ്ക് പൂക്കളുമായി മുളച്ചുപൊന്തുന്നു. തുടർന്ന് കൊതിതീരെ കണ്ട് ആസ്വദിക്കാൻ കഴിയും മുമ്പ് ഒറ്റയാഴ്ചകൊണ്ട് ജീവിതം അവസാനിപ്പിക്കുന്നു!

## 'ഹോട്സ്പോട്ട്' (hotspot) എന്നാലെന്ത്? ഭൂമിയിലെ ഹോട്സ്പോട്ടുകൾ ഏതെല്ലാം?

ഭൂമിയിൽ ജൈവവൈവിധ്യം ഏറ്റവും കൂടുതലുള്ളതും പരിരക്ഷണം അനിവാര്യമായിരിക്കുന്നതുമായ സ്ഥലങ്ങൾ ഹോട്സ്പോട്ട് എന്ന പേരിൽ അറിയപ്പെടുന്നു. വംശനാശഭീഷണി നേരിടുന്ന ജീവികളെയും അപൂർവ്വജീനുകളെയും സംരക്ഷിക്കുയെന്നതാണ് ഒരു സ്ഥലത്തെ ഹോട്സ്പോട്ട് ആയി പ്രഖ്യാപിക്കുമ്പോൾ ലക്ഷ്യമാക്കുന്നത്. 1998ൽ പരിസ്ഥിതിശാസ്ത്രജ്ഞനായ നോർമൻ മെയ്ൻ സംരക്ഷണം അനിവാര്യമായ പ്രദേശങ്ങൾക്ക് ഈ പേര് നിർദ്ദേശിച്ചു.

ഒരു സ്ഥലത്തെ ഹോട്ട്സ്പോട്ട് ആയി പ്രഖ്യാപിക്കാൻ അവിടെ കുറഞ്ഞത് 1500 സ്പീഷീസ് എങ്കിലും ഉണ്ടാകണം. അക്കൂട്ടത്തിൽ വംശനാശഭീഷണി നേരിടുന്നവ ഉണ്ടാകണം. മറ്റെങ്ങും കാണാത്ത തരം സ്ഥാനികജീവികൾ ഉണ്ടാവണം.

ലോകത്തൊട്ടാകെ ഇപ്പോൾ 35 ഹോട്ട്സ്പോട്ടുകൾ ഉണ്ട്. (നേരത്തെ അത് 25 ആയിരുന്നു). ഭൂമിയുടെ ആകെ വിസ്തീർണത്തിന്റെ 2 ശതമാനം മാത്രമാണ് ഹോട്ട്സ്പോട്ടെങ്കിലും ആകെ ജൈവവൈവിധ്യത്തിന്റെ അറുപതുശതമാനം ഇവിടെയാണ്. (പട്ടിക കാണുക)

## ഇന്ത്യ ഉൾപ്പെടുന്ന ഹോട്‌സ്‌പോട്ടുകൾ

### ഇൻഡോ ബർമ

ആസാം ഒഴികെയുള്ള വടക്കുകിഴക്കൻ ഇന്ത്യ, അൻഡമാൻ ദ്വീപുകൾ, തായ്‌ലാന്റ്, വിയറ്റ്നാം, ലാവോസ്, കംബോഡിയ, തെക്കൻ ചൈന.

| | |
|---|---|
| സസ്തനികൾ | 433/73 |
| പക്ഷികൾ | 266/64 |
| ഉരഗങ്ങൾ | 522/204 |
| ഉഭയജീവികൾ | 286/154 |
| മത്സ്യങ്ങൾ | 1262/553 |
| സസ്യങ്ങൾ | 13500/7000 |

**ആകെ വിസ്തീർണം - 2,373,057 കി.മി**

### കിഴക്കൻ ഹിമാലയം - നേപ്പാൾ

പാക്കിസ്ഥാന്റെ ചില ഭാഗങ്ങൾ, ടിബറ്റ്, നേപ്പാൾ, ഭൂട്ടാൻ, ചൈന, മ്യാൻമർ എന്നീ പ്രദേശങ്ങൾ

| | |
|---|---|
| സസ്തനികൾ | 300/12 |
| പക്ഷികൾ | 977/15 |
| ഉരഗങ്ങൾ | 176/48 |
| ഉഭയജീവികൾ | 105/42 |
| മത്സ്യങ്ങൾ | 269/33 |
| സസ്യങ്ങൾ | 10000/3160 |

**ആകെ വിസ്തീർണം - 740,706 കി.മി**

### പശ്ചിമഘട്ടം - ശ്രീലങ്ക

മുഴുവൻ പശ്ചിമഘട്ടവും ശ്രീലങ്കയും

| | |
|---|---|
| സസ്തനികൾ | 140/18 |
| പക്ഷികൾ | 458/35 |
| ഉരഗങ്ങൾ | 267/174 |
| ഉഭയജീവികൾ | 178/130 |
| മത്സ്യങ്ങൾ | 191/139 |
| സസ്യങ്ങൾ | 5916/3049 |

**ആകെ വിസ്തീർണം - 189,611 കി.മി**

**സുന്ദലാന്റ് നിക്കോബാർ ദ്വീപുകൾ**

നിക്കോബർ ദ്വീപുകൾ, ഇന്തോനേഷ്യ, മലേഷ്യ, സിംഗപ്പൂർ, ബ്രൂണെ, ഫിലിപ്പീൻസ്

| | |
|---|---|
| സസ്തനികൾ | 380/172 |
| പക്ഷികൾ | 768/142 |
| ഉരഗങ്ങൾ | 452/243 |
| ഉഭയജീവികൾ | 244/196 |
| മത്സ്യങ്ങൾ | 950/350 |
| സസ്യങ്ങൾ | 25000/3160 |

**ആകെ വിസ്തീർണം - 1,501,053 കി.മി**

| മറ്റ് ജൈവവൈവിധ്യ ഹോട്ട്സ്പോട്ട് മേഖലകൾ | നമ്പർ |
|---|---|
| **വടക്ക് മധ്യഅമേരിക്ക** | |
| കാലിഫോർണിയ ഫ്ളോറിസ്ടിക് പ്രവിശ്യ | 8 |
| മാദ്രിയൻ പൈൻ-ഓക്ക് വനങ്ങൾ | 26 |
| മീസോ അമേരിക്ക | 2 |
| **കരീബിയൻ മേഖല** | |
| കരീബിയൻ ദ്വീപുകൾ | 3 |
| **തെക്കേ അമേരിക്ക** | |
| അറ്റ്ലാന്റിക് ഫോറസ്റ്റ് | 4 |
| സെറാഡോ | 6 |
| ചിലിയൻ വൽദീവിയൻ മഴവനങ്ങൾ | 7 |
| തുംപേസ് - ചെക്കോ-മഗ്ദലീന | 5 |
| ട്രോപ്പിക്കൽ ആൻഡീസ് | 1 |
| **യൂറോപ്പ്** | |
| മെഡിറ്ററേനിയൻ ബേസിൻ | 14 |
| **ആഫ്രിക്ക** | |
| കേപ് ഫ്ളോറിസ്റ്റിക് മേഖല | 12 |
| കിഴക്കൻ ആഫ്രിക്കയിലെ തീരദേശവനങ്ങൾ | 10 |
| കിഴക്കൻ ആഫ്രോമൊന്റനേ | 28 |
| പടിഞ്ഞാറൻ ആഫ്രിക്കയിലെ ഗിനിയ വനങ്ങൾ | 11 |
| ആഫ്രിക്കൻ ഹോൺ | 29 |
| മഡഗാസ്കർ ഇന്ത്യൻ മഹാസമുദ്ര ദ്വീപുകൾ | 9 |

മാപുതലാന്റ് -പൊംദൊലാന്റ് -ആൽബെനീ 27
സുക്കുലെന്റ് കാരു 13

**സെൻട്രൽ ഏഷ്യ**
സെൻട്രൽ ഏഷ്യൻ പർവ്വതങ്ങൾ 31

**സൗത്ത് ഏഷ്യ**
കിഴക്കൻ ഹിമാലയം, നേപ്പാൾ 32
ഇന്തോ-ബർമ, മ്യാൻമർ 19
പശ്ചിമഘട്ടം 21
ശ്രീലങ്ക 21

**സൗത്ത് ഈസ്റ്റ് ഏഷ്യ - പസഫിക്**
കിഴക്കൻ മെലനേഷ്യൻ ദ്വീപുകൾ 34
ന്യൂ കാലിഡോണിയ 23
ന്യൂസിലാൻഡ് 24
ഫിലിപ്പീൻസ് 18
പോളിനേഷ്യ-മൈക്രോനേഷ്യ 25
കിഴക്കൻ ഓസ്ട്രേലിയൻ മിതശീതോഷ്ണ വനങ്ങൾ 35
തെക്കുപടിഞ്ഞാറൻ ഓസ്ട്രേലിയ 22
സുന്ദലാന്റ് നിക്കോബർ ദ്വീപുകൾ 16
വല്ലെസിയ 17

**ഈസ്റ്റ് ഏഷ്യ**
ജപ്പാൻ 33
തെക്കുപടിഞ്ഞാറൻ ചൈന പർവ്വതങ്ങൾ 20

**വെസ്റ്റ് ഏഷ്യ**
കോക്കസസ് 15
ഇറാനൊ-അനറ്റോലിയൻ 30

## വംശനാശം കേരളത്തിൽ നടന്നിട്ടുണ്ടോ?

കഥകളിലെ കുറുക്കൻ (Fox) എവിടെപ്പോയെന്ന് അധികമാരും ചോദിക്കാറില്ല. കാരണം ഇടയ്ക്കു വല്ലപ്പോഴും നാട്ടിലേക്ക് സവാരിക്കിറങ്ങുന്ന കുറുനരിയെ (Jackal) നാം കുറുക്കനായി തെറ്റിദ്ധരിക്കുന്നു. കഥയിലെ കുറുക്കൻ കേരളത്തിലെ വംശനാശം വന്ന ആദ്യത്തെ സസ്തനിയെന്ന് ഏതാണ്ട് ഉറപ്പിച്ചിരിക്കുകയാണ്. പരിരക്ഷണരംഗത്തെ വിദഗ്ധന്മാർ. ഏറെക്കാലമായി അതിനെ കാണാറില്ല.

(ഓരിയിടുന്നതും കോഴിയെ പിടിക്കുന്നതും കുറുനരിയാണ്. എലി

കളും ഞണ്ടുകളും പഴങ്ങളും മറ്റുമാണ് കുറുക്കന്റെ ഭക്ഷണം. കുറുക്കൻ ഓരിയിടാറില്ല.

'കുഞ്ഞിക്കുഞ്ഞിക്കുറുക്കാ,
നിനക്കെന്തു വെരത്തം
എനിക്കെന്റേട്ടാ
തലക്കുത്തുംപനിയും' എന്ന നാടൻപാട്ട് യഥാർത്ഥ കുറുക്കന്റെ ശരീരവലിപ്പവും മിശ്രഭുക്കു സ്വഭാവവും വ്യക്തമാക്കുന്നുണ്ടെന്നു തോന്നുന്നു. എന്താ അങ്ങനെയല്ലേ? വയറിളക്കം ബാധിച്ച് പറപറാ തൂറുന്ന കുറുക്കന് മരുന്നായി നിർദ്ദേശിക്കുന്നത് പച്ചവെള്ളരിക്കയാണ് ഈ പാട്ടിൽ.)

കുറുക്കൻമാർ വെള്ളരിക്കണ്ടങ്ങളിൽ ഭക്ഷണംതേടി ഇറങ്ങാറുണ്ടെന്നും വയലുകളിൽ തളിച്ച രാസകീടനാശിനികളാണ് ഇവയുടെ വംശനാശത്തിനും വഴിവെച്ചതെന്നും സംശയിക്കുന്നവരുണ്ട്.

**കേരളപ്രകൃതിയിൽ വംശനാശഭീഷണി നേരിടുന്ന മറ്റു ജീവികൾ ഏതെല്ലാം?**

കടുത്ത വംശനാശഭീഷണി നേരിടുന്ന മറ്റൊരു സസ്തനജീവി മലവെരുകാണ്. 1987നുശേഷം ഈ ജീവിയെ കണ്ടവരില്ലത്രെ. സാലിം അലിയുടെ പഴവവ്വാൽ, മരനായ, ചിന്നാർ വന്യസങ്കേതത്തിൽ മാത്രം കാണപ്പെടുന്ന ചാമ്പൽ മലയണ്ണാൻ എന്നിവയാണ് മറ്റ് ഉദാഹരണങ്ങൾ.

കായൽ മുതല (കേരളത്തിലിപ്പോൾ മുതലകളില്ല. കുറുനരിയെ കുറുക്കനെന്നു വിളിക്കുന്നതുപോലെ ചീങ്കണ്ണികളെയാണ് നാമിപ്പോൾ മുതലകളെന്നു വിളിക്കുന്നത്), നക്ഷത്ര ആമ, ചുരുട്ടമണ്ഡലി, ചുട്ടിക്കഴുകൻ, തവിട്ടുകഴുകൻ, കരിങ്കഴുകൻ, മഞ്ഞളേട്ട, മഷീർ എന്ന വലിയതരം കുയിൽമത്സ്യം എന്നിവയും വംശനാശഭീഷണിയിലാണ്. ഇതു കൂടാതെ ചിലതരം പൂമ്പാറ്റകൾ, തുമ്പികൾ, കടുവച്ചിലന്തിയെന്ന കാട്ടുചിലന്തി, പശ്ചിമഘട്ടത്തിലെ 110ഓളം വൃക്ഷയിനങ്ങൾ, ചില അപൂർവ്വ ആമ്പൽ ഇനങ്ങൾ എന്നിവയാണ് അതിവേഗം അപ്രത്യക്ഷമായിക്കൊണ്ടിരിക്കുന്ന മറ്റുചില ജീവിവർഗ്ഗങ്ങൾ. ഇവയ്ക്കുമാത്രമേ ഭീഷണിയുള്ളൂ എന്ന് ഇതിന് അർത്ഥമില്ല. തൃണവർഗങ്ങളും ഔഷധച്ചെടികളും അവയെ ആശ്രയിച്ചുകഴിയുന്ന ജന്തുജാലങ്ങളുമടക്കം പലതും ആരുമറിയാതെ, പ്രകൃതിയിൽ മനുഷ്യൻ വരുത്തുന്ന മാറ്റങ്ങൾ വഴി അതിവേഗം ഇല്ലാതായിക്കൊണ്ടിരിക്കുകയാണ്.

പുളിക്കുവേണ്ടി കറികളിൽ ചേർക്കുമായിരുന്ന വലിയ മാംസളഫ

ലങ്ങൾ തരുമായിരുന്ന നാട്ടുപറമ്പുകളിലെ ഒണ്ടൻപുലിവൃക്ഷങ്ങൾ തീരേ കാണാതായിരിക്കുന്നു. കന്നി-തുലാം മാസങ്ങളിൽ മത്തിക്കറി വരട്ടി സൂക്ഷിക്കാൻ ഉപയോഗിച്ചിരുന്ന പൈച്ച്യപ്പുളിയും പോയി. വൃശ്ചികം ധനുവിലെ കൊടും തണുപ്പുമാറ്റാൻ കാലത്തെഴുന്നേറ്റ് തീക്കായുന്നത് ആ സീസണിൽ ധാരാളമായി പൊഴിഞ്ഞുവീഴുന്ന ഒണ്ടൻചപ്പില അടിച്ചുകൂട്ടിയായിരുന്നു.

## ഭൗമസൂചികയെന്നാലെന്ത്? ലോകത്തിലാദ്യമായി ആ പദവി ലഭിച്ച മരം ഏത്?

ഏതെങ്കിലും ഒരു സൃഷ്ടിയുടെ ഗുണനിലവാരമേന്മ അത് ഉല്പാദിപ്പിക്കുന്ന പ്രദേശത്തിന്റെ ഭൂമിശാസ്ത്രപരമായ തനിമകളോടെ അതിനെ മറ്റുള്ളവയിൽനിന്നു വേറിട്ടുകാട്ടാൻ ഉപയോഗിക്കുന്ന സൂചികയാണത്. കേരളത്തിലെ നിലമ്പൂർ കാടുകളിൽ വളരുന്ന തേക്ക്മരമാണ് ലോകത്തുതന്നെ ആദ്യമായി ഈ പദവി ലഭിച്ച വൃക്ഷം. ലോകത്തെ ആദ്യത്തെ തേക്കുവളർത്തുകേന്ദ്രമാണ് മലപ്പുറം ജില്ലയിലെ നിലമ്പൂർ എന്നുകൂടി അറിയുക. ബ്രിട്ടീഷുകാരുടെ കാലത്ത് വിലപിടിപ്പുള്ള തേക്കുതടികൾ ഇംഗ്ലണ്ടിലേക്കും മറ്റും വൻതോതിൽ കയറ്റുമതി ചെയ്തിരുന്നു. രാജകീയ കൊട്ടാരങ്ങളും രാജീയ ഇരിപ്പിടങ്ങളും നിർമ്മിക്കാൻ തേക്ക് വൻതോതിൽ ഉപയോഗപ്പെടുത്തിയിരുന്നു. ഏറ്റവും പുതുതായി അട്ടപ്പാടി തുവരപ്പരിപ്പിനും ഭൗമസൂചികാപദവി (2018ൽ) ലഭിച്ചു. പച്ചക്കറിയുടെ ഗുണം കൂടിയുള്ള ഇത്തരം തുവര മണ്ണാർക്കാട് താലൂക്കിലെ ചില പഞ്ചായത്തുകളിൽ കൃഷി ചെയ്യുന്നു.

## എന്താണ് Doomsday Clock?

ഡ്യൂംസ് ക്ലോക്ക് എന്നാൽ അന്ത്യദിനഘടികാരം. പരിസ്ഥിതിനാശവും ആഗോളതാപനവും മറ്റ് പ്രശ്നങ്ങളും ഇങ്ങനെ തുടർന്നാൽ ഭൂമിയുടെ അന്ത്യത്തിന് ഇനി അധികനാളുകൾ വേണ്ടിവരില്ലെന്ന് എല്ലാവരേയും ഓർമ്മപ്പെടുത്താൻ അന്ത്യദിന ഘടികാരം സഹായകമാകുമെന്നാണ് പ്രതീക്ഷ. 1947ൽ അമേരിക്കയിലെ ചിക്കാഗോ സർവകലാശാല ഇതിനു തുടക്കം കുറിച്ചു. ഒരു സംഘം ശാസ്ത്രജ്ഞരുടെ ചുമതലയിലാണിത്. ഭൂമിക്ക് ഭീഷണിയായ ഒരു വൻസംഭവം ഉണ്ടായാൽ 'ക്ലോക്കി'ൽ അന്ത്യനാശത്തിലേക്കുള്ള സമയം കുറഞ്ഞതായി കാണിക്കും. 2006ൽ വടക്കൻകൊറിയ ഒരു ആണവപരീക്ഷണം നടത്തിയില്ലേ. തുടർന്ന് സർവനാശത്തിലേക്കുള്ള സമയദൂരം 7 മിനുട്ടിൽനിന്ന് 5 മിനിട്ടായി കുറഞ്ഞിരിക്കുന്നതായി രേഖപ്പെടുത്തി. ഇത് ഒരുദാഹരണം മാത്രം.

# ജീവന്റെ ഉറവിടമായ ജലം

## വെള്ളം വെള്ളം സർവ്വത്ര; തുള്ളിപോലും കുടിക്കാനില്ലാത്തതെന്തുകൊണ്ട്?

ലോകത്തിലെ മനുഷ്യരെല്ലാംകൂടി 3,802,300,000,000,000 ലിറ്റർ ജലം വർഷംതോറും വിവിധ ആവശ്യങ്ങൾക്കായി ഉപയോഗിക്കുന്നു എന്ന കണക്ക് വൈറ്റേക്കറുടെ പ്രസിദ്ധമായ വിജ്ഞാനകോശത്തിൽ കാണുന്നു. ഇതു നിങ്ങൾ വായിക്കുമ്പോൾ ഈ രീതിയിലുള്ള ഉപയോഗം പിന്നെയും വർദ്ധിച്ചിട്ടുണ്ടാകുമെന്ന് ഉറപ്പ്. തീർന്നില്ല കണക്കുകൾ. ശരാശരി കണക്കെടുത്താൽ നാമോരോരുത്തരും ദിവസേന 1,374 ലിറ്റർ വെള്ളമെങ്കിലും ഉപയോഗിക്കുന്നു. ഇതിൽ ഒമ്പതുശതമാനം ഗാർഹികാവശ്യങ്ങൾക്ക് (156 ലിറ്റർ), ഇരുപതുശതമാനം വ്യവസായങ്ങൾക്ക്, 71 ശതമാനം കാർഷികാവശ്യങ്ങൾക്ക്.

ഏറ്റവും കൂടുതൽ വെള്ളം ചെലവഴിക്കുന്ന നാലു രാജ്യങ്ങൾ: ആളോഹരി ജലഉപഭോഗം.

| | |
|---|---|
| ഇന്ത്യ | ആകെ 635,400 ലിറ്റർ |
| ചൈന | 494,000 |
| യു.എസ്.എ. | 1,663,300 |
| പാക്കിസ്ഥാൻ | 1,187,000 |

മേൽപ്പറഞ്ഞ രീതിയിലുള്ള ഉപഭോഗമെടുത്താൽ ഓരോ ഇന്ത്യക്കാരന്റേയും തലയിൽ പ്രതിവർഷം 645,800,000,000,000 ലിറ്ററിന്റെ ഭാരം വന്നു വീഴുമെന്നർത്ഥം.

ഇനിപ്പറയുന്ന കാര്യങ്ങൾക്കനുസരിച്ച് ഇന്ത്യക്കാരന്റെ, കേരളീയന്റെ കാര്യം അത്ര തിട്ടമില്ലെങ്കിലും, ഏകദേശ ധാരണയുണ്ടാക്കാൻ ആഗോളക്കണക്ക് ഉദ്ധരിക്കാം. ഓരോ വീടും വെള്ളം എങ്ങനെയെല്ലാം ഉപയോഗിക്കുന്നു എന്നതിനെക്കുറിച്ചുള്ള ഒരു ചിത്രം നമ്മുടെ കാര്യത്തിലും

ഇതിലൂടെയുണ്ടാക്കാം.

ടാപ്പ് ഇടക്ക് ഓഫാക്കി പല്ലുതേച്ചാൽ - 2.5 ലിറ്റർ
ടാപ്പ് ഓണാക്കിവെച്ച് അതേകാര്യം ചെയ്താൽ - 5 ലിറ്റർ
ടോയ്ലറ്റ് ഫ്ളഷു ചെയ്യാൻ - 5 ലിറ്റർ
കുളി (ഷവറിൽ), ഓരോ മിനുട്ടിലും - 22 ലിറ്റർ
വാഷിംഗ്മെഷീൻ - 120 ലിറ്റർ
എടുത്തുകുളി - 170 ലിറ്റർ
പാചകത്തിനും മറ്റുമായുള്ള ഉപയോഗം വേറെ.

## നദീപ്രവാഹങ്ങൾ എങ്ങനെയെല്ലാം?

പെറുവിലെ ആന്റിസ് പർവ്വതത്തിൽ സ്ഥിതിചെയ്യുന്ന മിസുയി ഹിമാനിയിൽ നിന്ന് ഉത്ഭവിച്ച് 6750 കി.മി. വരെ റിയൊപാരവരെയള്ള ദൂരം പിന്നിടുന്ന ആമസോൺ നദിയാണ് സത്യത്തിൽ ഏറ്റവും ദൈർഘ്യമുള്ള നദിയെങ്കിലും ഇതുമുഴുവനും ആമസോൺ തടത്തിന്റെ ഭാഗമായി അംഗീകരിക്കാത്തതുകൊണ്ട് 6,695 കി.മി ദൈർഘ്യമുള്ള നൈലിനെ ലോകത്തിലെ ഏറ്റവും നീളമുള്ള നദിയായി പരിഗണിച്ചുവരുന്നു. ചൈനയിലെ യാംഗ്ടീസി (ചാംഗ്ഗ്ജിയാംഗ്)യും മഞ്ഞനദിയായ ഹുവാംഗ്ഹിയും യഥാക്രമം 6,378 കി.മി.യും 5,464 കി.മിയുമായി മൂന്നും നാലും സ്ഥാനങ്ങൾ അലങ്കരിക്കുന്നു. രണ്ടാമനായ ആമസോണിന്റെ നീളം നൈലിനേക്കാൾ അല്പം കുറവായി 6,448 കി.മിയിൽ ഒതുങ്ങിനിൽക്കുന്നു. ചൈനയിലൂടെയും റഷ്യയിലൂടെയും കടന്നുപോകുന്ന അമുർനദി അഞ്ചാംസ്ഥാനത്തു നിൽക്കുന്നു.

തടാകങ്ങളുടെ കാര്യമെടുത്താൽ മഹാതടാകങ്ങൾ എന്ന പേരിൽ അറിയപ്പെടുന്ന വടക്കെ അമേരിക്കയിലെ The Great lakes തന്നെ വലിപ്പത്തിൽ മുമ്പിൽ. ശുദ്ധജലം നിറഞ്ഞുനിൽക്കുന്ന അഞ്ച് വൻതടാകങ്ങൾ ഈപേരിൽ അറിയപ്പെടുന്നു. അമേരിക്കയുടെയും കാനഡയുടെയും അതിർത്തികൾക്കിടയിൽ ഇവയുടെ സ്ഥാനമാണ് ലെയ്ക്ക സുപ്പീരിയർ, ഹുറൊൺ, മിഷിഗൺ, എറി, ഒൺടാറിയൊ എന്നിവയാണ് ഈ തടാകങ്ങൾ. വലിപ്പംകൊണ്ടും പൊക്കംകൊണ്ടും ഒന്നാംസ്ഥാനം പേരുസൂചിപ്പിക്കുന്നതുപോലെ സുപ്പിരിയറിനുതന്നെ.

ശുദ്ധജലസംഭരണിയുടെ മറ്റ് മഹാസ്രോതസ്സുകൾ ഗ്ലേസിയറുകൾ എന്ന പേരിൽ അറിയപ്പെടുന്ന ഹിമപർവതങ്ങളാണ്. ഭൂമുഖത്തെ പലതവണ അനുഗ്രഹിച്ചു (അതോ ഉപദ്രവിച്ചോ) കടന്നുപോയ ഹിമയുഗങ്ങളുടെ ബാക്കിപത്രം കൂടിയാണവ. ഏറെപ്പതുക്കെ നീങ്ങിക്കൊണ്ടിരിക്കുന്ന മരവിച്ച നദികളുടെ വൻ പ്രവാഹങ്ങളാണ് യഥാർത്ഥത്തില

വ. ഹിമാനികൾ എന്ന പേരിൽ കൂടുതൽ അനുയോജ്യം. കഴിഞ്ഞ ഹിമയുഗത്തിൽ ഭൂമിയുടെ 30 ശതമാനം ഭാഗവും ഹിമാനികളാൽ ആവരണം ചെയ്യപ്പെടുകയുണ്ടായി. ഇപ്പോൾ അത് ഏതാണ്ടൊരു പത്തുശതമാനമായി കുറഞ്ഞു എന്നേയുള്ളൂ. ഉത്തരധ്രുവദേശമായ ഗ്രീൻലാന്റ് അടക്കമുള്ള പ്രദേശങ്ങൾ ഈ ആവരണത്തിനുള്ളിലാണ്. ആൾപ്പാർപ്പില്ലാത്ത അന്റാർട്ടിക്കയും ഇവയുടെ സ്വാധീനത്തിലമർന്നുകിടക്കുയാണ്. ഗ്ലേസിയറുകളിൽ ഏറ്റവും കേമൻ 515 കിലോമീറ്ററോളം വലിപ്പമുള്ള അന്റാർട്ടിക്കയിലെ lambert - fisher ഗ്ലേസിയറാണ്. അലാസ്കയിലെ hubbard ഗ്ലേസിയർ ഉത്തരധ്രുവത്തിലെ പ്രസിദ്ധമായ ഒരു ഗ്ലേസിയറാണ്. ലുംബർട്ടിനേക്കാൾ കഷ്ടിച്ച് നൂറു കിലോമീറ്റർ മാത്രം വലിപ്പക്കുറവുള്ള Novaya Zemyla റഷ്യയിലാണ്. വലിപ്പത്തിൽ മുന്നിട്ടു നിൽക്കുന്ന മറ്റ് മൂന്നു ഹിമാനികളെല്ലാം അന്റാർട്ടിക്കയിൽത്തന്നെയാണ്.

വെള്ളം വറ്റി ശോഷിച്ച് വരണ്ട് ഇല്ലാതായ ഒരു ശുദ്ധജല തടാകവും നമ്മുടെ മുന്നിലുണ്ട്. അറൽകടൽ (Aral sea). കസാക്കിസ്ഥാനും ഉസ്ബക്കിസ്ഥാനുമിടയിൽ 64,501 ച.കി. വിസ്തീർണത്തിൽ നിറഞ്ഞു നിന്ന് യശസ്സു പരത്തിയിരുന്ന ആ ശുദ്ധജലസ്രോതസ്സ് ഇന്നെവിടെ? കാർഷികാവശ്യങ്ങൾക്കായി ജലം മുഴുവൻ തിരിച്ചുവിട്ടതിന്റെ പരിണതിയാണ് തടാകത്തിന്റെ ഇന്നത്തെയവസ്ഥ. അരൽകടലെന്നു പറയാൻ ഇപ്പോൾ മെലിഞ്ഞു ക്ഷയിച്ചു കെട്ടിക്കിടക്കുന്ന കഷ്ടിച്ച 28,000 ച. കി. മീറ്റർ വെള്ളക്കെട്ടുമാത്രം. നീളം പാതിയിലുമേറെ കുറഞ്ഞു എന്നർത്ഥം.

ചരിത്രം മുഴവൻ പറയാം- റഷ്യയുടെ മധ്യഭാഗത്തുള്ള പരുത്തി ക്യഷിത്തോട്ടങ്ങളിൽ വെള്ളമെത്തിക്കണം. തടാകത്തെ പോഷിപ്പിക്കുന്ന അമുദാറിയ, സർദാറിയ എന്നീ രണ്ടു വലിയ നദികൾ ഈ ആവശ്യത്തിന് വഴിതിരിച്ചുവിട്ടു. അതോടെ അരൽക്കടലിൽ ഒഴുകിയെത്തുന്ന ജലത്തിന്റെ അളവ് ഗണ്യമായി കുറയാൻ തുടങ്ങി. വിവരമുണ്ടെന്നു ഭവിക്കുന്നവരുടെ അജ്ഞതയും തലതിരിഞ്ഞ വികസന നയവും ഈ തടാകത്തെ കൊന്നു.

## കടലും സമുദ്രവും തമ്മിലെന്ത്?

ഇന്ത്യാസമുദ്രം. അറബിക്കടൽ. എന്താണീ കടലും സമുദ്രവും, സീയും ഓഷ്യനും തമ്മിലുള്ള വ്യത്യാസം? വിശാലമായ ഉപ്പുവെള്ള പ്പരപ്പാണ് സമുദ്രങ്ങൾ. ഇത്തരം സമുദ്രങ്ങളെ സൗകര്യപൂർവ്വം ചെറിയ ഭാഗങ്ങളായി വേർതിരിച്ച് കടൽ എന്ന പേര് ഉപയോഗിക്കുന്നു. അറ

ബിക്കടലും ബംഗാൾ ഉൾക്കടലും ഒരേ ഇന്ത്യാസമുദ്രത്തിന്റെ (Indian Ocean) രണ്ടുഭാഗങ്ങൾ മാത്രമാണല്ലോ.

ഏറ്റവും വിശാലമായ ശാന്തസമുദ്രത്തിന്റെ (Pacific Ocean) വിസ്താരമളന്നാൽ അത് ഭൂമിയുടെ ആകെ കരപ്രദേശത്തിന്റെ 25 ശത മാനത്തിൽ കൂടുതൽ വരും. പസിഫിക്ക്, അത്‌ലാന്റിക്ക്, ഇന്ത്യൻ, അന്റാർട്ടിക് (സതേൺ), ആർട്ടിക് എന്നിങ്ങനെ അഞ്ച് മഹാസമുദ്ര ങ്ങൾ ചേർന്നതാണ് വിശാലമായ സമുദ്രപരിസ്ഥിതി.

## കുപ്പിവെള്ളം പരിസ്ഥിതിവിരുദ്ധമാകുന്നതെപ്പോൾ?

കുപ്പിയിൽ അടച്ചുവിൽക്കുന്ന ദാഹജലംകൊണ്ട് ഒരുപാടു സൗക ര്യങ്ങളുണ്ടെന്ന് ഇന്ന് നമുക്കറിയാം. വിശേഷിച്ച് യാത്രകളിൽ. ജലമ ലിനീകരണം മൂലമുണ്ടാകാനിടയുള്ള രോഗങ്ങളെ പേടിച്ച് നാം കുപ്പി വെള്ളങ്ങളുടെ ഉപഭോക്താക്കളായിത്തീരുന്നു. രൂക്ഷമായിക്കൊണ്ടിരി ക്കന്ന ജലക്ഷാമമാണ് മറ്റൊരു പ്രശ്നം.

കൂടുതൽ പറയുന്നതിനുമുമ്പ് കുപ്പിവെള്ളസംസ്കാരത്തിന്റെ ചരി ത്രത്തിലേക്ക് കണ്ണോടിക്കാം. കുപ്പിവെള്ള വില്പനയുടെ ചരിത്രത്തിന് ഒരു രണ്ടര നൂറ്റാണ്ടിലേറെ പഴക്കമുണ്ടെന്നു തോന്നുന്നില്ല. ശുദ്ധിയി ല്ലാത്ത വെള്ളത്തിൽനിന്ന് ആരോഗ്യത്തെ സംരക്ഷിക്കാൻ ധാതുജലം (മിനറൽ വാട്ടർ) കുപ്പിയിലാക്കി വീടുകളിൽ എത്തിച്ചത് 1741ൽ ഇംഗ്ലീഷ് ശാസ്ത്രജ്ഞനായ വില്യം ബ്രൗൺറിഗ് ആയിരുന്നത്രെ. മിന റലുകൾക്കൊപ്പം കാർബൺഡൈ ഓക്സൈഡും കൂടി ചേർത്തപ്പോൾ വെള്ളം സോഡപോലെ ആസ്വാദ്യമായിത്തീർന്നു എന്നാണ് ചരിത്രം.

1702ൽ വിയന്നക്കാരനായ ജോസഫ് സ്ക്ക്വപ്പെ ലണ്ടനിലെത്തി ചെറിയതോതിലൊരു മിനറൽവാട്ടർ കമ്പനി ആരംഭിക്കുന്നു. അചി രേണ അദ്ദേഹം മൃദുപാനീയവില്പനരംഗത്തെ രാജാവായി വളർന്നു.

1960ൽ പുറത്തിറങ്ങിയ For Your Eyes only എന്ന നോവൽ മിന റൽവാട്ടർ കുടിക്കുന്നത് ഒരു ഫാഷനായി മാറ്റി. അതിലെ ബോണ്ട് സ്വന്ത എന്ന കഥാപാത്രം ഒരു ബോട്ടിൽ മിനറൽ വാട്ടർ എപ്പോഴും കൊണ്ടുനടക്കുമായിരുന്നു.

ചുടുനീരുറവകളിൽനിന്നും ശേഖരിക്കുന്ന ഔഷധാംശം കലർന്ന ജലം ആരോഗ്യത്തിനു ഹാനികരമല്ലാത്ത വെള്ളം എന്ന രീതിയിൽ പ്രിയങ്കരമായിത്തീർന്നു.

പത്തൊൻപതാം നൂറ്റാണ്ടിൽ വ്യാവസായികവിപ്ലവം പടർന്നുപിടിച്ച യൂറോപ്യൻ നഗരങ്ങളിലെല്ലാം കോളറ കാട്ടുതീപോലെ പടർന്നുപിടി ച്ചപ്പോൾ കുപ്പിവെള്ളത്തിന്റെ പ്രശസ്തി ഒറ്റയടിക്കു വർദ്ധിച്ചു.

ലോകം പ്രതിദിനം 15000 കോടിയിലേറെ ലിറ്റർ കുപ്പിവെള്ളം കുടിച്ചുതീർക്കുന്നു എന്നാണ് ഏറ്റവും പുതിയ കണക്ക് വ്യക്തമാക്കുന്നത്. ഓരോ ദിവസവും പുതിയ പുതിയ കമ്പനികൾ കുപ്പിവെള്ള വ്യാപാരത്തിലേക്കിറങ്ങും. പരസ്യങ്ങളിലൂടെ പ്രചാരണം നൽകി കൂടുതൽക്കൂടുതലാളുകളെ കുപ്പിവെള്ളത്തിന് അടിമകളാക്കുന്നു. ആരോഗ്യത്തിനു ദോഷം ചെയ്യാത്ത കുടിവെള്ളം എന്ന ലക്ഷ്യം പോയി കൊള്ളലാഭം മുഖ്യഅജണ്ടയായി മാറിക്കഴിഞ്ഞു.

പരസ്യപ്പെടുത്തുന്നതുപോലുള്ള ശുദ്ധിയൊന്നും കുപ്പിവെള്ളത്തിനില്ലെന്നതാണ് ഇത് ഉയർത്തുന്ന ഒരു വലിയ പ്രശ്നം. പ്രസിദ്ധിയുള്ള ബ്രാൻഡുകൾപോലും മലിനജലം കുപ്പിയിലാക്കി വിൽക്കുന്നതായി തെളിഞ്ഞു. ഡൽഹിയിലെ സയൻസ് ഫോർ എൻവയൺമെന്റ് എന്ന സംഘടന ഡോ. സുനിത നരൈയിന്റെ നേതൃത്വത്തിൽ നടത്തിയ മികച്ച പഠനങ്ങൾ കുപ്പിവെള്ളത്തട്ടിന്റെ ഉള്ളുകള്ളിത്തട്ടിപ്പുകൾ പുറത്തുകൊണ്ടുവന്നിട്ടുണ്ട്.

വൻതോതിലുള്ള ജലചൂഷണം കുപ്പിവെള്ളക്കമ്പനികളിലൂടെ ഉണ്ടാകുന്നു. ഇതാണ് ഗുരുതരമായ മറ്റൊരു പ്രശ്നം. കുടിവെള്ള പ്രതിസന്ധി ഇത് കൂടുതൽ രൂക്ഷമാകുന്നു. പുഴകൾ തന്നെ പാട്ടത്തിനെടുത്ത് കുറേശ്ശക്കുറേശ്ശയായി കുപ്പിയിലാക്കുന്നു. പ്രകൃതിയുടെ ജലചക്രം തന്നെ ഇതോടെ അവതാളത്തിലാകുന്നു. കുടിവെള്ളം കുപ്പിയിലാക്കാൻ വ്യയം ചെയ്യുന്ന ഊർജ്ജം ഗുരുതരമായ മറ്റൊരു പ്രശ്നമായി മാറുന്നു. കോടിക്കണക്കിന് ലിറ്റർ വെള്ളം ഭൂഗർഭത്തിൽനിന്നും പുറത്തെടുത്ത് കുപ്പിയ്ക്കകത്തു നിറയ്ക്കാൻ എത്ര പ്ലാസ്റ്റിക്ക് കുപ്പികൾ വേണം? പ്ലാസ്റ്റിക്ക് കുപ്പിയുണ്ടാക്കാൻ പെട്രോളിയം ഉല്പന്നങ്ങളാണ് ഉപയോഗിക്കുന്നത്. ഇതുണ്ടാക്കുന്ന ഊർജ്ജപ്രതിസന്ധി, മലിനീകരണം എന്നിങ്ങനെ ദൂഷിതവലയം രൂപംകൊള്ളുന്നു. (പ്രതിവർഷം 2500 കോടി ടൺ പ്ലാസ്റ്റിക് എന്ന് കണക്ക്). ഇനി വെള്ളം കുടിച്ച് കുപ്പി കാലിയാക്കിക്കഴിഞ്ഞാലോ? അതെല്ലാം നിർമ്മാർജ്ജനം ചെയ്യുന്നത് മറ്റൊരു ഗുരുതരമായ പരിസ്ഥിതി പ്രശ്നം! സുസ്ഥിരവികസനം ആഗ്രഹിക്കുന്നവരാരും കുപ്പിവെള്ളസംസ്കാരത്തെ പ്രോത്സാഹിപ്പിക്കാൻ ഇഷ്ടപ്പെടുകയില്ല, തീർച്ച.

## മഴസ്ഥിരതയെന്നാലെന്ത്?

ഓരോ വർഷവും പെയ്യുന്ന മഴയുടെ അളവിന്റെ വ്യതിയാനത്തിൽ ദൃശ്യമാകുന്ന സ്ഥിരതയില്ലായ്മയാണിത്. മഴസ്ഥിരത ഇല്ലാതായിക്കൊണ്ടിരിക്കുന്ന ഒരുപ്രദേശമാണ് നമ്മുടെ കേരളം 1871 മുതൽ 138

വർഷത്തെ മഴയുടെ ലഭ്യതയെക്കുറിച്ച് വിദഗ്ധർ എത്തിച്ചേർന്ന നിഗമനമാണിത്. കേരളത്തിൽ ഒരു വർഷം പെയ്യുന്ന മഴയുടെ അളവ് 3000 മില്ലീമീറ്ററാണ്. കാലവർഷവും തുലാവർഷവുമായി പിന്നെ വേനൽമഴയായി അങ്ങിങ്ങ് ഈയളവിൽ മഴ ഏറ്റക്കുറച്ചിലുകളോടെ ലഭ്യമാകുന്നു. എന്നാൽ മേല്പറഞ്ഞ 138 വരഷത്തെക്കാലയളവിൽ ശരാശരി വാർഷികമഴ 0.97 മീറ്റർ കുറയുന്നതായി കാണുന്നു. ഈ രീതിയിൽ പ്രസ്തുതക്കാലയളവിൽ എല്ലാംകൂടി 101 മീറ്റർ മഴ കുറവുണ്ടായി. അതേസമയം തുലാവർഷം 101മി.മി, വേനൽമഴ 45.4 മി.മി, തണുപ്പുകാലമഴ 9.9 മി എന്നിങ്ങനെയുള്ള തോതിൽ വർദ്ധിച്ചു. 2001 മുതലിങ്ങോട്ടുള്ള 16 വർഷത്തിലെ പത്തുവർഷത്തിലും ശരാശരി ലഭിക്കേണ്ട മഴയെക്കാൾ കുറവാണ് ലഭിച്ചത്. 2016ൽ മാത്രം 30 ശകമാനം കുറവ് അനുഭവപ്പെട്ടു. അമ്പതുവർഷത്തിനിടയിലെ ഏറ്റവും വലിയ പ്രളയക്കെടുതി 2018 ജൂലായ് ആഗസ്ത് മാസങ്ങളിലെ മഴകൊണ്ട് (അവസാന അധ്യായം കാണുക) കോട്ടയം, ആലപ്പുഴ പ്രദേശങ്ങളിൽ ഉണ്ടായെങ്കിലും കാസർഗോടും തൃശൂരും അക്കാലത്ത് പെയ്തമഴ ശരാശരിയിലും കുറവായിരുന്നു. മഴയുടെ ശക്തിയേക്കാളുപരി ജലം പരന്നൊഴുകാൻ സൗകര്യമില്ലാത്തതാണ് വെള്ളക്കെട്ടിനും പ്രളയപ്രതീതിക്കും കാരണമാകുന്നത്. പെയ്ത മഴ എളുപ്പം ഭൂമിയിലേക്കിറങ്ങിച്ചെല്ലാതെ മനുഷ്യനിർമ്മിതമായ തടസ്സങ്ങൾ മൂലം കെട്ടിക്കിടക്കുന്നത് മഴക്കുശേഷവും പ്രശ്നങ്ങൾ സൃഷ്ടിച്ചുകൊണ്ടിരിക്കുന്നു. നിർണായക സമയങ്ങളിൽ മഴ കുറയുന്നതും അനവസരത്തിലെ അതിവൃഷ്ടിയും മഴസ്ഥിരത കുറയുന്നതിന്റെ ഭാഗങ്ങൾ തന്നെയാണ്.

## എന്താണ് ജലസമ്മർദ്ദം (Water stress)

ജലലഭ്യത കുറയുകയും ലഭ്യമായ വെള്ളംതന്നെ നാനാവിധത്തിലുള്ള ആവശ്യങ്ങൾക്ക് മതിയാവാതെ വരികയും ചെയ്യുന്ന അവസ്ഥ സമൂഹത്തിലുണ്ടാക്കുന്ന സമ്മർദ്ദത്തെ ജലസമ്മർദ്ദം എന്നു വിശേഷിപ്പിക്കാം. നദികളിൽ നീരൊഴുക്കു കുറയുക, ഒഴുകുന്ന വെള്ളം മുഴവൻ ഉപയോഗപ്പെടുത്താൻ കഴിയാതെ പോവുക, കടുത്ത കുടിവെള്ളക്ഷാമം അനുഭവപ്പെടുക, കൃഷിക്കും മറ്റും ആവശ്യമായ വെള്ളം ലഭ്യമാകാതെ പോവുക, മഴ പെയ്താലും ചുരുങ്ങിയ കാലംകൊണ്ട് കടുത്ത വറുതി അനുഭവപ്പെടുക എന്നിവയെല്ലാം ജലസമ്മർദ്ദത്തിന്റെ ലക്ഷണങ്ങളാണ്. ഇതെല്ലാം അടിക്കടി ദൃശ്യമാക്കിക്കൊണ്ടിരിക്കുന്ന നമ്മുടെ സംസ്ഥാനം ജലസമ്മർദ്ദത്തിന് ഏറ്റവും നല്ല ഒരുദാഹരണമാണ്. മഴക്കുറവിനേക്കാൾ അതുമൂലം ലഭ്യമാകുന്ന വെള്ളത്തിനെ ശാസ്ത്രീയമായും വിവേക

പൂർണമായും ഉപയോഗപ്പെടുത്താൻ കഴിയാതെ പോകുന്നതാണ് ജല സമ്മർദ്ദത്തിന് വഴിവെക്കുന്നത്.

## ജലസംഘർഷം (Water Conflict) എങ്ങനെയുണ്ടാകുന്നു?

ഭാവിയിലെ യുദ്ധങ്ങൾ ജലത്തിനുവേണ്ടിയുള്ളതായിരിക്കും എന്ന് ലോകാരോഗ്യസംഘടനയുടെ ഒരു മുൻഭാരവാഹി പറഞ്ഞത് നാം പേർത്തും പേർത്തും ഉദ്ധരിക്കാറുണ്ടല്ലോ. അമേരിക്ക ഇറാഖിൽ യുദ്ധ മുണ്ടാക്കിയതുപോലും യൂഫ്രട്ടീസ്-ടൈഗ്രിസ് നദികളിലെ വെള്ളം ഇസ്രായേലിന് ലഭ്യമാക്കാൻ വേണ്ടിയായിരുന്നു എന്നുപറയുന്നു. അത്യാവശ്യത്തിനുപോലും വെള്ളം കിട്ടാതാകുമ്പോൾ സ്നേഹവും ഒരുമയും മറന്ന് അയൽക്കാർ തമ്മിൽപോലും ഏറ്റുമുട്ടി എന്നുവരും. വായു കഴിഞ്ഞാൽ ജീവൻ നിലനിർത്താൻ ഏറ്റവും ആവശ്യമുള്ള വസ്തു ജലമാണല്ലോ. വേനൽക്കാലത്ത് പ്രദേശങ്ങൾ തമ്മിൽ ജലല ഭ്യതയെച്ചൊല്ലി തർക്കങ്ങൾ ഉത്ഭവിക്കാറുണ്ട്. എടുത്തുചാട്ടരീതിയിൽ വീഴുന്ന തീപ്പൊരി ഊതിക്കത്തിച്ചു പടർത്തി വൻകലാപങ്ങൾതന്നെ സൃഷ്ടിക്കാം. അതുകൊണ്ട് ജലലഭ്യത സാമൂഹ്യസുരക്ഷയും ക്രമ സമാധാനഭദ്രതയുമായി അഭേദ്യം ബന്ധപ്പെട്ടിരിക്കുന്നു.

## ജലപ്രതിസന്ധി ഇന്ത്യയിൽ, കേരളത്തിൽ യഥാർത്ഥ്യമായി ക്കഴിഞ്ഞോ?

ജലമാനേജുമെന്റ് സൂചികയിൽ കഴിഞ്ഞ മൂന്നുനാലുവർഷമായി കേരളം 12-ാം സ്ഥാനത്താണ്. ഗുജറാത്തിനാണ് ഒന്നാംസ്ഥാനം നീതി ആയോഗ് ആണ് ഈ പട്ടിക തയ്യാറാക്കിയത്.

ഇതുപ്രകാരം രാജ്യത്തൊട്ടാകെ 60 കോടി ജനങ്ങൾ കടുത്ത ജല ക്ഷാമം അനുഭവിക്കുന്നു.

മലിനജലം കുടിച്ചും കുടിക്കാൻ മലിനജലം പോലും കിട്ടാതെയും പ്രതിവർഷം ഇവിടെ രണ്ടുലക്ഷത്തോളമാളുകൾ മരിച്ചുപോകുന്നു.

2050 ആകുമ്പോഴേക്കും നമുക്ക് 695 ബില്യൺ ക്യൂബിക് മീറ്റർ (BCM) വെള്ളം വേണ്ടിവരും. (ഒരു ബില്യൺ = 10 ലക്ഷം X 10 ലക്ഷം അഥവാ മില്യൺ X മില്യൺ ലക്ഷം കോടി.)

ഇന്ത്യയിൽ ലഭ്യമായ വെള്ളത്തിന്റെ ഏതാണ്ട് 70 ശതമാനവും മാലിന്യം കലർന്നതാണ്. 122 രാജ്യങ്ങളുടെ ജലനിലവാര സൂചിക യിൽ അവസാനത്തെ (122-ാം) സ്ഥാനമാണ് നമുക്ക് ഇക്കാര്യത്തിൽ.

ഏറ്റവും കുറച്ചുമാത്രം മഴ പെയ്യുന്ന രാജ്യങ്ങൾപോലും ജലക്ഷാ മത്തെ സമർത്ഥമായി അതിജീവിച്ചിട്ടുണ്ടെന്നോർക്കുക. ശാസ്ത്രീയ

മായ ജലപരിപാലനമാണ് ഏക പോംവഴി. കേരളം കിണറുകളുടെ നാടാണെങ്കിലും കക്കൂസ് ടാങ്കുകൾ വഴി കടന്നുകൂടുന്ന മലത്തിലെ കോളി ബാക്ടീരിയകൾ വൻ ആരോഗ്യഭീഷണിയാണ്. സ്ഥലപരിമിതിമൂലം കക്കൂസ് ടാങ്കും കിണറും തമ്മിലുള്ള ദൂരം ആപൽക്കരമാംവിധം കുറഞ്ഞിരിക്കുകയാണ്.

"കാലവർഷം കഴിയുമ്പോൾ ജലം നിറയുന്ന തണ്ണീർത്തടങ്ങളും നദികലും വയലുകളും കുളങ്ങളുമെല്ലാം അതേ പ്രദേശത്തെയും ഭൂഗർഭത്തിലെ സൂക്ഷ്മസുഷിരങ്ങളിലേക്ക് വെള്ളമെത്തിച്ച് ഭൂഗർഭമേഖല പൂർണമായും ജലസംപുഷ്ടമാക്കുന്ന സ്ഥിതി"യിൽ ഇപ്പോൾ വൻ മാറ്റം വന്നിരിക്കുന്നു. അത് തിരിച്ചുപിടിക്കണം.

**ആയിരക്കണക്കിന് വർഷം പ്രകൃതി പാടുപെട്ട് പണിയെടുത്തുണ്ടാകുന്ന മണ്ണിനെ നശിപ്പിക്കാൻ പക്ഷേ, ഏതാനും മണിക്കൂർ മാത്രം മതിയാവും. ഈ പ്രസ്താവന ശാസ്ത്രീയമാണോ?**

മണ്ണുണ്ടാവുന്നത് എങ്ങനെയാണ്? പാറപൊടിഞ്ഞെന്ന് ഒറ്റവാക്യത്തിൽ പറയാം. പക്ഷേ, പാറ പൊടിയലെന്നു പറയുന്ന പ്രക്രിയ അത്ര എളുപ്പമാണോ? അല്ല. പാറ പൊടിഞ്ഞതുകൊണ്ടുമാത്രം മണ്ണ് ഉണ്ടാവുകയില്ല. പാറയുടെ ചെറുതരികൾ, ജീവൻ നഷ്ടപ്പെട്ടുപോയ ചെറുചെറു ജീവികളുടെ അവശിഷ്ടങ്ങൾ, ജന്തുക്കളുടെ വിസർജ്യം ഇതിന്റെയെല്ലാം സാന്നിധ്യംമൂലം പെരുകുന്ന ബാക്ടീരിയകളും ഫംഗസുകളും ആൽഗകളുമടക്കമുള്ള ചെറുജീവികൾ, ഇവയ്ക്കിടയിൽ തങ്ങിനിൽക്കുന്ന ഓക്സിജൻ, ഈർപ്പം - ഇതെല്ലാം ചേർന്ന ഒന്നിനെയാണ് നാം മണ്ണ് എന്നുപറയുന്നത്. ഈ രീതിയിലുള്ള മണ്ണിന് മാത്രമേ ജീവന്റെ ഈറ്റില്ലമായി മാറാൻ കഴിയുകയുള്ളൂ.

ആദിയിൽ എല്ലാം പാറമയമായിരിക്കണം. ഭൂകമ്പങ്ങൾ അവയെ പിളർത്തി അഗ്നിപർവ്വതവിസ്ഫോടനങ്ങൾ ആഴങ്ങളിൽനിന്ന് പലതരത്തിലും വലിപ്പത്തിലുമുള്ള കണികകളെ ഉപരിതലത്തിൽ എത്തിച്ചു. കാറ്റും മഴയും മഞ്ഞുവീഴ്ചയുമെല്ലാം അതിന്മേൽ പ്രവർത്തിച്ചിട്ടുണ്ടാകണം. പിന്നെ പാറകളുടെ മുകളിലെ ആദ്യകാലം തൊട്ടുള്ള ആ ആവരണമുണ്ടല്ലോ, 'ലൈക്കൺ' എന്ന സങ്കരസസ്യജാതി (ആൽഗ + ഫംഗസ്) യുടെ നിറഞ്ഞ സാന്നിധ്യം. പാറപൊടിഞ്ഞ് മണ്ണാകുന്നതിൽ അവയ്ക്ക് അതിപ്രധാനമായ പങ്കുതന്നെ ഉണ്ടായിരുന്നു. അഗ്നിപർവതങ്ങളും മറ്റും വല്ലപ്പോഴുമേ പ്രവർത്തനനിരതമാകാറുള്ളൂ. ഭൂക

ന്ധമായാലും അഗ്നിശൈലങ്ങളായാലും എല്ലായിടത്തും അവയുടെസാന്നിധ്യമുണ്ടാകാറില്ല. എന്നാൽ അങ്ങനെയല്ല ലൈക്കൺ. പാറയുടെ ബാഹ്യാവരണമായി അവ എല്ലായിടത്തുമുണ്ടാകും. അമ്ലങ്ങൾ സ്രവിപ്പിച്ച അവ പാറയെ വിഘടിപ്പിക്കും. ചൂടും മഴയും ഐസും സഹായത്തിനുണ്ടാകും. ആയിരക്കണക്കിനു വർഷങ്ങൾ വേണ്ടിവരും ഈ രീതിയിൽ പാറ പൊടിഞ്ഞു മൺതരികളുണ്ടാവാൻ.

മണ്ണിന്റെ ഘടനയിൽ തീരെച്ചെറുതും അത്ര ചെറുതല്ലാത്തതുമായ അനേകം സൂക്ഷ്മജീവികൾ പങ്കുവയ്ക്കുന്നുണ്ട്. ഒരു ടീസ്പൂൺ ഉപരിതല മണ്ണിൽ സഹസ്രകോടിയിലേറെ ബാക്ടീരിയകളുണ്ടാകാം. നൂലുകൾ പോലുള്ള ചെറുഫംഗസുകളുണ്ടാകാം. സ്പ്രിംഗ്ടെയ്ൽസ് (സ്പ്രിംഗ്വാലന്മാർ) എന്ന ചിറകില്ലാത്ത ചെറുതരം പ്രാണികളും സൂക്ഷ്മശരീരികളായ ഉണ്ണികളുമുണ്ടാകും. മണ്ണ് ഇളക്കിമറിക്കുന്നതിൽ ഇവയ്ക്ക് നിസ്തുലമായ പങ്കുതന്നെ ഉണ്ടാകും. ഇങ്ങനെ പാകപ്പെടുന്ന മണ്ണിൽ മണ്ണിരകൾ ഉണ്ടാകും. ചാൾസ് ഡാർവിൻ മണ്ണിരകളെക്കുറിച്ചുള്ള പഠനത്തിൽ പ്രകൃതിയുടെ ഈ കലപ്പകളുടെ പ്രാധാന്യം ശാസ്ത്രീയമായി എടുത്തുകാട്ടിയിട്ടുണ്ടല്ലോ. മണ്ണിൽ വേണ്ടത്ര ഓക്സിജൻ എത്തിക്കുന്നതും നനവ് എത്തിക്കുന്നതും പോഷകഘടകങ്ങളെ കൂട്ടിക്കലർത്തുന്നതുമെല്ലാം മണ്ണിരകളത്രെ.

ഒരേക്കർ മണ്ണിനകത്തെ ബാക്ടീരിയകളെ മാത്രമെടുത്തുതൂക്കി നോക്കിയാൽ അത് 500 കിലോവിൽ അധികമുണ്ടാകുമെന്ന് മൺശാസ്ത്രജ്ഞന്മാർ കണ്ടെത്തിയിട്ടുണ്ട്. എന്നാൽ അതുമുഴുവൻ മറ്റു പോഷകഘടകങ്ങളോടൊപ്പം ഒലിച്ചുപോകാൻ ഏതാനും ദിവസം നീണ്ടുനിൽക്കുന്ന മണ്ണൊലിപ്പ് മാത്രം മതിയാവും!

## മണ്ണ് മലിനമാകുന്നത് എങ്ങനെയെല്ലാം?

അമിതരാസവളപ്രയോഗം, രാസകീടനാശിനികൾ, വിഘടനവിധേയമാകാത്ത മാലിന്യങ്ങൾ (ഉദാ: പ്ലാസ്റ്റിക്) എന്നിവ മണ്ണിന്റെ ഗുണമേന്മ നശിപ്പിക്കുന്നു. തുടർച്ചയായി രാസവളം പ്രയോഗിക്കുന്നതും രാസകീടനാശിനികൾ തളിക്കുന്നതും രാസകളനാശിനികൾ ഉപയോഗിക്കുന്നതും മണ്ണിനെ തീർത്തും ഒരു ക്ഷയരോഗിയോ അർബുദരോഗിയോ ആക്കി മാറ്റുമെന്ന് ഉറപ്പാണ്. സൂക്ഷ്മജീവികൾക്കും മണ്ണിരകൾക്കും മറ്റു ജീവികൾക്കും വളരാൻ സാഹചര്യമൊരുക്കുകയാണ് ഇതിനുള്ള പരിഹാരം.

2,4,D എന്ന കളനാശിനിയും BHC പോലുള്ള കീടനാശിനികളും (BHC = Benzye He x a Chloride) നൈട്രീകരണത്തെ തടസ്സപ്പെടു

ത്തുന്നതുമൂലം വിളകൾക്ക് അനുപേക്ഷണീയമായ നൈട്രജൻ വളങ്ങൾ പ്രയോഗിച്ചാലും ഉദ്ദേശിച്ച ഫലമില്ലാതാകും. ഇതിനുപുറമെ DDT, എൻഡ്രിൻ, ആൽഡ്രിൻ തുടങ്ങി മിക്കവാറും എല്ലാ രാസകീടനാശിനികളും പയർവർഗ ചെടികളിൽ വേര് മുഴകൾ ഉണ്ടാക്കുന്നതിൽ നിന്ന് ബന്ധപ്പെട്ട ബാക്ടീരിയകളെ തടഞ്ഞുനിർത്തും. പരാഗണം നടത്തുന്ന ജീവികളെ നശിപ്പിക്കും. എല്ലാ വർഷവും ഡിസംബർ 5 ലോകമണ്ണ് ദിനമായി ആചരിക്കുന്നു.

## ലൈക്കൻ ചെടികൾ പരിസരമലിനീകരണം പ്രതിഫലിപ്പിക്കുന്ന കണ്ണാടികളാവുന്നത് എങ്ങനെ?

ആൽഗകളുടെയും ഫംഗസുകളുടെയും സംയോഗമായ ലൈക്കനുകളെ ഒരു പരിസരത്തിലെ മലിനീകരണത്തിന്റെ സൂചകങ്ങളായി കണക്കാക്കാറുണ്ട്. വ്യവസായശാലകളുടെ പരിസരങ്ങളിലുള്ള മരങ്ങളിലും പാറകളിലും പറ്റിപ്പിടിച്ചു വളരുന്ന ഈ ചെടികൾ പരിസരത്തുനിന്ന് സൾഫർ ഡൈ ഓക്സൈഡും ഘനലോഹങ്ങളും മറ്റും വലിച്ചെടുക്കും. ഇതിന്റെ തോതനുസരിച്ച് ഇവ വാടുകയോ കരിയുകയോ നിറമാറ്റത്തിനു വിധേയമാവുകയോ ചെയ്യും. അതുകൊണ്ട് ലൈക്കനുകളെ നോക്കി പ്രാദേശികമലിനീരണം കണ്ടെത്താം.

1886ൽ ഫിൻലാന്റുകാരനായ വില്ല്യം നെയ്‌ലാമ്ടർ എന്ന ശാസ്ത്രജ്ഞൻ ഈ രീതി ആവിഷ്ക്കരിച്ചു. മലിനീകരണം മൂലം ലൈക്കനുകൾ നശിച്ചാൽ മണ്ണും മണ്ണിലെ ജൈവാംശവും പാറയിൽനിന്നുള്ള മണ്ണിന്റെ രൂപീകരണവുമെല്ലാം അവതാളത്തിലാകുമെന്നും പിന്നീട് ശാസ്ത്രജ്ഞർ കണ്ടെത്തി.

# ഊർജ്ജം ഊർജ്ജം സർവ്വത്ര

## 'ഊർജമാണഖിലസാരമൂഴിയിൽ' ഈ പ്രസ്താവന എത്ര മാത്രം ശരിയാണ്?

ചെറുതായി ഒന്ന് അനങ്ങാൻപോലും ഊർജ്ജം വേണം. വേണ്ടേ? ഊർജ്ജം ഊപയോഗിക്കാതെ ഒരു കാര്യവും നടക്കില്ല. പ്രവൃത്തിചെയ്യാൻ പണ്ട് നാം നമ്മുടെതന്നെ ശക്തി ഉപയോഗിച്ചു. പണ്ട് നാം നമ്മുടെതന്നെ ശക്തി ഉപയോഗിച്ചു. കുതിരകളെയും കാളകളെയും മറ്റു മൃഗങ്ങളെയും ഉപയോഗിച്ചു. വിറകും, കൽക്കരിയും ചാണകവറളിയും ഉപയോഗിച്ചു. ആവിയന്ത്രം കണ്ടുപിടിച്ചതോടെ യന്ത്രങ്ങളിലായി എല്ലാറ്റിനേയും നിയന്ത്രിക്കുന്ന ശക്തി.

കൽക്കരി, എണ്ണ, പ്രകൃതിവാതകങ്ങൾ, വെള്ളം, കാറ്റ്, തിരമാലകൾ, അണുശക്തി, സൗരോർജ്ജം എന്നിങ്ങനെ എല്ലാ ശക്തികളെയും നാമിന്ന് പ്രവൃത്തി ചെയ്യാൻ ഉപയോഗിക്കുന്നു, അതിനുവേണ്ടി ഈഊർജ്ജം ഉല്പാദിപ്പിക്കാൻ ഉപയോഗിക്കുന്നു.

## ഇന്നത്തെ ഇന്ധനങ്ങളിൽ മനുഷ്യൻ എത്തിച്ചേർന്നതെങ്ങനെ?

ക്രിസ്തുവിനുമുമ്പുള്ള കാലത്തെ ചൈനക്കാർ കൽക്കരി ഖനനം ചെയ്തെടുത്ത് ഉപയോഗിച്ചിരുന്നു. കൽക്കരിയുടെ സ്വേദനം വഴി ലഭിക്കുന്ന കൽക്കരിവാതകം തെരുവുവിളക്കു കത്തിക്കാൻ നൂറ്റമ്പതു വർഷം മുമ്പ് ഉപയോഗിച്ചിരുന്നു. ഇന്നിപ്പോൾ ആകെ ലഭ്യമായ ഇന്ധനത്തിന്റെ 27 ശതമാനത്തോളം കൽക്കരിയിലൂടെ ലഭ്യമാകുന്നു. ഏതാണ്ട് മുപ്പതുകോടി വർഷംമുമ്പ് ജീവിച്ചിരുന്ന സസ്യങ്ങൾ ചതുപ്പുകളിലും മറ്റും കിടന്ന് രൂപമാറ്റം വന്ന് കൽക്കരിയായി പരിണമിക്കുകയായിരുന്നു. പണ്ടത്തെ സസ്യങ്ങൾ പ്രകാശസംശ്ലേഷണം വഴി സംഭരിച്ച ഊർജമാണിത്. കൽക്കരിയേയും പെട്രോളിയം എണ്ണയേയും പ്രകൃതിവാതകത്തെയുമെല്ലാം. ഫോസിൽ ഇന്ധനങ്ങൾ എന്നുപറയുന്നത്

അതുകൊണ്ടാണ്. കുടത്തിൽ അടച്ചുവെച്ച കാർബൺ ഭൂതങ്ങളാണവ. കുടത്തിനുള്ളിൽ ഒതുങ്ങിക്കഴിയുന്നിടത്തോളം ആർക്കും ഒരു കുഴപ്പവുമില്ല. എന്നാൽ ജ്വലിച്ച് ഇന്ധനമായി മാറുന്നതോടൊപ്പം സർവത്രകുഴപ്പമുണ്ടാക്കുന്ന കാർബൺ ഡൈഓക്സൈഡും കരിയും പുറത്തുവരും.

## പെട്രോളിയം എണ്ണയും പ്രകൃതിവാതകവും എങ്ങനെയുണ്ടായി?

ഒരു അമേരിക്കൻ എഞ്ചിനിയർ 1821ൽ ആദ്യമായി പ്രകൃതിവാതകം ഖനനം ചെയ്തെടുത്തു. 1859ൽ അമേരിക്കയിൽതന്നെ ആദ്യത്തെ എണ്ണ (പെട്രോളിയം)ക്കിണറും നിലവിൽവന്നു. ഇന്നിപ്പോൾ ലോക എണ്ണ ഉപഭോഗത്തിന്റെ 40 ശതമാനവും പെട്രോളിയത്തിന്റെ സംഭാവനയാണത്രെ. മധ്യപൗരസ്ത്യദേശങ്ങൾ എണ്ണക്കിണറുകളുടെ കേന്ദ്രസ്ഥാനം സൗദി അറേബ്യ (505,900,000 ടണ്ണുമായി - 2004) ഒന്നാംസ്ഥാനത്ത്. തൊട്ടടുത്ത് റഷ്യ (458,700,000 ടൺ). പിന്നെ യു.എസ്.എ, ഇറാൻ, മെക്സിക്കോ, യു.കെ. എന്നിങ്ങനെ സ്ഥാനങ്ങൾ പങ്കിടുന്നു.

പ്രകൃതിവാതകങ്ങളുടെ കാര്യത്തിൽ റഷ്യയാണ് ഒന്നാംസ്ഥാനത്ത്. തൊട്ടടുത്ത് യു.എസ്.എയും കാനഡയും നമുക്ക് എണ്ണ തരേണ്ട ഇറാൻ അഞ്ചാംസ്ഥാനത്തും ലോകാവശ്യത്തിന്റെ 23 ശതമാനം ശക്തി പ്രകൃതിവാതകങ്ങൾ സംഭാവന ചെയ്യുന്നു. പ്രകൃതിവാതകങ്ങളെല്ലാം ഭൂമിക്കടിയിൽനിന്ന് ഖനനം ചെയ്തെടുക്കുന്നു. മീഥേൻ ഏറ്റവും പ്രധാനം. പിന്നെ കുറച്ച്, ഇഥേനും പ്രോപേനും മറ്റു ചില വാതകങ്ങളും. പൈപ്പുലൈനുകളിലൂടെ എളുപ്പം ഉപഭോക്താക്കളിലെത്താം. കൽക്കരിയേയും പെട്രോളിയത്തെയും അപേക്ഷിച്ച് മലിനീകരണം തീരെ കുറവ്. ഇതാണ് മെച്ചം. 30-40 കോടി വർഷങ്ങൾക്ക് മുമ്പത്തെ ജൈവാംശങ്ങളുടെ അവശേഷിപ്പുതന്നെയാണ് പ്രകൃതിവാതകത്തിന്റെയും അടിസ്ഥാനവസ്തു.

ഫോസിൽ ഇന്ധനങ്ങൾ തീർന്നുപോകും. ലോകമാണെങ്കിൽ പരമാവധി ഉപയോഗിക്കുന്നു. ഇനി എത്രകാലം ഉപയോഗിക്കാൻ ബാക്കിയുണ്ട്? കൽക്കരി 192 കൊല്ലം കൂടികിട്ടും. ഗ്യാസ് 67 കൊല്ലം കൊണ്ടു തീരും. പെട്രോളിയമാകട്ടെ, കഷ്ടിച്ച് 40 വർഷം ഉപയോഗിക്കാൻ കിട്ടിയാലായി. ഒരു തമാശ കേൾക്കൂ. 40 കോടി വർഷങ്ങൾക്കിപ്പുറം ഭൂമിയിൽ പെട്രോളിയം ഉണ്ടായിട്ടില്ല. കാരണം നാല്പതുകോടി വർഷത്തിനുശേഷം മരത്തടിയെ വിഘടിപ്പിച്ച് തീർക്കുന്ന വെളുത്ത ഫംഗസുകൾ ആവിർഭവിച്ചതോടെ പെട്രോളിയമായിത്തീരാൻ ഭൂഗർഭത്തിൽ

മരത്തടികൾ ഇല്ലാതായി.

ഡീസലായും പെട്രോളായും ഏറ്റവും കൂടുതൽ ഉപയോഗിക്കുന്നത് പെട്രോളിയം ഇന്ധനമാണ്. കാറിലും ബസിലുമെല്ലാമുപയോഗിച്ച് നഗര-നാട്ടിൻപുറ വ്യത്യാസമില്ലാതെ വിഷം പരത്തുന്നു. ഡൽഹി പോലുള്ള നഗരങ്ങളിൽ ഡീസലും പെട്രോളും ബസുകളിൽ ഉപയോഗിക്കുന്നതിനു വിലക്കേർപ്പെടുത്തേണ്ടിവന്നു. മനുഷ്യനും മറ്റുജീവജാലങ്ങൾക്കും ഏറ്റവും വലിയ ഭീഷണി ഉയർത്തിയിരിക്കുന്നത് ഈ എണ്ണകളാണ് ഐക്യരാഷ്ട്രസഭ കർശനനിയന്ത്രണങ്ങൾക്കായി ലോകരാഷ്ട്രങ്ങൾക്കെല്ലാം നിർദേശം നൽകിക്കഴിഞ്ഞു. പകരം ഗ്യാസോ വൈദ്യുതിയോ സൗരോർജമോ ഉപയോഗിക്കാൻ തുടങ്ങിക്കഴിഞ്ഞു. ജനനിബിഡമായ തെരുവീഥികളിലൂടെ ചീറിപ്പായുന്ന പടുകൂറ്റൻ ഓയിൽ ടാങ്കറുകൾ ഇനി അധികകാലം ഉണ്ടാവില്ലെന്നു മാത്രം.

തണ്ണീർത്തടങ്ങൾ നികത്തി എണ്ണശേഖരണശാലകൾ പണിയുന്നത് എന്തിനാണെന്ന ചോദ്യം തികച്ചും പ്രസക്തമാണ്.

## ആണവനിലയങ്ങൾ ആളെക്കൊല്ലികളാകുന്നത് എങ്ങനെ?

ലോകം ഉപയോഗിക്കുന്ന ഊർജ്ജത്തിന്റെ 7 ശതമാനം ആണവനിലയങ്ങളുടെ സംഭാവനയായിരുന്നു. അപകടസാധ്യതകൾ കണക്കിലെടുത്ത് പല രാജ്യങ്ങളും ആണവനിലയങ്ങൾ ഉപേക്ഷിക്കുന്ന സാഹചര്യത്തിൽ ഈ കണക്കിൽ ഏറെ കുറവുണ്ടായിരിക്കുന്നു. അണുക്കൾ തമ്മിലുള്ള പ്രതിപ്രവർത്തനം വഴി വൻതോതിൽ ചൂടുണ്ടാകുന്നു. ഇതുപയോഗിച്ച് ചക്രം (ടർബൈൻ) തിരിച്ച് വൈദ്യുതി ഉല്പാദിപ്പിക്കുന്നു. ഇതാണ് ആണവ നിലയത്തിന്റെ പ്രവർത്തനതത്ത്വം.

*ഊർജ്ജവിഹിതം: ഏറ്റവും പുതിയ കണക്ക് ശതമാനത്തിൽ*

| | |
|---|---|
| പെട്രോളിയം | 36 |
| കൽക്കരി | 27 |
| പ്രകൃതിവാതകം | 23 |
| ജലവൈദ്യുതി | 6 |
| ആണവഊർജം | 7 |
| പാരമ്പര്യേതരം | 1 |

## സൗരോർജപദ്ധതികളിലൂടെ ഊർജപ്രതിസന്ധി പരിഹരിക്കാനാകുമോ?

സൗരോർജം, കാറ്റിൽനിന്നുള്ള ഊർജം, ജൈവഇന്ധനങ്ങൾ ഇവ ബദൽ ഊർജ സ്രോതസ്സുകളായി അറിയപ്പെടുന്നു.

ഫോട്ടോ വോൾട്ടായ്ക്ക് സെല്ലുകൾ ഉപയോഗിച്ച് സൗരോർജത്തെ നേരിട്ടോ വൈദ്യുതിയാക്കിമാറ്റാം. നേരത്തെ അതിന് താങ്ങാനാവാത്ത വിലയായിരുന്നെങ്കിൽ ഇന്ന് ചെലവ് വളരെ കുറഞ്ഞിരിക്കുന്നു. അതുകൊണ്ടുതന്നെ കേരളത്തിൽ പലസ്ഥലത്തും സോളാർ പാടങ്ങൾ വളർന്നുവരുന്നു. നാളത്തെ നമ്മുടെ ക്ലീൻ ഊർജത്തിന്റെ മുഖ്യസ്രോതസ് സോളാർ ആയിരിക്കുമെന്നു തീർച്ച. മോട്ടോർവാഹനങ്ങൾ ഉണ്ടാക്കുന്ന പരിസരമലിനീകരണത്തിന് അതോടെ അറുതിയുണ്ടാകും. ഫോസിൽ ഇന്ധനങ്ങളുടെ ഉപയോഗം കുറയ്ക്കാൻ ഇപ്പോൾത്തന്നെ നാം ഇലക്ട്രിക് ബസുകൾ റോട്ടിലിറക്കിക്കഴിഞ്ഞു. കൊച്ചിയിൽമാത്രം 2000 ഇലക്ട്രിക് ഓട്ടോറിക്ഷകൾ വരാൻ പോകുന്നു. ഇതിനെല്ലാം ആവശ്യമായ വൈദ്യുതി നാളെ സോളാർ സെല്ലുകളിലൂടെ നൽകാൻ കഴിയും.

## സൂര്യനും 'ചാംപ്യൻ ഓഫ് എർത്ത്' അവാർഡും തമ്മിൽ എന്താണ് ബന്ധം?

ധീരവും പ്രചോദനാത്മകവുമായ പരിസ്ഥിതി പ്രവർത്തനങ്ങൾക്ക് ഐക്യരാഷ്ട്രസഭ നൽകുന്ന പരമോന്നത പുരസ്കാരമാണിത്. പരിസ്ഥിതിപ്രവർത്തനമേഖലയിൽ നൊബേൽ പുരസ്കാരത്തിന് തുല്യമായ ബഹുമതി 2018ലെ ഈ അംഗീകാരം 'സിയാൽ' എന്ന കൊച്ചി രാജ്യാന്തരക്കമ്പനിക്കു ലഭിച്ചു. ഏതിന്റെ പേരിൽ? ലോകത്തിലെ ആദ്യത്തെ സമ്പൂർണ സൗരോർജ വിമാനത്താവളം എന്ന പദവിയുടെ പേരിൽ. 100 കി.വാട്ട് ശേഷിയുള്ള സൗരോർജപാനൽ സ്ഥാപിച്ച് 2013ൽ സോളാർ വൈദ്യുതി ഉല്പാദിപ്പിക്കാൻ തുടങ്ങി. ഇപ്പോൾ 40 മെഗാവാട്ടിൽ എത്തിനിൽക്കുന്നു. ഇന്ത്യയിൽ മറ്റൊരു സ്ഥാപനത്തിനും കൈവരിക്കാനാകാത്ത നേട്ടം. 2015 തൊട്ട് ഇവിടെ ആവശ്യമുള്ള വൈദ്യുതി മുഴുവൻ സൗരോർജത്തിൽനിന്ന് ഉണ്ടാക്കുന്നു. പ്രതിദിനം 1.6 ലക്ഷം യൂണിറ്റ് ഉല്പാദിപ്പിച്ച് അതിൽ 1.3 ലക്ഷം യൂണിറ്റ് വൈദ്യുതബോർഡിന് വിൽക്കുന്നു. മാലിന്യമില്ലാത്ത ഊർജം ഉല്പാദിപ്പിക്കാൻ ആഗ്രഹിക്കുന്നവർക്കെല്ലാം പ്രചോദനം.

## കാറ്റിൽനിന്ന് ഊർജം നിർമ്മിക്കുന്നതെങ്ങനെ?

ഏറ്റവും പഴക്കമുള്ള ഒരു ഊർജസംഭരണരീതിയാണിത്. ഇന്നത്തെ ഇറാനിൽ ഏഴാം നൂറ്റാണ്ടിൽ തന്നെ കാറ്റാടിയന്ത്രങ്ങൾ ഉണ്ടായിരുന്നു. പന്ത്രണ്ടാം നൂറ്റാണ്ടോടെ യൂറോപ്യൻ രാജ്യങ്ങൾ ഉപയോഗിക്കാൻ തുടങ്ങി. പത്തൊൻപതാം നൂറ്റാണ്ടിൽ കാറ്റിന്റെ ശക്തിയെ വൈദ്യു

തിയാക്കാനും തുടങ്ങി. അമേരിക്കയിലെ കാലിഫോർണിയ ഇക്കാര്യത്തിൽ ഇപ്പോൾ ലോകത്തിൽതന്നെ ഒന്നാം സ്ഥാനത്തുനിൽക്കുന്നു. ഇടുക്കിയിലെ രാമക്കൽമേട്ടിൽ കാറ്റാടിയന്ത്രങ്ങൾ സ്ഥാപിച്ച് വൈദ്യുതി ഉല്പാദിപ്പിക്കുന്നുണ്ട്.

ഇന്ത്യാമഹാരാജ്യത്തിന്റെ പവനോർജസാധ്യതയെക്കുറിച്ച് കേട്ടാൽ നിങ്ങൾ ഞെട്ടിപ്പോകും. അത്രയും അപാരമാണത്. ഒരു പത്തുകൊല്ലം മുമ്പ് അമേരിക്കയിലെ ലോറൻസ് ബെർക്ക്‌ലി നാഷണൽ ലബോറട്ടറി ഒരു പഠനം നടത്തി. 20 ലക്ഷം മെഗാവാട്ട് വൈദ്യുതി കാറ്റിൽനിന്നു മാത്രം ഉല്പാദിപ്പിക്കാൻ നമുക്ക് കെല്പുണ്ടെന്ന് ഇവർ കണ്ടെത്തി. ഇന്ത്യയുടെ ഊർജപ്രതിസന്ധി പരിഹരിക്കാൻ ആവശ്യമായ തോതിൽ ശുദ്ധമായ ഊർജം ഇതിൽനിന്നുമാത്രം കിട്ടും എന്നർത്ഥം. 1629 ച. കി. സ്ഥലത്ത് കാറ്റാടിയന്ത്രങ്ങൾ സ്ഥാപിച്ച് ഈ ഊർജം മുഴുവൻ ഉണ്ടാക്കാമത്രെ.

അത്യന്തം പരിസ്ഥിതി സൗഹൃദപരമായ ഊർജസ്രോതസ്സ് മുമ്പിൽ കിടക്കുമ്പോഴാണ് നമ്മൾ അപകടം പിടിച്ച ആണവനിലയത്തിനു പിന്നാലെ പോകുന്നത്.

പവനോർജശേഷിയുടെ 95 ശതമാനവും തെക്കേ ഇന്ത്യൻ സംസ്ഥാനങ്ങൾക്കും പടിഞ്ഞാറൻ സംസ്ഥാനങ്ങൾക്കുമാണുള്ളത്. അറബിക്കടലിനും ബംഗാൾ ഉൾക്കടലിനും ചേർന്നുകിടക്കുന്ന പ്രദേശങ്ങൾ. പവനോർജശേഷിയുടെ കാര്യത്തിൽ അമേരിക്കയേക്കാൾ വൻശക്തി ചൈനയാണെന്നോർക്കുക. ഈ മേഖലയിൽ ഒരു പുതിയ യുഗത്തിന് തുടക്കം കുറിക്കാൻ ഇന്ത്യക്ക്, കേരളത്തിന് തീർച്ചയായും കഴിയും.

തൊട്ടയലത്ത് തമിഴ്നാട്ടിൽ 6000 മെഗാവാട്ട് വൈദ്യുതി കാറ്റാടിയന്ത്രങ്ങൾ ഉപയോഗിച്ച് നിർമ്മിക്കുന്നു. തെക്കൻ തമിഴ്നാട്ടിലെ നാട്ടിൻപുറങ്ങളിൽ എല്ലായിടത്തും അവ കാണാം.

## തിരമാലകളുടെ ശക്തിയെ വൈദ്യുതിയിലാക്കി ഉപയോഗിച്ചുകൂടേ?

നമുക്ക് നീണ്ട കടൽത്തീരമുണ്ട്. അതിൽ ശക്തിയുള്ള തിരമാലകളുണ്ട്. തീരങ്ങളിൽ ദുരിതം വിതയ്ക്കുന്ന ഈ തിരമാലകളെ എന്തേ ഊർജോല്പാദനത്തിന് ഉപയോഗിച്ചുകൂടേ? തിരമാലകളിൽ ടർബൈൻ വച്ച് തിരിച്ച് തീർച്ചയായും വൈദ്യുതി ഉണ്ടാക്കിയെടുക്കാം. ലോകത്തിലെ ആദ്യത്തെ ടൈഡൽ (തിരമാലകളുടെ ശക്തി) പവർസ്റ്റേഷൻ ഫ്രാൻസിലെ റാൻസെ നദിക്കരയിൽ സെന്റ് മാലൊ എന്ന സ്ഥലത്ത് 1967ൽ പൂർത്തിയായി. ലോകത്തിലെ ഏറ്റവും വലിയ ടൈഡൽ

പവർസ്റ്റേഷനും അതുതന്നെ. പക്ഷേ, ചെലവ് വളരെ കൂടുതലാണ്. അതു കൊണ്ട് ഇന്ത്യയെപോലുള്ള രാജ്യങ്ങൾ അറച്ചുനിൽക്കുന്നു. സൗരോർജ പദ്ധതിപോലെ ചെലവു കുറയുമ്പോൾ അതും നടപ്പാക്കാവുന്നതേയു ള്ളൂ.

## ജൈവഇന്ധനങ്ങൾ ഊർജപ്രതിസന്ധിക്ക് പരിഹാരമാകുമോ?

എണ്ണയും പെട്രോളും മണ്ണെണ്ണയും വിറകും ചാണകവറളിയുമെല്ലാം ജൈവഇന്ധനങ്ങൾ തന്നെയാണെങ്കിലും അവയിലധികവും ഫോസിൽ ഇന്ധനങ്ങളായതുകൊണ്ട് ഇന്നത്തെ നിലക്ക് ജൈവഇന്ധനങ്ങൾ എന്നു പറഞ്ഞാൽ എണ്ണക്കുരുക്കളിൽനിന്നും ധാന്യങ്ങളിൽനിന്നും മറ്റും ഉല്പാ ദിപ്പിക്കുന്ന ഇന്ധനങ്ങളാണ്. വാഹനങ്ങളിൽ ഉപയോഗിക്കുന്ന ബയോ ഡീസലും എഥനോളുമാണ് ഇതിൽ പ്രധാനം (എഥനോൾ എന്നാൽ ഈഥേൻ ആൽക്കഹോൾ. സാക്ഷാൽ മദ്യം!). പിന്നെയാണ് ബയോ ഗ്യാസ്. ചാണകം, മനുഷ്യമലം, ചപ്പുചവറുകൾ എന്നിങ്ങനെയും ജൈവി കമായ പാഴ്വസ്തുക്കളെല്ലാം വിളക്കു കത്തിക്കാനും പാചകം നട ത്താനും വൈദ്യുതി ഉണ്ടാക്കാനും വണ്ടി ഓടിക്കാനും ഉപയോഗപ്പെടു ത്താം.

ഇംഗ്ലണ്ട്, യു.എസ്.എ, ബ്രസീൽ തുടങ്ങിയ രാജ്യങ്ങൾ എഥ നോളോ ബയോഡീസലോ വാഹന ഇന്ധനമായി ഉപയോഗിക്കുന്നു. പെട്രോളുമായി ചേർത്ത് ഉപയോഗിച്ചാൽ ശേഷി വർദ്ധിക്കും. എന്നാൽ ഒരു മുഖ്യപ്രശ്നമുണ്ട്. ബയോഡീസൽ ഉല്പാദിപ്പിക്കാൻ കടലാവ ണക്ക് (ജെട്രോഫ) വൻതോതിൽ കൃഷി ചെയ്യുന്നു. എഥനോൾ ഉണ്ടാ ക്കാൻ ചോളവും കരിമ്പും പനയും വേണം. അമേരിക്കയെപ്പോലുള്ള രാജ്യങ്ങളിൽ ചോളകൃഷി വൻതോതിൽ നടക്കുന്നു. പക്ഷെ, മനുഷ്യനു തിന്നാൻ കൊടുക്കാതെ അത് എണ്ണയാക്കി മാറ്റുന്നു. ദരിദ്രരാജ്യങ്ങ ളുടെ പട്ടിണിനിർമ്മാർജന പരിപാടികൾ അവതാളത്തിലാക്കുക മാത്ര മല്ല ഇതുണ്ടാക്കുന്ന പ്രശ്നം. അവണക്കുകയിലും ധാന്യകൃഷിയിലും കരിമ്പുകൃഷിയിലും വൻതോതിൽ ഏകവിളത്തോട്ടങ്ങൾ പെരുകുക യാണ്. ഇതിന്റെ പേരിൽ വികസ്വരരാഷ്ട്രങ്ങളെ പണം കാട്ടി ഭ്രമി പ്പിച്ച് കൃഷിഭൂമി പാട്ടത്തിനെടുത്തുപോലും കൃഷി നടത്തുന്നു. ഏക വിളത്തോട്ടങ്ങൾ പെരുകുകയാണ്. ഇത് ജൈവവൈവിധ്യത്തെ ബാധി ക്കും. അങ്ങനെ ഊർജപ്രതിസന്ധിക്കുള്ള പരിഹാരം കൂടുതൽ വലിയ പരിസ്ഥിതിപ്രശ്നങ്ങൾക്ക് കാരണമാകുന്നു.

## ഇന്ധനമെന്ന നിലയിൽ ഹൈഡ്രജനു സാധ്യതയെന്ത്?

ശരിയാണ്, മലിനീകരണം തീരെയുണ്ടാക്കാത്ത ഇന്ധനമാണ് ഹൈഡ്രജൻ. ഹൈഡ്രജൻ ഉപയോഗിച്ച് ഓടുന്ന മോട്ടോർ വാഹനങ്ങൾ നമുക്ക് ഇഷ്ടംപോലെ സ്വപ്നംകാണാം. ഹൈഡ്രജൻ കത്തുമ്പോൾ ഒന്നാന്തരം ശുദ്ധജലമല്ലാതെ മാലിന്യങ്ങൾ ഒന്നുപോലുമുണ്ടാവില്ല. കാർബൺഡൈ ഓക്സൈഡിനെ പേടിക്കുകയേ വേണ്ട. കാര്യക്ഷമതയാണെങ്കിൽ പരമാവധിയും. പക്ഷേ, ഏറ്റവും സാന്ദ്രതകുറഞ്ഞ ഇന്ധനമായതുകൊണ്ട് സംഭരിക്കാനും കടത്തിക്കൊണ്ടുപോകാനും ഏറെ പ്രയാസങ്ങളുണ്ടാവും. ഹൈഡ്രജൻ വൻതോതിൽ ഉല്പാദിപ്പിക്കേണ്ടിവരും. അതിന് കാറ്റ്, സൂര്യൻ തുടങ്ങിയ പുനരുപയോഗ സാധ്യതയുള്ള ഊർജസ്രോതസ്സുകൾതന്നെ ഉപയോഗിക്കേണ്ടിവരും.

ചുരുക്കിപ്പറഞ്ഞാൽ പച്ചവെള്ളംകൊണ്ട് കാറോടിക്കാം. ഹൈഡ്രജന്റെ ഏറ്റവും വലിയ ശ്രോതസ് സാക്ഷാൽ $H_2O$ ആണല്ലോ! ഹൈഡ്രജൻ ഇന്ധനമായി ഉപയോഗിക്കുന്ന മോട്ടോർ വാഹനങ്ങൾ പ്രചരിക്കാൻ തുടങ്ങിക്കഴിഞ്ഞു. വാഹനങ്ങൾക്ക് $H_2$ ഇന്ധനമായി നൽകുന്ന ഗ്യാസ് സ്റ്റേഷൻ ഇന്ത്യയിൽ ആദ്യമായി ഗുജറാത്തിലെ വഡോദരയിൽ ഈ വർഷം നിലവിൽ വന്നു. വൈകാതെ കൊച്ചിയിലും വരും.

## പെട്രോളിനും ഡീസലിനും വിലക്ക്; ഫോസിൽ ഇന്ധനമായിട്ടും പ്രകൃതിവാതകങ്ങൾ ഉപയോഗിക്കാം. എന്തുകൊണ്ടാണിങ്ങനെ?

CNG (സമ്മർദ്ദത്തിനു വിധേയമാക്കിയ പ്രകൃതിവാതകം) Compressed Natural Gas), LNG (ദ്രവീകൃത പ്രകൃതിവാതകം - Liquified Natural Gas) എന്നിവയാവാം. അടുക്കളയിൽ LPG (ദ്രവീകൃത പെട്രോളിയം ഗ്യാസ് - Liquified Petrolium Gas)യുമാകാം. എന്നാൽ വായുമലിനീകരണത്തിന്റെ പേരിൽ വൻനഗരങ്ങളിൽ ഡീസലിനും പെട്രോളിനും പകരം CNG ഉപയോഗിക്കുന്നു. പൈപ്പുകൾ വഴി LNG എളുപ്പം വീടുകളിൽ എത്തിക്കാൻ ശ്രമം നടക്കുന്നു. നമ്മുടെ ഗെയ്ൽ പൈപ്പുലൈൻ ഉദാഹരണം. അതെന്താ ബസിലും കാറിലും CNG ഉപയോഗിച്ചാൽ മലിനീകരണമുണ്ടാവില്ലേ? CNG വായുമലിനീകരണമുണ്ടാക്കും. എന്നാൽ തീരെ നിസ്സാരമായ തോതിൽ മാത്രമേ ഉണ്ടാകൂ. പെട്രോളിനും ഡീസലിനും ഇന്ധനശേഷി കുറവാണ്. (ഇതിന് കുറഞ്ഞ ഒക്ടേൻ നമ്പർ എന്നു പറയുന്നു) ഈ കഴിവ് വർദ്ധിപ്പിക്കാൻ അവയിൽ കാരീയം (ലഡ്) പോലുള്ള കാൻസർ ജനക

വസ്തുക്കൾ ചേർക്കാറുണ്ട്. എന്നാൽ പ്രകൃതിവാതകങ്ങൾക്ക് സ്വാഭാവികമായിത്തന്നെ കൂടിയ ഇന്ധനശേഷിയാണ്. അതുകൊണ്ട് ഒക്ടേൻ നമ്പർ വർദ്ധിപ്പിക്കാൻ കാരീയവും മറ്റും ചേർക്കേണ്ടതില്ല. അതുകൊണ്ട് പ്രകൃതിവാതകങ്ങൾ കത്തുമ്പോൾ കാർബർ ജനകവസ്തുക്കൾ ഉണ്ടാകുമെന്നു പേടിക്കേണ്ടതില്ല. തീരെ ചെറിയ അളവിൽ മാത്രം $Co_2$ വായുവിൽ കലരുന്നതിനാൽ ആഗോളതാപനത്തിനും വഴിവെക്കുകയില്ല. ഇനി യഥവാ വല്ല മലിനീകരണസാധ്യതയും ഉണ്ടെങ്കിൽത്തന്നെ വൈദ്യുതി മോട്ടോർ വാഹനരംഗം കീഴടക്കുന്നതോടെ ഈ പ്രശ്നം എന്നന്നേക്കുമായി പരിഹൃതമാകും. അതായത് അപ്പോൾ പകൽ സമയം സൗരോർജം ഉപയോഗിച്ച് വൈദ്യുതി ഉണ്ടാക്കാം. ഇതിന്റെ ഒരുഭാഗം ഉപയോഗിച്ച് ഹൈഡ്രജൻ ഉല്പാദിപ്പിച്ച് വാഹനഗതാഗതത്തിന് ഉപയോഗിക്കാം

## ഉൽഗ്രഥിത ഊർജനയം (Integrated Energy Policy - IEP) എന്നാലെന്ത്?

ഊർജം ഉല്പാദിപ്പിക്കാൻ നിലവിൽ ലഭ്യമായ മാർഗങ്ങളിൽ ദോഷം ചെയ്യാത്തവയെല്ലാം പരസ്പരപൂരകമായി ഉപയോഗപ്പെടുത്തുക എന്ന നയമാണിത്. ഏറ്റവും അപകടകാരിയായ ആണവോർജ നിർമിതിക്ക് ഇതിൽ സ്ഥാനമില്ല. എന്നാൽ ഇന്ത്യാ ഗവൺമെന്റ് ഉണ്ടാക്കിയ ഈ പോളിസിയിൽ ഇതിന് മുഖ്യസ്ഥാനം നൽകിയിട്ടുണ്ട്. 2031ൽ 375 ശത കോടി യൂണിറ്റ് കറന്റ് ആണവനിലയങ്ങൾ വഴി ഉണ്ടാക്കാമെന്ന് അത് വിഭാവനം ചെയ്യുന്നു. പാരമ്പര്യേതര മാർഗങ്ങൾ വികസിപ്പിച്ച് ഇത് കുറച്ചുകൊണ്ടുവന്ന് പൂജ്യത്തിലെത്തിക്കണമെന്നും മറ്റു മാർഗ്ഗങ്ങൾ വഴി ലക്ഷ്യം നേടണമെന്നും പരിസ്ഥിതിയെക്കുറിച്ച് ഉൽക്കണ്ഠയുള്ളവർക്ക് ആവശ്യപ്പെടാം.

ഒരു ക്വിസ് ചോദ്യം: ലോകത്തിലെ ആദ്യത്തെ ഒഴുകുന്ന കാറ്റാടിപ്പാടം എവിടെ സ്ഥിതിചെയ്യുന്നു?

സ്കോട്ലാന്റിലെ ഹൈവിന്റിൽ. ഉല്പാദനശേഷി 30 മെഗാവാട്ട്. 2017ൽ ഉല്പാദനം ആരംഭിച്ചു.

ഒരു കൗതുകവാർത്ത കൂടി – കന്നുകാലികളെ വളർത്തുന്ന ന്യൂസിലാന്റുകാർ ഇനിമുതൽ ഏമ്പക്കനികുതി (belching tax) കൊടുക്കണം. ഏമ്പക്കം വിടുമ്പോൾ മീഥേൻ വാതകം പുറത്തുവരുന്നതുകൊണ്ടാണിത്.

# പ്ലാസ്റ്റിക്കും മറ്റ് പ്രശ്നങ്ങളും

**പ്ലാസ്റ്റിക് കൊലയാളിയായി മാറുന്നതെങ്ങനെ?**

ഓരോ ദിവസവും ഒരു പത്തുകോടി പ്ലാസ്റ്റിക് വെള്ളക്കുപ്പികളെ ങ്കിലും കാലിയാക്കിയശേഷം പരിസരത്തിലേക്ക് വലിച്ചെറിയുന്നു എന്നാണ് കണക്ക്. കുപ്പിവെള്ളം നിറക്കുന്ന പ്ലാസ്റ്റിക് കുപ്പികളിൽ ബിസ്ഫീനോൾ (ബിപിഐ) എന്ന രാസപദാർത്ഥം അടങ്ങിയിട്ടുള്ള തിനാൽ കൂടുതൽക്കാലം കുപ്പിവെള്ളം സൂക്ഷിച്ചാലും ചൂടു കൂടി യാലും ശരീരത്തിനു ഹാനികരമായ ഈ പദാർത്ഥം വെള്ളത്തിൽ കല രാൻ സാധ്യതയുണ്ട്. മണ്ണിൽ കിടന്നാലും കത്തിച്ചാലും ഇവ മനുഷ്യ നടക്കമുള്ള എല്ലാ ജീവികൾക്കും ദോഷം ചെയ്യും. കാൻസർ അടക്ക മുള്ള രോഗങ്ങൾക്ക് ബിപിഐ കാരണമാകുമെന്നു തെളിഞ്ഞിട്ടുണ്ട്.

പ്ലാസ്റ്റിക്കിന്റെ വിവിധ രൂപങ്ങൾ ആനകളും തിമിംഗലങ്ങളുമടക്ക മുള്ള വന്യമൃഗങ്ങളുടെ മരണത്തിന് കാരണമാകുന്നു. മൃഗങ്ങളുടെയും കടൽപ്പക്ഷികളുടെയും ജഡം പരിശോധിച്ചപ്പോൾ തൊണ്ണൂറു ശതമാ നത്തിലും പ്ലാസ്റ്റിക് കണ്ടെത്തിയതായി പഠനറിപ്പോർട്ടുകൾ ചൂണ്ടി ക്കാട്ടുന്നു. കടലിൽ ഒഴുകിയെത്തി ചെറുതുണ്ടുകളാക്കി മാറുന്ന പ്ലാസ്റ്റിക് കൂടുകൾ, തർമോക്കോൾ എന്നിവ ഒഴുകിനടക്കുകയും ഭക്ഷ ണമായി തെറ്റിദ്ധരിച്ച് ചെറുജീവികളെയും വലിയ ജീവികളെയും ഒരു പോലെ ആകർഷിക്കുകയും ചെയ്യുന്നു. തിമിംഗലങ്ങൾ അവയ്ക്ക് പ്രിയ പ്പെട്ട കൂന്തൽ മീനുകളായോ മറ്റു ചെറുജീവികളായോ തെറ്റിദ്ധരിച്ച് അരി ച്ചെടുത്ത് വയറ്റിലാക്കുന്നു. കടൽകാക്കകൾ, ഈൽബർട്ടോസ് പക്ഷി കൾ, ചത്തുപൊന്തിയ തിമിംഗലങ്ങൾ എന്നിവയുടെ വയറ്റിൽനിന്ന് ടൺക ണക്കിന് പ്ലാസ്റ്റിക് ഇതുവരെയായി പുറത്തെടുക്കാൻ കഴിഞ്ഞിട്ടുണ്ട്.

കേരളത്തിലെ കാര്യം പറഞ്ഞാൽ 2018 ജനുവരി 27ന് പമ്പയ്ക്കടുത്ത് ചെറിയാനവട്ടം എന്ന സ്ഥലത്ത് കണ്ടെത്തിയ ആനയുടെ ജഡം നോക്കിയപ്പോൾ ആനയുടെ വയറും കുടലുകളും നിറയെ പ്ലാസ്റ്റിക് ആയി

രുന്നു. ഇതു സൃഷ്ടിച്ച തടസ്സം മൂലം ആ സാധുമൃഗം ഇഞ്ചിഞ്ചായി മരിക്കുകയായിരുന്നുവെന്ന് പോസ്റ്റ്മോർട്ടം വ്യക്തമാക്കി. പലസമയങ്ങളിലായി മാനുകൾ, കാട്ടുപോത്തുകൾ, മ്ലാവുകൾ എന്നിങ്ങനെ പല കാട്ടുമൃഗങ്ങളും ഈ രീതിയിൽ പ്ലാസ്റ്റിക് ഭക്ഷിച്ച് രോഗികളായി ത്തീരുകയോ മരണത്തിന് കീഴടങ്ങുകയോ ചെയ്തിട്ടുണ്ട്. നാട്ടിൻപുറങ്ങളിൽ അലഞ്ഞുതിരിഞ്ഞു തീറ്റ തേടുന്ന പശുക്കൾ കടുത്ത പ്ലാസ്റ്റിക് ഭീഷണിയെ നേരിടുകയാണ്. ഓവുചാലുകളിൽ ജലപ്രവാഹം വളർത്തിയും കൊതുകുകൾക്ക് അനുകൂലമായ പ്രജനനസ്ഥലങ്ങൾ ഒരുക്കിയും മണ്ണിൽ ചീയാതെ കിടന്ന് വായു സമ്പർക്കം തടസ്സപ്പെടുത്തിയും ഉണ്ടാകുന്ന ദുരിതങ്ങളും പരിസ്ഥിതിക്ക് വൻഭീഷണിയാണ്.

## പ്ലാസ്റ്റിക് നിർമാർജനത്തിലെ നാല് 'R' കൾ എന്താണ്?

പ്ലാസ്റ്റിക്കിന്റെ ഉപയോഗം ജീവിതത്തിൽ ഒഴിച്ചുകൂടാൻ പറ്റാത്ത ഭാഗമായിക്കഴിഞ്ഞു. ഒറ്റയടിക്ക് ശീലങ്ങൾ മാറ്റാനാവില്ല. പിന്നെ സൗകര്യം, പ്രത്യേകിച്ച് മഴക്കാലങ്ങളിൽ. യാഥാർത്ഥ്യങ്ങളോട് കണ്ണടച്ചിട്ട് കാര്യമില്ല. കടുത്ത അച്ചടക്കം, ചിട്ട, പൗരബോധം, സമൂഹബോധം. അതുകൊണ്ട് പരമാവധി കുറയ്ക്കാം (Reduce). അത്യാവശ്യമെന്നു തോന്നുമ്പോൾ മാത്രം ഉപയോഗിക്കുക. ഉപയോഗിച്ചതുതന്നെ വീണ്ടും വീണ്ടും ഉപയോഗിക്കാം (Re use). ഉപയോഗിക്കാൻ പറ്റാതായാൽ പുനരുല്പാദനത്തിന് (Recycle) കൈമാറാം. പഴയ ഉല്പന്നങ്ങൾ മാറ്റി പുതിയ ഉല്പന്നങ്ങൾ വീണ്ടുമുണ്ടാക്കാം. റോഡു പണിയാനും മറ്റും ഉപയോഗിക്കാം. പുതിയ പുതിയ ഉപയോഗങ്ങൾ കണ്ടെത്താം. പിന്നെ കുറച്ചു ബുദ്ധിമുട്ടൊക്കെ സഹിക്കാൻ തയ്യാറുണ്ടെങ്കിൽ 'No' എന്നു പറയാം (Refuse). കടലാസുസഞ്ചിയോ തുണിസഞ്ചിയോ ഉപയോഗിക്കുന്നത് ജീവിതചര്യയാക്കി കൊണ്ടുനടക്കാം. ഓർക്കുക, പ്ലാസ്റ്റിക് ഉണ്ടാക്കുന്ന ദുരിതം മുഴുവൻ സമൂഹത്തിന്റെയും ദുരിതമാണ്.

## പസഫിക്ക് ഗാർബേജ് പാച്ച് എന്നാലെന്ത്?

ശാന്തസമുദ്രത്തിന്റെ വടക്കൻമേഖലയിൽ (നോർത്ത് പസഫിക്ക്) വൻതോതിൽ പ്ലാസ്റ്റിക് മാലിന്യം കെട്ടിക്കിടക്കുന്ന ഭാഗം, 'ദ ഗ്രെയ്റ്റ് പ്ലാസ്റ്റിക് ഗാർബേജ് പാച്ച്' അഥവാ പസഫിക്ക് ട്രാഷ് വോർട്ടെക്സ് എന്ന പേരിൽ അറിയപ്പെടുന്നത്. കടൽജീവികൾക്ക് മാത്രമല്ലജലഗതാഗതത്തിനുപോലും തടസ്സമായി നിൽക്കുന്ന ഈ മാലിന്യക്കൂമ്പാരം ആദ്യം കണ്ടെത്തിയത് 1997ൽ ക്യാപ്റ്റൻ ചാൾസ് മൂർ എന്ന നാവികനാണ്. അതിനുശേഷമുള്ള രണ്ടു ദശകങ്ങൾകൊണ്ട് അത് കണ്ടമാനം

വളർന്ന് 10 കോടി ടണ്ണോളമായി. ഉപ്പിന്റെ സ്വാധീനം കൊണ്ടും സൂര്യ പ്രകാശമേറ്റും പ്ലാസ്റ്റിക് ഛിന്നഭിന്നമായി സൂക്ഷ്മകണികകളായി മാറുന്നു. ഇതെല്ലാം വെള്ളത്തിൽ അടിഞ്ഞും ഒഴുകിയും മേഘരൂപത്തിൽ കാണപ്പെടുന്നു. ആഹാരമാണെന്ന് തെറ്റിദ്ധരിച്ച് ചെറുജീവികൾ തൊട്ട് തിമിംഗലങ്ങളും സ്രാവുകളുംവരെ ഇതു വിഴുങ്ങുകയും രോഗം ഏറ്റുവാങ്ങുകയും ചെയ്യുന്നു. ചത്തുപൊന്തുന്ന സീലുകളുടെയും വാൽറസുകളുടെയും തിമിംഗലങ്ങളുടെയും വയറ്റിൽ ഈ മാലിന്യം വൻതോതിൽ കണ്ടെത്തിയിട്ടുണ്ട്. പ്ലവജീവികളുടെ വൻതോതിലുള്ള നാശം ഇതുമൂലമുണ്ടാകുന്നതുകൊണ്ട് സമുദ്രജല ആവാസവ്യവസ്ഥകളെ മുഴുവൻ ഇത് ബാധിക്കാനിടയുണ്ട്.

പ്ലാസ്റ്റിക് മലിനീകരണത്തിൽനിന്ന് കടലിനെ രക്ഷിക്കാൻ കേരളം മത്സ്യത്തൊഴിലാളികളുടെ സഹകരണത്തോടെ ആരംഭിച്ച ശുചീകരണ പരിപാടിയാണ് ക്ഷീരസാഗരം പദ്ധതി. 2017ൽ ആരംഭിച്ചു. കരയിൽ എത്തിച്ച് മൂല്യവർദ്ധിത ഉല്പന്നങ്ങളാക്കിമാറ്റുന്നു.

പുതുഅറിവ്: ചുവന്ന കടൽപായലിൽനിന്ന് ഇന്തോനേഷ്യ ഉല്പാദിപ്പിച്ച പരിസ്ഥിതി സൗഹൃദപ്ലാസ്റ്റിക് പ്രതീക്ഷകളുണർത്തിയിരിക്കുന്നു. ലോകത്താകെയുള്ള കടൽപായലുകളുടെ മൂന്നിലൊന്നും ഇന്തോനേഷ്യയിലാണ്. കടൽപായലുകൾ മണ്ണോ വളമോ ഉപയോഗിക്കാതെ വളരെ വേഗം വളരും. കടൽപ്പായൽ പ്ലാസ്റ്റിക്കുകൊണ്ടുള്ള കപ്പുകളും ഭക്ഷണപ്പൊതികളും വിപണയിൽ എത്തിക്കഴിഞ്ഞു.

## എന്താണ് കാർബൺ കാലടയാളങ്ങൾ?

പരിസ്ഥിതിയിലെ കാർബൺ ഡൈഓക്സൈഡ് വാതകത്തിന്റെ അളവിനെ തിട്ടപ്പെടുത്താൻ സ്വീകരിക്കുന്ന മാനദണ്ഡമാണ് കാർബൺ കാലടയാളങ്ങൾ (Carbon Footprints).

ശ്വസനംതൊട്ട് ജീവമണ്ഡലത്തിലെ ഊർജം ഉല്പാദിപ്പിക്കുന്ന പ്രവൃത്തികളെല്ലാം കാർബൺ ഉല്പാദിപ്പിക്കുന്നു. വ്യവസായവൽക്കരണം വർജിച്ചതോടെ അന്തരീക്ഷവായുവിൽ എത്തുന്ന കാർബൺ ഡൈഓക്സൈഡിന്റെ അളവ് പതിന്മടങ്ങ് കൂടി. പെട്രോളിയം എണ്ണകൾ കത്തുമ്പോഴും വൈദ്യുതി ഉപയോഗിക്കുമ്പോഴുമെല്ലാം ഇതു സംഭവിക്കുന്നു. ഈ പ്രവർത്തനങ്ങൾ വഴി ഉണ്ടാകുന്ന $Co_2$നെ നമ്മുടെ കാർബൺ കാലടയാളമെന്നോ കാർബൺ പാദമുദ്രകൾ എന്നോ വിളിക്കാം. കാർബൺ കാല്പാടുകൾ പതിയുന്നത് പരമാവധി കുറയ്ക്കുകയെന്നതാണ് പരിസ്ഥിതിക്ക് ഇണങ്ങിയ വികസനരീതിയുടെ മുഖ്യ കർത്തവ്യം.

പുകതുപ്പുന്ന വാഹനങ്ങൾക്കുപകരം സൈക്കിൾ പരമാവധി ഉപയോഗിച്ച് കാർബൺ കാല്പാടുകൾ കുറയ്ക്കാം. ഒരു കാറിൽ ഒരാൾമാത്രം യാത്ര ചെയ്യുന്നതിനുപകരം ഒന്നിലധികമാളുകൾ കയറുകയാണെങ്കിൽ കാർബൺ പാദമുദ്രകൾ അത്രയും കുറച്ചുകൊണ്ടുവരാം. സ്വകാര്യവാഹനങ്ങൾക്കു പകരം ബസുകൾ പോലുള്ള പൊതുവാഹനങ്ങൾ ഉപയോഗിക്കുന്നതു പ്രോത്സാഹിക്കുമ്പോൾ പരിസരം വഹിക്കേണ്ടിവരുന്ന കാർബൺ വിഷവാതകഭാരത്തിന് ഗണ്യമായി കുറവുണ്ടാകുന്നു. മോട്ടോർ വാഹനങ്ങളുടെ പുക കാർബൺ ഡൈ ഓക്സൈഡിനു പകരം കാർബൺ മോണോക്സൈഡ് എന്ന വിഷവാതകം കൂടി ഉല്പാദിപ്പിക്കുന്നുണ്ടെന്നോർക്കുക.

പെട്രോൾ ഉപയോഗം മൂലം ഉണ്ടാകുന്ന കാർബൺ ഫൂട്ട്പ്രിന്റിന്റെ ഗുരുതരാവസ്ഥയെക്കുറിച്ച് ധാരണ കിട്ടാൻ താഴെ പറയുന്ന കണക്കുകൾ നോക്കുക:

ഒരു ലിറ്റർ പെട്രോൾ കത്തുമ്പോൾ അതിൽനിന്ന് 2.3 കിലോഗ്രാം കാർബൺ ഡൈ ഓക്സൈഡ് പരിസരത്തിലെത്തുന്നു. ദിവസവും 50 കി.മി. കാറിൽ സഞ്ചരിക്കുന്ന ഒരാൾ വരുത്തിവെക്കുന്ന ദുരിതം എന്താണെന്നു കാണുക. പത്തുവർഷംകൊണ്ട് 30 ടൺ വിഷവാതകം! ഇതേ മനുഷ്യൻ കാറിനുപകരം ബസിൽ യാത്ര ചെയ്യുകയാണെങ്കിലോ? ഓരോ ബസ് യാത്രയിലും അയാൾ 25 പേരോടൊപ്പമാണ് സഞ്ചരിക്കുന്നതെങ്കിൽ എന്താണ് സംഭവിക്കുന്നത്? 50 കിലോമീറ്റർ യാത്ര ചെയ്യാൻ ശരാശരി 10 ലിറ്റർ ഡീസൽ വേണമെന്നു കണക്കാക്കിയാൽ, ഒരു ലിറ്റർ ഡീസലിന് 2.7 കിലോഗ്രാം കാർബൺ ഡൈ ഓക്സൈഡ് എന്നും കണക്കാക്കിയാൽ, ബസിൽ യാത്ര ചെയ്യുന്ന ആളുടെ കാർബൺ കാൽമുദ്ര വെറും ഒരു കിലോഗ്രാം മാത്രം! ഒറ്റയ്ക്കു കാറിൽ പോകുന്നയാളുടെ സംഭാവനയുമായി ഇതിനെയൊന്നു താരതമ്യപ്പെടുത്തിനോക്കൂ!

ഒരുവർഷത്തെ കാലയളവിന്റെ അടിസ്ഥാനത്തിലാണ് സാധാരണ കാർബണ് കാലടയാളങ്ങൾ കണക്കാക്കുന്നത്. Global Hectae ആണ് ഇതിന്റെ യൂണിറ്റ് (Unit of Ecological Foot Print). സൗരോർജം കൂടുതൽ ഉപയോഗിക്കുന്നതും എൽ.ഇ.ഡി. വെളിച്ചം പ്രോത്സാഹിപ്പിക്കുന്നതും കാൽനടവണ്ടിയിൽ സഞ്ചരിക്കുന്നതും കാർബൺ ഫൂട്ട്പ്രിന്റ് കുറയ്ക്കാൻ സാധിക്കും. ഒറ്റത്തവണ ഉപയോഗിക്കുന്നതും കനം നിശ്ചിത അളവിൽ കുറഞ്ഞതുമായ പ്ലാസ്റ്റിക് സാമഗ്രികൾ ഉല്പാദിപ്പിക്കുന്നതും ഉപയോഗിക്കുന്നതും 2022 ജൂൺ 30 മുതൽ പൂർണ്ണമായി നിരോധിച്ചിരിക്കുകയാണ്.

## ശബ്ദം പ്രശ്നമാകുന്നതെങ്ങനെ?

അമിതമായാൽ ശബ്ദവും ദോഷം ചെയ്യുമെന്നറിയാമോ? ആധുനികജീവിതത്തെ സംബന്ധിച്ചിടത്തോളം ഗുരുതരമായ ആരോഗ്യപ്രശ്നങ്ങൾ ഇതുമൂലം ഉയർന്നുവരുന്നു. അമിതശബ്ദം ഹൃദയത്തിന്റെ പ്രവർത്തനത്തെ ബാധിക്കും. തലച്ചോറിൽ ചലനങ്ങളുണ്ടാക്കി കടുത്ത മാനസികപ്രശ്നങ്ങൾ തന്നെ ഉളവാക്കിയേക്കും. അമിതമായ ക്ഷീണം ഉണ്ടാകും. ചെവി തുളച്ചുകയറുന്ന ഒച്ചയ്ക്ക് തുടർച്ചയായി വിധേയമാകേണ്ടിവരുമ്പോൾ കേൾവിശക്തി അപരിഹാര്യമായ രീതിയിൽ താറുമാറാകും. നഗരങ്ങളിൽ ഗ്രാമങ്ങളെയപേക്ഷിച്ച് കേൾവി പ്രശ്നങ്ങൾ നഗരങ്ങളിൽ കൂടുതലാകാൻ ഇതാവാം കാരണം. അടിപൊളി സംഗീതം ഇഷ്ടപ്പെടുന്ന പുതുതലമുറയുടെ കേൾവിശക്തിയേയും ശബ്ദമലിനീകരണം താറുമാറാകുന്നുണ്ടെന്നാണ് പഠനങ്ങൾ സൂചിപ്പിക്കുന്നത്. പരിസ്ഥിതി മലിനീകരണത്തിന്റെ കൂട്ടത്തിൽ ശബ്ദശല്യത്തേയും ഉൾപ്പെടുത്താൻ അതാണ് കാരണം.

മനുഷ്യന്റെ ചെവികൾക്ക് അനുവദനീയമായ ശബ്ദപരിധി 80 ഡെസിബെൽ ആണ്. ഇതിൽ കൂടുതലുള്ള ഒച്ച 80–100 വരെ ആയാൽ കേൾവിക്കുറവ് 120ൽ എത്തിയാൽ ചെവിവേദന അതിലും കടന്ന് 160ൽ എത്തുന്നതോടെ ഞരമ്പുകളുടെ പ്രവർത്തനം താറുമാറാകും. ചിത്തഭ്രമം ഉണ്ടാകും. അതിലും കൂടിയാൽ മോഹാലസ്യം തൊട്ട മരണം വരെ സംഭവിക്കാം. അത്ര ചില്ലറക്കാരനല്ല ഈ ശബ്ദശല്യം എന്നർത്ഥം.

കഴിഞ്ഞ ഒന്നുരണ്ടു നൂറ്റാണ്ടിനിടയിൽ മനുഷ്യരുടെ കേൾവിശക്തി ഗണ്യമായി കുറഞ്ഞിട്ടുണ്ടെന്ന് പഠനങ്ങൾ വ്യക്തമാക്കുന്നു. ഉച്ചഭാഷിണികളുടെ ഉപയോഗവും ഹോൺ മുഴക്കലും മറ്റും നിയന്ത്രിക്കാൻ നാമോരോരുത്തരും സ്വയമേവ തയ്യാറാകേണ്ടതാണ്.

## ഭൂമിക്ക് പനിയായതെങ്ങനെ?

ഭൂമിക്ക് പനിക്കുന്നു. കലശലായി പനിക്കുന്നു. പനിക്കിടക്കയിലായതിന് ആരാണ് ഉത്തരവാദി? ഹരിതഗൃഹവാതകങ്ങളാണ് ഉത്തരവാദി എന്നാണോ പറയേണ്ടത്? അതോ അത് ഉണ്ടാക്കി ഭൂമിയുടെ ചൂടു വർദ്ധിപ്പിച്ചുകൊണ്ടിരിക്കുന്ന മനുഷ്യനാണെന്നാണോ? ഭൂമിയുടെ ചൂട് കൂടിക്കൊണ്ടിരിക്കുന്നു. വേനലിൽ നമുക്കത് വ്യക്തമായി അനുഭവിച്ചറിയാൻ കഴിയുന്നു.

അന്തരീക്ഷവാതകങ്ങൾ ചൂടിനെ ആഗിരണം ചെയ്യുന്നതുമൂലം അന്ത

രീക്ഷോഷ്മാവ് ഉയരുന്ന പ്രതിഭാസമാണ് ഹരിതഗൃഹപ്രഭാവം അഥവാ Green House Effect. കാർബൺ ഡൈ ഓക്സൈഡിന്റെ അളവുകൂടുന്നതാണ് ഹരിതഗൃഹ പ്രഭാവത്തിന് പ്രധാന കാരണം.

ഹരിതഗേഹ പ്രഭാവത്തിൽ രണ്ടാമത്തെ വില്ലൻ മീഥേനാണ്. സസ്യാവശിഷ്ടങ്ങൾ ചീഞ്ഞളിയുമ്പോൾ (ഉദാരഹണമായി വയലുകളിൽ) ഉണ്ടാകുന്ന വാതകമാണിത്. കൂടാതെ ക്ലോറോഫ്ളൂറോ കാർബൺ, നൈട്രസ് ഓക്സൈഡ്, ഭൗമോപരിതലത്തിലെ ഓസോൺ, നീരാവി, എയറോസോളുകൾ എന്ന പേരിൽ അറിയപ്പെടുന്ന സൾഫർ, കാർബൺ സംയുക്തങ്ങൾ എന്നിവയുടെ തരികളും ഭൂമിയുടെ ചൂടുകൂട്ടും.

അന്തരീക്ഷത്തിന്റെ വെറും 0.03 ശതമാനം കാർബൺഡയോക്സൈഡ് മാത്രമേയുള്ളൂ. അന്തരീക്ഷ ഊഷ്മാവിനെ ക്രമീകരിക്കാൻ നിസ്സാരമായ ഈ അളവ് ധാരാളം. പ്രകാശസംശ്ലേഷണം എന്ന പ്രതിഭാസവും പിന്നെ ജീവികളുടെ ശ്വസനവും ചേർന്ന് ഈയളവു വർദ്ധിക്കാതെ സന്തുലനം പരിപാലിക്കുന്നു. പണ്ട് ഈ അളവ് വർദ്ധിക്കാൻ കാരണമൊന്നുമില്ലായിരുന്നു. കാറില്ല, ബസ്സില്ല, പെട്രോളിന്റെയും ഡീസലിന്റേയും ഉപയോഗമേയില്ല.

ഉപകരണം ഉപയോഗിച്ച് താപനില രേഖപ്പെടുത്താൻ തുടങ്ങിയത് 1861 മുതൽക്കാണ്. ആദ്യകാലത്ത് ഊഷ്മാവിൽ അങ്ങനെ വർദ്ധനവൊന്നും കാണാനില്ലായിരുന്നു.1879ൽ ബ്രിട്ടീഷുകാരനായ ജെയിംസ് വാട്ട് ആവിയന്ത്രം നിർമ്മിച്ചതോടെ അതുവരെ മൃഗങ്ങൾ ചെയ്തിരുന്ന ജോലികൾ യന്ത്രം ഏറ്റെടുത്തു. അടുപ്പിൽ കത്തിക്കാൻ മാത്രം ഉപയോഗിച്ചിരുന്ന കല്ക്കരി യന്ത്രങ്ങളെ ചലിപ്പിക്കാൻ ആവശ്യമായ ആവി ഉണ്ടാക്കാൻ വൻതോതിൽ കത്തിക്കാൻ തുടങ്ങി. പത്തൊൻപതാം നൂറ്റാണ്ടോടെ വ്യവസായവിപ്ലവം ശക്തിപ്പെടുകയും വായുമലിനീകരണത്തോടൊപ്പം താപനില ഉയരുന്ന അവസ്ഥ സംജാതമാവുകയും ചെയ്തു. 1859ൽ ജോർജ് ബൈസെൽ, എഡ്വിൻ എൽഡ്രേക്ക് എന്നിവർ പെട്രോളിയം കണ്ടെത്തുകയും അമേരിക്കയിലെ പെനിസിൽവാനിയയിൽ ആദ്യത്തെ എണ്ണക്കിണർ കുഴിക്കുകയും ചെയ്തതോടെ ചിത്രമാകെ മാറി. എണ്ണ കുടിച്ച കാറുകളും ബസുകളും ചീറിപ്പായാൻ തുടങ്ങിയതോടെ ചിത്രം പിന്നെയും മാറി. 1861നും 2000നും ഇടയിൽ അന്തരീക്ഷ താപനില 0.3 ഡിഗ്രി സെൽഷ്യസിനും 0.6 ഡിഗ്രി സെൽഷ്യസിനും ഇടയിൽ വർദ്ധിച്ചു. ഓ, എത്ര നിസ്സാരം എന്നു തോന്നാം. എന്നാൽ അതുമതി കാലാവസ്ഥയിൽ അപകടകരമായ മാറ്റമുണ്ടാക്കാൻ. ഇപ്പോൾ അത് അന്തരീക്ഷ താപനില

യിൽ ഒരു ഡിഗ്രിയിലും അധികമായിരിക്കുന്നു. സമുദ്രനിരപ്പ് ഉയർത്താനും മഞ്ഞുമലകൾ ഉരുകിയൊലിച്ച് പ്രളയമുണ്ടാക്കാനും അതുകാരണമായിട്ടുണ്ട്. വേനൽദിനങ്ങൾ കൂടുതൽ ചൂടുള്ളതായി മാറിക്കഴിഞ്ഞു. ഫിബ്രവരി ആദ്യം മുതൽക്കുതന്നെ കേരളം ചുട്ടുപഴുക്കാൻ തുടങ്ങിക്കഴിഞ്ഞു. സമുദ്രസാമിപ്യംമൂലം സുഖകരമായ കാലാവസ്ഥ അനുഭവപ്പെട്ടിരുന്ന നമ്മുടെ സംസ്ഥാനം $40^{\circ}C$ യിലുമധികം ചൂടാകുന്ന ഒരു വറവുചട്ടിയായി മാറിക്കഴിഞ്ഞു. അതെ, കേരളത്തിന് പനിയണ്. കടുത്ത പനി. ആർദ്രത (ഹ്യുമിഡിറ്റി) കൂടുതൽ ഉള്ളതുകൊണ്ട് നമ്മുടെ അന്തരീക്ഷത്തിൽ ഉള്ളതിൽ കൂടുതൽ ചൂടും വേവും അനുഭവപ്പെടുന്നു.

## ഓസോൺ കുടയിൽ തുളവീണത് എങ്ങനെ?

ഭൗമോപരിതലത്തിൽനിന്ന് 11 കിലോമീറ്റർ വരെ മുകളിലോട്ടു പോയാൽ അവിടെനിന്ന് 12 കിലോമീറ്റർ മുതൽ 50 കിലോമീറ്റർ വരെയുള്ള അന്തരീക്ഷഭാഗമാണ് സ്ട്രാറ്റോസ് ഫിയർ. ഓസോൺ വാതകം കൂടുതലുള്ള ഈ പാളി ഓസോൺകുട എന്ന പേരിൽ അറിയപ്പെടുന്നു. മഴയിൽനിന്നു കുട സംരക്ഷണം നൽകുന്നതുപോലെ സൂര്യൻ വർഷിക്കുന്ന അൾട്രാവയലറ്റു രശ്മികളിൽ നല്ല പങ്കിനെയും തടഞ്ഞുനിർത്തി ഈ ഭാഗം ഭൗമോപരിതലത്തിൽ ജീവിക്കുന്ന മനുഷ്യനും മറ്റു ജീവികൾക്കും മാരകമായ ആ രശ്മികളിൽനിന്ന് സംരക്ഷണം നൽകുന്നു.

അന്തരീക്ഷത്തിലെ ശ്വസനവായുവിൽ ഓസോൺ അപകടകാരിയായ വിഷവാതകമാണെങ്കിലും ഈ ഭാഗത്ത് അത് രക്ഷകനായി നിറഞ്ഞുനിന്ന് ഭൂമിയെ സംരക്ഷിക്കുന്നു.

ഓസോൺ കൂടുതലുള്ള ഈ ഭാഗത്ത് പോലും ഓരോ ലക്ഷം വായു തന്മാത്രകളിൽ ഏതാണ്ട് ഒന്നുവീതം മാത്രമാണ് ഓസോൺ. പക്ഷേ, ഭൂമിക്കു സംരക്ഷണം നൽകാൻ പാകത്തിൽ അൾട്രാവയലറ്റ് രശ്മികളെ പിടിച്ചുനിർത്താൻ അതു ധാരാളം മതി. എന്നാൽ ഓസോൺപാളിയിലെ ഓസോണിൽ കുറവുവന്നാൽ താഴെയുള്ള അന്തരീക്ഷത്തിൽ നിന്ന് ഓസോൺ കടന്നുചെന്ന് അത് നികത്താനാകില്ല. അവിടെയുള്ള $O_2$വിൽ അൾട്രാവയലറ്റ് രശ്മികൾ പ്രവർത്തിച്ചാണ് ഓസോൺ ($O_3$) ഉണ്ടാകുന്നത്. ഒക്ലോറോഫ്ളൂറോ കാർബണുകളാണ് (CFCs) ഓസോൺ തന്മാത്രകളുടെ പ്രധാന അന്തകർ. ഇത് കൂടാതെ നൈട്രജൻ ഓക്സൈഡുകൾ, ഫാക്ടറികളിലെ പുകയിലൂടെ മുകളിലെത്തുന്ന സൾഫേറ്റ് കണികകൾ ഓസോൺ പാളിയെ നശിപ്പിക്കും. ഫ്രിഡ്ജ്,

സ്പ്രേ, എയർകണ്ടീഷണർ, ഫോം ബെഡ് എന്നിവയിൽ നിന്നെല്ലാം ഉയരുന്ന CFCsകൾ 75 മുതൽ 110 വർഷം വരെ അന്തരീക്ഷത്തിൽ പടർന്ന് ദോഷം ചെയ്യും. സി.എഫ്.ദി. വിഘടിച്ചുണ്ടാകുന്ന ക്ലോറിനാണ് ഓസോണിന്റെ ശത്രു. ഒരുലക്ഷം ഓസോൺ അണുക്കളെ നശിപ്പിക്കാൻ ഏതാനും ക്ലോറിൻ, ബ്രോമിൻ കണികകൾ മതിയാകും. തണുപ്പ് ഇതിന് രാസത്വരകമായി വർത്തിക്കും. തണുപ്പു കൂടുതലുള്ള അന്റാർട്ടിക്കയിൽ പ്രവർത്തനം കൂടുതൽ ശക്തിയായി നടക്കും. ഓസോൺ പാളിയുടെ ശോഷണത്തിന്റെ സൂചനയായി അന്റാർട്ടിക്കയുടെ അന്തരീക്ഷത്തിൽ 'തുളകൾ' പ്രത്യക്ഷപ്പെടുന്നത് അതുകൊണ്ടാണ്.

$Co_2$, മീഥേൻ എന്നീ വാതകങ്ങളും ഓസോൺ പാളിയെ നശിപ്പിക്കുന്നതായി തെളിഞ്ഞിട്ടുണ്ട്.

അൾട്രാവലറ്റു വികിരണം കൂടിയാൽ ചർമത്തിന്റെ രോഗപ്രതിരോധശേഷി കുറയും. അലർജിരോഗങ്ങൾ കൂടും. ത്വക്കിൽ മെലാനിൻ എന്ന സംരക്ഷണവർണകം കുറഞ്ഞവർക്ക് ചർമാർബുദ സാധ്യത വർധിക്കും. തിമിരവും അന്ധതയും വർധിക്കും. അതുകൊണ്ട് കണ്ണിന് കൂടുതൽ സംരക്ഷണം ആവശ്യമായി വരും. സൂക്ഷ്മജീവികളടക്കം കരയിലെ സസ്യങ്ങളിൽ ഉപാപചയപ്രവർത്തനങ്ങൾ താറുമാറാകും. ഭക്ഷ്യവിളകളിൽ ഉല്പാദനം കുറയും. മരത്തടി, പ്ലാസ്റ്റിക് തുടങ്ങിയവ കൂടുതൽ വേഗത്തിൽ ദ്രവിക്കും.

## രാസകീടനാശിനികളുടെ ആഗോളചരിത്രമെന്ത്?

1828ൽ ജർമൻ രസതന്ത്രജ്ഞനായ ഫ്രഡ്റിച് വുഹ്ലർ (Fredrich Wohlor) യൂറിയ ഉണ്ടാക്കിയതോടെ പരിസ്ഥിതി വ്യതിയാനങ്ങൾക്ക് കാരണമായിത്തീരുന്ന രാസസംയുക്തങ്ങളുടെ ചരിത്രം ആരംഭിക്കുന്നു. ജന്തുശരീരം ഉല്പാദിപ്പിക്കുന്നതും സസ്തനികൾ മൂത്രത്തിലൂടെ പുറത്തുകളയുന്നതുമായ യൂറിയ എന്ന ജൈവരാസവസ്തു ലളിതമായ അജൈവികരാസവസ്തുക്കൾ ഉപയോഗിച്ച് നിർമ്മിക്കുകയായിരുന്നു അദ്ദേഹം. വ്യാവസായിക രാസവസ്തുക്കളുടെ ചരിത്രവും ഇവിടെ ആരംഭിക്കുന്നു. പതിനായിരക്കണക്കിന് കൃത്രിമ രാസവസ്തുക്കൾ തുടർന്നുണ്ടായി. Dichloro Diphenyle Tricholoro Ethane എന്നതിന്റെ ചുരുക്കപ്പേരായ DDT അതിൽ ഒന്നായിരുന്നു. 1873ൽ മറ്റൊരു ജർമൻ കെമിസ്റ്റ് ആയ Othmar Zeidler ആണ് അത് ആദ്യം ഉണ്ടാക്കിയത്. വളരെക്കാലം അത് അറിയപ്പെടാതെ കിടന്നു. 1939ൽ ഹെർമൻ മുതൽ അതിന്റെ കീടനാശകശേഷി ആദ്യമായി കണ്ടെത്തി. രണ്ടാം ലോകമഹായുദ്ധനാളുകളിൽ പട്ടാളക്യാമ്പുകളിൽ ടൈഫസ് പനിപ

ടർന്നുപിടിച്ചപ്പോൾ അത് പരത്തുന്ന പേനുകളെക്കൊല്ലാൻ അത് കീടനാശിനിയായി ഉപയോഗിച്ചതോടെ DDT അതിന്റെ ജൈത്രയാത്ര ആരംഭിച്ചു. തുടർന്ന് കൊതുകുകളെ കൊല്ലാനും കീടങ്ങളെ വകവരുത്താനും അത് വ്യാപകമായി സ്പ്രെ ചെയ്യാൻ തുടങ്ങി. തുടർന്ന് മലമ്പനി പരത്തുന്ന കൊതുകുകൾ അതിനെതിരെ പ്രതിരോധം വളർത്താൻ തുടങ്ങിയപ്പോൾ കൂടുതൽ വിഷശക്തിയുള്ള ഡൈ എൽഡ്രിനും എൻഡോസൾഫാനും പിന്നാലെ ക്ലോർഡേൻ ഹെപ്റ്റാക്ലോർ, ആൽഡ്രിൻ, എൻഡ്രിൻ എന്നിങ്ങനെ രാസവിഷങ്ങളുടെ ഒരു പരമ്പര തന്നെ ഉണ്ടായി.

DDT യും എൻഡ്രിനും ക്ലോർഡേനും ക്ലോറിനേറ്റഡ് ഹൈഡ്രോകാർബൺ വിഭാഗത്തിൽപെടുന്ന കീടനാശിനികളാണ്.

ഇവ ഫലിക്കാതെ വന്നപ്പോൾ ഉണ്ടായ പാരത്തിയോൺ പോലുള്ള വിഷങ്ങൾ ഓർഗാനോ ഫോസ്ഫേറ്റ് വിഭാഗത്തിൽപ്പെടുന്നു. ഓരോ വിഷവും ഫലിക്കാതാവുമ്പോൾ കൂടുതൽ ശക്തിയുള്ള വിഷങ്ങൾ ഉപയോഗിക്കാൻ തുടങ്ങി. ഈ രീതിയിൽ അത് കീടനാശിനികളും കീടങ്ങളും തമ്മിലുള്ള മത്സരമാവുകയും പ്രതിരോധശേഷിയുള്ള കീടങ്ങൾ എപ്പോഴും അത്യന്തികമായ വിജയം നേടിയെടുക്കുകയും ചെയ്തു. മനുഷ്യൻതൊട്ട് മണ്ണിലെ സൂക്ഷ്മജീവികളടക്കമുള്ള പരിസ്ഥിതിയിലെ എല്ലാ ഘടകങ്ങൾക്കും അവ പരിഹരിക്കാനാകാത്ത ദോഷങ്ങൾ വരുത്തിവെക്കുകയും ചെയ്തു.

പരിസ്ഥിതിയെ നശിപ്പിക്കുന്ന മറ്റൊരു വിഷപരമ്പരയാണ് കളനാശിനികളുടേത്. ഈ പേരു കേൾക്കുമ്പോൾ ആരും ഓർത്തുപോവുക 2. 4 – D എന്ന മാരകമായ കളനാശിനിയാണ്. എഴുപതുകളിൽ വിപ്ലവകാരികളെ പിടിക്കാൻ വിയറ്റ്നാമുകളിലെ കാടുകളിൽ തളിച്ച ആ മാരകവസ്തു. ഇലകൊഴിക്കാൻ (de foliant) ഒന്നാന്തരം. പക്ഷെ, പ്രത്യാഘാതമോ, ഭീകരമായിരുന്നു. ചെടികളിലും മരങ്ങളിലുമെല്ലാം മുഴകൾ പ്രത്യക്ഷപ്പെട്ടു. പുതിയ തലമുറയിലെ മൃഗങ്ങളിലും സസ്യങ്ങളിലും ക്രോമസോമുകലുടെ വലിപ്പം കുറഞ്ഞു. കോശവിഭജനം തടസ്സപ്പെട്ടു.

അമേരിക്ക വിയറ്റ്നാമിൽ തൂകിയ ഡയോക്സിൻ അടങ്ങിയ ഏജന്റ് ഓറഞ്ച് ഹിരോഷിമയിലും നാഗസാക്കിയിലും ആറ്റംബോംബ് ഉണ്ടാക്കിയതിന് സമമായ അനന്തരഫലങ്ങൾ തന്നെ സൃഷ്ടിക്കുകയുണ്ടായി. അംഗവൈകല്യമുള്ള കുഞ്ഞുങ്ങൾ ജനിച്ചുവീഴുന്നു. ശിശുമരണനിരക്ക് ഭീതിജനകമായ രീതിയിൽ വർദ്ധിക്കുന്നു. കാൻസർപോലുള്ള പ്രശ്നങ്ങൾ വേറെയും. വർഷങ്ങൾ ഏറെ കഴിഞ്ഞിട്ടും ഇന്ന് ഇത്തരം

ഫലങ്ങൾ തുടരുന്നു.

## പോപ്സ് (POPS) എന്നാലെന്ത്?

ഒരിക്കൽ ഉപയോഗിച്ചാൽ തുടർന്ന് പരിസ്ഥിതിയുടെ വ്യത്യസ്ത ശ്രേണികളിൽ ശക്തി നശിക്കാതെ ഏറ്റവുമധികകാലം നിലനിൽക്കുന്ന രാസകീടനാശിനി വിഷങ്ങൾ പോപ്സ് എന്ന പേരിൽ അറിയപ്പെടുന്നു. Persistent Organic Pollutions എന്നതിന്റെ ചുരുക്കപ്പേരാണിത്. ഓർഗാനോ ക്ലോറിൻ വിഭാഗത്തിൽപ്പെട്ട എല്ലാ രാസകീടനാശിനികളും ഈ സ്വഭാവമുള്ളവയത്രെ. കൊഴുപ്പിൽ അടിഞ്ഞുകൂടി ഇവ ദീർഘകാലംശരീരകലകളിൽ നിലനിൽക്കും. ഹോർമോൺ വ്യവസ്ഥയുടെ പ്രവർത്തനത്തിൽ ഇടപെടും. പ്രതിരോധശേഷിയെ താറുമാറാക്കും. പ്രത്യുല്പാദന വ്യവസ്ഥിതിയെ ബാധിക്കും. പോപ്സ് വിഭാഗത്തിൽപ്പെട്ട എല്ലാ കീടനാശിനികളും നിരോധിക്കണമെന്ന മുറവിളിക്ക് ഇനിയും പൂർണഫലം ഉണ്ടായിട്ടില്ല.

## ആസിഡ് മഴ എങ്ങനെ ഉണ്ടാകുന്നു?

കൽക്കരി ഉപയോഗിച്ചുള്ള വ്യവസായശാലകൾ കരിംപുകയോടൊപ്പം ധാരാളം സൾഫർ ഡയോക്സൈഡും പുറത്തുവിടും (കൽക്കരിയോടൊപ്പം സൾഫർ കൂടിയുള്ളതുകൊണ്ടാണിത്). സൾഫർ ഡൈഓക്സൈഡ് വാതകം മഴവെള്ളത്തിൽ ലയിച്ച് സൾഫ്യൂറസ് ആസിഡും സൾഫ്യൂരിക് ആസിഡും ഉണ്ടാകും. ആസിഡുകളിൽ ഏറ്റവും ഉഗ്രൻ സൾഫ്യൂരിക് ആസിഡ് - $H_2So4$ - ആണെന്നറിയാമല്ലോ. ആസിഡ്മഴ എന്ന പ്രതിഭാസം ഫാക്ടറികളിൽനിന്ന് ഏറെയകലെയുള്ള സ്ഥലങ്ങളിൽപോലും സാധാരണമാണിന്ന്. ആസിഡ് കലർന്ന മേഘങ്ങളെ കാറ്റടിച്ച് പറത്തി അകലങ്ങളിൽപോലുമെത്തിക്കുന്നതുകൊണ്ടാണിത്. കൃഷിയിടങ്ങളിൽ ആസിഡ് മഴ വീണാൽ കൃഷിയാകെ കരിഞ്ഞുപോകും. 1852ൽ ബ്രിട്ടണിലെ വ്യവസായനഗരമായ മാഞ്ചസ്റ്ററിൽ ഈ പ്രതിഭാസം ആദ്യം കണ്ടെത്തി. (വ്യവസായവൽക്കരണം ആദ്യം ആരംഭിച്ചത് ബ്രിട്ടനിലായിരുന്നല്ലോ). പിന്നീട് ജർമനിയിലും കാനഡയിലും കാടുകൾക്ക് വൻനാശമുണ്ടാക്കി. മൃഗങ്ങലെയും ചെറുതും വലുതുമായ മറ്റ് ജീവജാലങ്ങളെയും മനുഷ്യരേയും ആസിഡ് മഴ ബാധിക്കും. മണ്ണിനെ കൊല്ലും. മത്സ്യസമ്പത്തിനെ ബാധിക്കും. സസ്യങ്ങളുടെ കാർബൺ (ഡൈ ഓക്സൈഡ്) ശേഷിയിൽ ആസിഡ് മഴ ഗണ്യമായ കുറവുണ്ടാകും. അതുകൊണ്ട് ആ ഭാഗങ്ങളിൽ അന്തരീക്ഷോഷ്മാവ് കൂടും.

വ്യവസായശാലകൾ പുറത്തുവിടുന്ന നൈട്രസ് ഓക്സൈഡുകൾമൂലമുണ്ടാകുന്ന നൈട്രിക് ആസിഡും അമ്ലമഴയുണ്ടാക്കും.

## ആഗോളതാപനം ആദ്യം കണ്ടെത്തിയതാര്?

ആഗോളതാപനം എന്ന പ്രതിഭാസത്തെ ശാസ്ത്രീയമായി ആദ്യം വിവരിച്ചത് 1896ൽ സ്വാന്റെ അറീനിയസ് (Swante Arrhenius) എന്ന സ്വീഡിഷ് ശാസ്ത്രജ്ഞനാണ്. അന്തരീക്ഷ വായുവിലെ കാർബൺ ഡൈഓക്സൈഡ്, നൈട്രജൻ ഓക്സൈഡുകൾ, മീഥേൻ. ജലബാഷ്പം എന്നിവയെല്ലാം ഊഷ്മാവ് വർദ്ധിപ്പിക്കുന്ന ഹരിതഗൃഹ വാതകങ്ങളാണന്നു തെളിഞ്ഞു.

ചൂടിനെ പിടിച്ചുനിർത്താൻ അന്തരീക്ഷത്തിൽ ഇത്തരം വാതകങ്ങൾ അനുപേക്ഷണീയമാണ്. അല്ലാത്തപക്ഷം അന്തരീക്ഷം തണുത്തുറഞ്ഞുപോകും. ചൂടിനെ പിടിച്ചുവെക്കുന്നതാണ് പ്രശ്നം. അധികമായാൽ അത് ആപത്കരമായിത്തീരും. അന്തരീക്ഷ മലിനീകരണം കൂടുന്തോറും ആഗോളതാപന നിരക്ക് വർദ്ധിക്കുന്നു.

20-ാം നൂറ്റാണ്ടിൽ ആഗോളതാപനനിരക്ക് 0.5°C കൂടി. ഈ നിരക്ക് അനുദിനമെന്നോണം കൂടിവരികയാണ്. അല്പംകൂടി കടന്നാൽ ഭൂമിയുടെ സന്തുലനം തകരും. സമുദ്രനിരപ്പ് ഉയർന്ന് പല ഭാഗങ്ങളും മുങ്ങും. ധ്രുവമഞ്ഞ് ഉരുകിയൊലിച്ച് പ്രളയങ്ങൾ സാധാരണമാകും. മറ്റൊരു ഭാഗത്ത് വരൾച്ചയും വറുതിയും ജീവന്റെ തന്നെ താളം തെറ്റാൻ ഇതിനപ്പുറം പിന്നെന്തുവേണം?

## ആഗോളതാപനം തടയാൻ നമുക്ക് എന്ത് ചെയ്യാൻ കഴിയും?

ഭൂമിയുടെ ശരാശരി താപനില ഇനിയും 2°C കൂടി വർദ്ധിച്ചാൽ തന്നെ പ്രകൃതിയുടെ സമനില തെറ്റുമെന്ന് ലോകകാലാവസ്ഥയിൽ ഉണ്ടായിക്കൊണ്ടിരിക്കുന്ന മാറ്റത്തെക്കുറിച്ച് പഠിക്കുന്ന ലോകസംഘടനയായ IPCC (International Panel for Climate Change) മുന്നറിയിപ്പ് തന്നിട്ടുണ്ട്. സമുദ്രനിരപ്പ് 50-60 സെ.മി. ഉയരാൻ ഇത് വഴിവെക്കുമത്രെ.

കാലാവസ്ഥാമാറ്റത്തെക്കുറിച്ചുള്ള എല്ലാ ആധികാരിക വിവരങ്ങളും പുറത്തുവന്നത് ആയിരത്തിൽപ്പരം വിദഗ്ധർ അംഗങ്ങളായ ഈ സംഘം മുഖേനയാണ്.

ഇവർ നൽകിയ റിപ്പോർട്ടുകളുടെ അടിസ്ഥാനത്തിൽ 1992ൽ ബ്രസീലിന്റെ തലസ്ഥാനമായ റിയൊഡി ജനേറൊയിൽ നടന്ന ഭൗമ ഉച്ചകോടി പ്രശ്നം ചർച്ച ചെയ്തു.

1994 ഐക്യരാഷ്ട്രസഭയുടെ നിർദ്ദേശമനുസരിച്ച് വികസിതരാഷ്ട്ര

ങ്ങൾ ഫോസിൽ ഇന്ധനങ്ങളുടെ ഉപഭോഗം കുറയ്ക്കാൻ തീരുമാനിച്ചു.

1997ൽ ജപ്പാനിലെ ക്യോട്ടൊ എന്ന സ്ഥലത്തുവച്ച് പ്രഖ്യാപിച്ച മാർഗരേഖ - ക്യോട്ടൊ പ്രോട്ടോകോൾ എന്ന പേരിൽ ഇന്ന് ഇത് ലോക പ്രസിദ്ധമാണ്.

2002 സപ്തംബർ - സുസ്ഥിരവികസനത്തിനായുള്ള ഭൗമ ഉച്ചകോടി ജോഹന്നാസ്ബർഗിൽ.

ക്യോട്ടൊ ഉടമ്പടിയുടെ തീരുമാനമനുസരിച്ച് 38 വികസിത രാഷ്ട്രങ്ങൾ 2012 ആകുമ്പോഴേക്കും അവർ 1990ൽ ഉപയോഗിച്ചതിൽനിന്ന് 5.2 ശതമാനം കുറച്ച് ഉപയോഗിക്കുന്ന രീതി നടപ്പിലാവണം.

ക്യോട്ടൊ മാർഗരേഖയ്ക്ക് 2005 മുതൽ നിയമപ്രാബല്യം കിട്ടി.

എന്നാൽ ഏറ്റവും കൂടുതൽ കാർബൺ മലിനീകരണം ഉണ്ടാകുന്ന അമേരിക്കതന്നെ ഉടമ്പടിയിൽനിന്ന് ഒഴിഞ്ഞുമാറുന്നു. കൂടുതൽ ജനസംഖ്യയുള്ള ചൈനയേയും ഇന്ത്യയേയും കുറ്റപ്പെടുത്തുന്നു. അതുംപോരാഞ്ഞ് ശാസ്ത്രലോകം മുഴുവൻ അംഗീകരിച്ച (അവരുടേതടക്കം) ആഗോളതാപനം വെറും മിഥ്യയാണെന്ന് തെളിവുകളുടെ പിൻബലമില്ലാതെ പ്രചരിപ്പിക്കുന്നു. താഴെ ചേർത്ത പട്ടിക നോക്കൂ. കാർബൺ മലിനീകരണത്തിൽ യഥാക്രമം രണ്ടും മൂന്നും നാലും അഞ്ചും സ്ഥാനങ്ങളിൽ നിൽക്കുന്ന രാജ്യങ്ങൾ എല്ലാംകൂടി ചേർത്താലും അമേരിക്ക തനിച്ചുണ്ടാക്കുന്നയത്ര മലിനീരണമേ വരൂ!

| | രാജ്യം | Co2 ഉല്പാദനം 1800 2000 വരെ ടൺ കണക്കിൽ |
|---|---|---|
| 1. | യു.എസ്.എ | 302,279,000,000 |
| 2. | റഷ്യ | 86,705,000,000 |
| 3. | ജർമനി | 75,606,000,000 |
| 4. | ചൈന | 72,615,000,000 |
| 5. | ബ്രിട്ടൻ | 68,803,000,000 |
| 6. | ജപ്പാൻ | 36,577,000,000 |

(ഇന്ത്യ ചിത്രത്തിൽ വരുന്നേയില്ല!)

## കാലാവസ്ഥ ഉച്ചകോടികൾ (COP-26, COP-27)

കാലാവസ്ഥ പ്രതിസന്ധിതന്നെ ഉച്ചകോടിയിൽ എത്തിനിൽക്കുന്ന സമയമാണിത്. ലോകരാഷ്ട്രങ്ങളെല്ലാം ഒപ്പിട്ട 2015ലെ പാരിസ് കാലാ

വസ്ഥാ ഉടമ്പടിയിൽ ഒപ്പിട്ട രാജ്യങ്ങൾ ലക്ഷ്യങ്ങൾ നേടുന്നതിന് സ്വീകരിക്കേണ്ട മാർഗങ്ങൾ പിന്നീട് ഓരോ വർഷവും ഉച്ചകോടികൾ ചേർന്ന് ചർച്ചചെയ്തു. 1994ലെ ഐക്യരാഷ്ട്രസഭയുടെ ഉടമ്പടി രൂപരേഖയിൽ ഒപ്പിട്ട രാജ്യങ്ങളെ Conference of parties എന്നു പറയുന്നു. COP എന്നത് ഇതിന്റെ ചുരുക്കപ്പേരാണ്. COP യുടെ ആദ്യസമ്മേളനം 1995ൽ ജർമനിയിൽ നടന്നു. 2020ൽ കോവിഡ് കാരണം ഉച്ചകോടി ഒരുതവണ മുടങ്ങി. 2021ൽ ഗ്ലാസ്ഗോയിൽ 26-ാം സമ്മേളനം ചേർന്നു. 2030 ഓടെ കാർബൺ വാതക ബഹിർഗമനം ഇപ്പോഴത്തതിന്റെ 45 ശതമാനമായി കുറക്കണം. 2050ഓടെ നെറ്റ് സീറോ ആക്കണം. ഇതു ചെയ്താലേ IPCC പറയുന്നപ്രകാരം അന്തരീക്ഷ താപനില 1.5°c യിൽ കൂടുതലാകാതെ ഇനിയങ്ങോട്ട് നിജപ്പെടുത്തി നിർത്താൻ കഴിയൂ. 2040 നുള്ളിൽ ഈ ലക്ഷ്യം കൈവരിക്കാൻ കഴിയില്ലെങ്കിൽ വരൾച്ചയും ഉഷ്ണതരംഗങ്ങളും അതിവൃഷ്ടിയും അനാവൃഷ്ടിയും കാട്ടുതീയും പ്രകൃതിക്ഷോഭങ്ങളും ഇനിയും തീവ്രമാകും.

കാലാവസ്ഥ പ്രതിസന്ധിനിയന്ത്രിക്കുന്നതിന് ലോകത്തിന് ലഭിക്കുന്ന അവസാന ചാൻസാണ് COP 26 എന്ന് വിലയിരുത്തപ്പെട്ടെങ്കിലും തീരുമാനങ്ങൾ നടപ്പിലാക്കാൻ സത്വരനടപടികൾ ഒന്നും ഉണ്ടായില്ല. കാർബൺ പുറന്തള്ളുന്നത് നിയന്ത്രിക്കുമെന്ന് ഉറപ്പുനൽകിയ രാഷ്ട്രങ്ങൾ മലിനീകരണം തുടർന്നുകൊണ്ടേയിരിക്കുന്നു. വാക്കൊന്നും പ്രവൃത്തി വേറെയും എന്ന നില തുടർന്നുകൊണ്ടിരിക്കുന്നു. 2050 ആകട്ടെ എന്ന് അമേരിക്ക. ചൈനക്ക് 2060വരെ സമയം വേണം. ഇന്ത്യക്ക് 2070 വരേയും നിയന്ത്രണങ്ങൾ ഇങ്ങനെ അനിശ്ചിതമായി നീണ്ടുപോകുന്നു.

## COP 27

COP 27-ാം സമ്മേളനം 2022 നവംബറിൽ ഈജിപ്തിലെ ഷമറൂൽ ഷെയ്ക്കിൽ നടന്നു. 196 രാജ്യങ്ങൾ പങ്കെടുത്തു. $Co_2$, മീതേൻ, നൈട്രസ് ഓക്സൈഡ് എന്നീ ഹരിതഗൃഹവാതകങ്ങളുടെ ബഹിർഗമനത്തിൽ റിക്കാർഡ് വർധന ഉണ്ടായ കാലം കൂടിയാണ് 21-22. കഴിഞ്ഞ 8 വർഷങ്ങൾക്കിടയിൽ ഉണ്ടായ ഏറ്റവും വലിയ വർദ്ധനവ്. മീതേൽ സാന്ദ്രത $Co_2$ വിനെ അപേക്ഷിച്ച് 25ലേക്ക് വർദ്ധിച്ചു എന്നും കണ്ടെത്തി. എല്ലാംകൂടി 2022ലെ ആഗോള ശരാശരി താപനില 1850-1900 കാലത്തെ ശരാരിയേക്കാൾ 1.5°c യിലും കൂടുതലാകുമെന്ന് കണക്കാക്കപ്പെടുന്നു. എന്നാൽ ഇതെല്ലാം പരിഹരിക്കാനുള്ള തീരുമാനങ്ങളൊന്നും ഈ സമ്മേളനത്തിലും ഉണ്ടായില്ല. വികസിതരാഷ്ട്രങ്ങൾ

തീർത്തും അലസമായ സമീപനം തന്നെ തുടർന്നു. പതിവുപോലെ വാഗ്ദാനങ്ങൾ പുതുക്കപ്പെടുകമാത്രം ചെയ്തു. പരിസ്ഥിതിക്ക് ഇണങ്ങിയ ജീവിതരീതി സ്വീകരിക്കുന്നത് ഹരിതഗൃഹവാതകങ്ങളുടെ ബഹിർഗമനം കുറയ്ക്കാൻ പറ്റിയ വഴിയാണ്. കാര്യം ആരും അംഗീകരിക്കുന്നില്ല. ആണവോർജത്തെ ഹരിതോർജമാക്കി മാറ്റിയെടുത്ത് തിരിച്ചുകൊണ്ടുവരാനുള്ള ശ്രമംപോലും ഉണ്ടായെന്നു കേൾക്കുന്നു. കാലാവസ്ഥാവ്യതിയാനത്തിന്റെ അനന്തരഫലങ്ങൾ അനുഭവിക്കുന്ന ദുർബലരാജ്യങ്ങൾക്ക് നഷ്ടപരിഹാരം നൽകാനുള്ള തീരുമാനം മാത്രം ചില്ലറ ആശ്വാസമായി. അതിനുള്ള നഷ്ടപരിഹാരനിധി രൂപീകരിക്കും. എന്നാൽ ഏറ്റവും ദുർബലമായ രാജ്യങ്ങൾക്കു മാത്രമേ സഹായം കിട്ടൂ എന്ന യൂറോപ്യൻ യൂണിയന്റെ നിർദേശം കൂടിച്ചേർത്ത് അതിൽ വെള്ളം ചേർത്തു എന്ന ആക്ഷേപവും ഉയർന്നു.

COP-27 നിടയിൽ ഉണ്ടായ ഒരു സംഭവം 2022 നവംബർ 15ന് ലോകജനസംഖ്യ 800 കോടിയിലേക്ക് കടന്നതായി ലോകജനസംഖ്യാ ഘടികാരം ലോകത്തെ അറിയിച്ചു. കാലാവസ്ഥാ പ്രതിസന്ധിയോട് അലസനയം കാണിക്കുന്നവർക്കുള്ള ഒരു മുന്നറിയിപ്പുകൂടിയാണിത്.

## എൽനിനോയും കാലാവസ്ഥയും ആഗോളതാപനവും തമ്മിൽ ബന്ധമെന്ത്?

പെറുവിലെ മുക്കുവരെ സംബന്ധിച്ചിടത്തോളം ചില ക്രിസ്മസ് കാലങ്ങൾ ദുരിതപൂരിതമായി മാറാറുണ്ട്. തീരക്കടലിൽ നിന്ന് മത്സ്യക്കൂട്ടങ്ങൾ അപ്രത്യക്ഷമാകുന്നു. പിന്നാലെതന്നെയുണ്ടാവും കൊടുങ്കാറ്റും പേമാരിയും. ക്രിസ്മസ് കാലത്തെ പ്രതിഭാസങ്ങളല്ലേ, അതുകൊണ്ട് അവർ അതിനെ ഉണ്ണിയേശു അഥവാ ചെറിയ ആൺകുട്ടി എന്ന അർത്ഥത്തിൽ അവരുടെ ഭാഷയിൽ എൽനിനോ എന്നു വിളിച്ചു.

എന്തായിരിക്കാം ഈ പ്രതിഭാസമെന്ന് ശാസ്ത്രം അന്വേഷിച്ച് കണ്ടുപിടിക്കാൻ തുടങ്ങി. മത്സ്യം കുറയുന്നതുകൊണ്ടാണല്ലോ മത്സ്യത്തൊഴിലാളികൾ വേവലാതിപ്പെട്ടത്. ശാസ്ത്രം ഈ വേവലാതി ഏറ്റെടുത്തു. ഉഷ്ണമേഖലയോട് ചേർന്ന് മധ്യകിഴക്കൻ ശാന്തസമുദ്രമേഖലയിൽ താപനില അസാധാരണമായി വർധിക്കുന്ന പ്രതിഭാസമാണ് Southern oscillation) എൽനിനോ എന്ന് താമസിയാതെ കണ്ടെത്തുകയും ചെയ്തു. സമുദ്രം ചൂടുപിടിക്കുന്നതുമൂലം മത്സ്യങ്ങൾ ചത്തൊടുങ്ങുകയോ അനുകൂലമായ മറ്റു സ്ഥലങ്ങൾ തേടി പോവുകയോ ചെയ്യുന്നു. 3-9 വർഷത്തിനിടയിൽ ഈ പ്രതിഭാസം ആവർത്തിക്കുന്നു.

എൽനിനോയ്ക്കു നേർവിപരീതമായി കിഴക്കൻ ശാന്തസമുദ്രം അസാധാരണമായി തണുക്കുന്ന പ്രതിഭാസത്തെ സ്പാനിഷ് ഭാഷയിലെ പെൺകുട്ടി എന്ന് അർത്ഥം വരുന്ന ലാനീന എന്നു വിശേഷിപ്പിക്കുന്നു. ലാനീന മത്സ്യസമ്പത്തു വർദ്ധിപ്പിക്കും.

സമുദ്രത്തിൽ ഉണ്ടാകുന്ന ഇത്തരം താപനിലയങ്ങൾ കാറ്റുകളെ സ്വാധീനിക്കുന്നു. അതനുസരിച്ച് കാറ്റുകളുടെ ശക്തിയും ആവൃത്തിയും വർദ്ധിക്കുന്നു. സമുദ്രത്തിന്റെ താപനില കരയുടെ താപനിലയേയും അതുവഴി മഴയേയും അന്തരീക്ഷോഷ്മാവിനെയുമെല്ലാം സ്വാധീനിക്കുന്നു. 1923ൽ ഗിൽബർട്ട് വാക്കർ എന്ന ശാസ്ത്രജ്ഞനാണ് ഈ പ്രതിഭാസം ആദ്യം വിവരിച്ചത്. സമുദ്രതാപനിലയിലുള്ള വ്യതിയാനങ്ങൾ ഉപരിതലമർദ്ദത്തെ സ്വാധീനിക്കുന്നതുകൊണ്ട് ഇത് കാലാവസ്ഥാവ്യതിയാനത്തിനും ആഗോളതാപനത്തിലുമെല്ലാം സ്വാധീനമുണ്ടാക്കുന്നു.

സംഭവം അങ്ങ് ദൂരെ ശാന്തസമുദ്രത്തിൽ. ആഘാതം ഏൽക്കേണ്ടിവരുന്നതോ, ലോകം മുഴുവൻ. ഇങ്ങനെയൊക്കെയാണ് പ്രകൃതിയുടെ രീതിയെന്ന് നാം മനുഷ്യർ മറന്നുപോകുന്നു! നിശ്ചിതമായ ഇടവേളകളിൽ എൽനിനോയും ലാനീനയും ആവർത്തിച്ചു സംഭവിച്ചുകൊണ്ടിരിക്കുന്നു. അതിനനുസരിച്ച് ഒരു ഭാഗത്ത് കൊടും ചൂടും വരൾച്ചയും. മറുഭാഗത്ത് കൊടുങ്കാറ്റും പേമാരിയും.

*ക്വിസ്: ഹരിതനൊബേൽ എന്നറിയപ്പെടുന്ന പുരസ്കാരം ഏത്?*

അമേരിക്കയിലെ സാൻഫ്രാൻസിസ്കോ ആസ്ഥാനമായി പ്രവർത്തിക്കുന്ന ഗോൾഡ്മാൻ എൻവയൺമെന്റൽ ഫൗണ്ടേഷൻ വർഷംതോറും നൽകിവരുന്ന ഗോൾഡ്മാൻ പ്രൈസ്. 1992ൽ മേധാപട്കർക്ക് ഈ സമ്മാനം കിട്ടിയിട്ടുണ്ട്.

## ഇ-മാലിന്യങ്ങൾ ഭീഷണിയാവുന്നതെങ്ങനെ?

ഇലക്ട്രോണിക് യുഗത്തിന്റെ സംഭാവനയായ ഇ-മാലിന്യങ്ങൾ മനുഷ്യന്റെയും മറ്റു ജീവികളുടെയും പരിസ്ഥിതിയുടെയും ആരോഗ്യകരമായ നിലനില്പിന് കടുത്ത ഭീഷണി ഉയർത്തുന്നത് നാം കണ്ടുകൊണ്ടിരിക്കുന്നു. പ്രളയം, ആഗസ്ത് - 18ന് ബാക്കിവെച്ച മാലിന്യക്കൂമ്പാരങ്ങളിലേക്ക് ഒന്ന് കണ്ണയച്ചുനോക്കൂ. തോന്നിയപോലെ വലിച്ചെറിഞ്ഞും കൂമ്പാരം കൂട്ടിയും എത്രയെത്ര പാഴ്‌വസ്തുക്കൾ, കംപ്യൂട്ടർ, ടി.വി., മൊബൈൽ ഫോൺ - പിന്നെ ഫ്രിഡ്ജും വാഷിംഗ്മെഷീനുമൊക്കെയായി എത്രയോ ഗാർഹികോപകരണങ്ങൾ. പ്ലാസ്റ്റിക്ക് ഭാഗങ്ങൾക്കു പുറമെ കാരീയം, മെർക്കുറി, കാഡ്മിയം തുടങ്ങിയ ആറോളം ഖനലോ

ഹവസ്തുക്കളും ഇവ കിടന്ന് വിഘടിച്ച് പരിസരത്തിലെത്തിക്കുന്നു. മനുഷ്യർ പെട്ടെന്ന് കാണുകയോ ശ്രവിക്കുകയോ ആലോചന കൊടുക്കുകയോ ചെയ്യാത്ത ഇത്തരം കൊടും വിഷങ്ങൾ പരിസ്ഥിതിയിലെത്തുന്നത് ഉപേക്ഷിച്ചുകളയുന്ന ഉപഭോഗവസ്തുക്കളിൽക്കൂടിയാണെന്ന് ആരും ഓർക്കാറില്ല.

ഓരോ വർഷവും ഏതാണ്ട് 5 കോടി ഇ-മാലിന്യങ്ങൾ ആഗോളതലത്തിൽ പരിസ്ഥിതിയിലെത്തുന്നു എന്നാണ് കണക്ക്. പല രാജ്യങ്ങൾക്കും ഇവയുടെ വ്യാപനം തടയുന്നതിന് പര്യാപ്തമായ നിയമങ്ങളില്ല. അമേരിക്കയെപോലുള്ള വൻരാഷ്ട്രങ്ങൾ അവികസിത രാജ്യങ്ങളിലെ പണം കാട്ടി പ്രലോഭിപ്പിച്ച് ഇ-മാലിന്യങ്ങൾ ശുദ്ധീകരിക്കാൻ ഏല്പിക്കുന്നു.എങ്ങനെയായാലും ഇവയിൽ അടങ്ങിയിട്ടുള്ള വിഷവസ്തുക്കൾ വൻതോതിൽ മണ്ണിൽ എത്തിച്ചേരുന്നു. ലഡ്, മെർക്കുറി, കാഡ്മിയം തുടങ്ങിയ ഘനലോഹങ്ങൾ ഈ രീതിയിൽ മനുഷ്യരിലും മറ്റുജീവികളിലും കടന്നുകൂടി കടുത്ത മസ്തിഷ്ക വൈകല്യങ്ങളും മറ്റു മാരകരോഗങ്ങളും സൃഷ്ടിക്കുന്നു.

അമേരിക്കയുടെയും മറ്റും ഇ-മാലിന്യങ്ങൾ വൻതോതിൽ വാങ്ങിക്കുന്ന രാജ്യം ചൈനയാണ്. തായ്‌ലന്റ്, ഇന്തോനേഷ്യ എന്നീ രാജ്യങ്ങളും ഈ രീതിയിൽ ഇ-മാലിന്യം ഇറക്കുമതി ചെയ്യാറുണ്ട്. ഇവയെ പുനഃചംക്രമണത്തിനു വിധേയമാക്കിയാൽ സ്വർണം, വെള്ളി, ചെമ്പ് തുടങ്ങിയ ലോഹങ്ങൾ സംഭരിക്കാൻ കഴിയും. കംപ്യൂട്ടറിലും മറ്റും ഈ ലോഹങ്ങൾ ഉപയോഗിക്കാറുണ്ട്. ഖനികളിലെ പ്രതിവർഷ സ്വർണ ഉല്പാദനത്തിന്റെ 11 ശതമാനം വരെ ഇ-മാലിന്യങ്ങൾ റീസൈക്കിൾ ചെയ്ത് വീണ്ടെടുക്കാമെന്നുപോലും കേൾക്കുന്നു. 10 ലക്ഷം മൊബൈൽഫോണുകളുടെ സർക്കീട്ടു ബോഡുകളിൽനിന്ന് 24 കിലോഗ്രാം സ്വർണംവരെ 'അരിച്ചെ'ടുക്കാമത്രെ! എന്നാൽ ഇതിനാവശ്യമായ സാങ്കേതികമായ അറിവ് സ്വന്തമായുള്ള വികസിത രാജ്യങ്ങൾ ഇതൊന്നും ചെയ്യാതെ മാലിന്യം അവികസിത രാജ്യങ്ങളിലേക്ക് കയറ്റിയയക്കുന്നത് പരിസ്ഥിതിയെ കൂടുതൽ വിഷമയമാക്കുന്നു. ഈ കാര്യത്തിൽ ചൈന ഏറെ മുന്നേറിയിട്ടുണ്ട്.

2017-18ലെ എട്ടുമാസങ്ങൾക്കിടയിൽ കേരളത്തിലെ സ്കൂളുകൾവഴി 6 ലക്ഷം കിലോഗ്രാമോളം ഇ-വേസ്റ്റ് ശേഖരിച്ച് പുനഃചംക്രമണത്തിനായി കൈമാറിയതായി ഐടി വിദഗ്ധനായ കെ. അൻവർസാദത്ത് ചൂണ്ടിക്കാട്ടുന്നു. ഇന്ത്യയിലെതന്നെ ഏറ്റവും വലിയ ഈ സംരംഭം നമുക്ക് പ്രതീക്ഷയ്ക്ക് വക നൽകുന്നു.

## ഗ്രീൻ കംപ്യൂട്ടറിംഗ് എന്നാലെന്ത്?

കംപ്യൂട്ടർ ഉപാധികളെ പരിസ്ഥിതി സൗഹൃദപരമായി ഉപയോഗപ്പെടുത്തുന്ന കലയാണ് ഗ്രീൻ കംപ്യൂട്ടറിംഗ്. ഐടി മേഖലയെ ഹരിതവൽക്കരിക്കുന്നതിന്റെ ഭാഗമാണിത്. യു.എസ്. എൻവയൺമെന്റൽ പ്രൊട്ടക്ഷൻ ഏജൻസി 1992ൽ ഇതിനു തുടക്കംകുറിച്ചു. അവരുടെ എനർജി സ്റ്റാർ' പരിപാടിയിൽ ലോകത്താദ്യമായി അത് പ്രയോഗത്തിലായി ഐടി വ്യവസായ മേഖലയ്ക്കും ബന്ധപ്പെട്ട ഉല്പാദനമേഖലയ്ക്കും മണ്ണും വായുവും പരിസ്ഥിതിയുമെല്ലാം മലിനപ്പെടുത്തുന്നതിൽ സുപ്രധാനമായ പങ്കുണ്ടെന്ന അറിവിൽനിന്നാണ് ഇതിന്റെ തുടക്കം. പാരമ്പര്യേതര ഊർജസ്രോതസ്സുകൾ പരമാവധി ഉപയോഗപ്പെടുത്തുക, പാഴാക്കുന്ന ഊർജ്ജത്തെക്കുറിച്ച് കൂടുതൽക്കൂടുതൽ ബോധവാന്മാരാവുക, പുതിയപുതിയ ഹാർഡ്‌വെയറുകൾ ഉപയോഗപ്പെടുത്തുക. ഇതിന്റെ ഭാഗമായി എൽ.ഇ.ഡി. ഡയോഡുകളും മറ്റും കൂടുതൽ ഉപയോഗിക്കുക, പുനരുപയോഗം വഴി ഉല്പാദിപ്പിച്ച ഭാഗങ്ങൾ വീണ്ടും വീണ്ടും ഉപയോഗപ്പെടുത്തുക, സമൂഹത്തിനുമേൽ ഉണ്ടാകാനിടയുള്ള കാർബൺ ഭാരം പരമാവധി കുറച്ചുകൊണ്ടുവരാൻ കടലാസിന്റെ ഉപയോഗം പരമാവധി ചുരുക്കിക്കൊണ്ടുവരിക, അപകടകാരിയായ പദാർത്ഥങ്ങൾ ഉപയോഗിക്കുന്നതുമായി ബന്ധപ്പെട്ട (ROHS) നിർദേശങ്ങൾ പാലിച്ച് കാരീയത്തിന്റെയും മറ്റും ഉപയോഗം നിയന്ത്രിക്കുകയോ ഇല്ലാതാക്കുകയോ ചെയ്യുക എന്നിവയെല്ലാം ഗ്രീൻ കംപ്യൂട്ടറിംഗിന്റെ ഭാഗമാണ്.

# പരിസ്ഥിതിദുരന്തങ്ങൾ

## ലോകത്തെ നടുക്കിയ ആദ്യത്തെ വിഷവാതകദുരന്തമേത്?

1952ലെ ലണ്ടൻ ഫോഗ്. വ്യവസായവിപ്ലവത്തോടെ ആരംഭിച്ച വായു മലിനീകരണം അമ്പതുകളുടെ ആരംഭത്തോടെ പരകാഷ്ഠയിലെത്തി. വ്യവസായകാര്യങ്ങളിൽ സർക്കാർ ഇടപെടുന്നതിനെ കർശനമായി നിയന്ത്രിച്ച് നിർത്തിയിരുന്ന കാലം. ഏതു ചെകുത്താനെ കൂട്ടുപിടിച്ചും വ്യവസായം എന്ന പ്രഖ്യാപിതനയം നിലനിന്നു. കൽക്കരി ഇഷ്ടംപോലെ കത്തിച്ചു. വ്യവസായങ്ങൾ വളർന്നു. എന്നാൽ നഗരങ്ങൾ മാത്രമല്ല നാട്ടിൻപുറങ്ങളും പുകപടലങ്ങളിൽ ഒളിച്ചു. കൽക്കരി കത്തുമ്പോഴുണ്ടാകുന്ന സൾഫർ ഡൈ ഓക്സൈഡ് സൾഫ്യൂരിക്ക് ആസിഡിന്റെ സൂക്ഷ്മ കണികകളായി മാറുകയും അന്തരീക്ഷത്തിൽ നിറയുകയും ചെയ്തു. പൊടിയും പുകയും മഞ്ഞും ചേർന്ന് പുകമഞ്ഞുണ്ടായി. (Smoke + Fog = SMOG). സ്മോഗിലെ ആസിഡ്കണം കണ്ണുകളെയും ശ്വാസകോശങ്ങളെയും അലോസരപ്പെടുത്തി. 1952 ഡിസംബറിലായിരുന്നു സംഭവം. ശ്വാസകോശരോഗങ്ങൾ ബാധിച്ച് 4000ലേറെപ്പേർ മരിച്ചു. പുകപടലങ്ങളിലൂടെ വണ്ടിയോടിച്ച് അപകടത്തിൽപെട്ട് മരിച്ചവരുടെ എണ്ണം വേറെയും.

കൽക്കരി കത്തിക്കുന്ന വ്യവസായശാലകളുടെയും വൈദ്യുതി ഉല്പാദിപ്പിക്കുവാനുള്ള താപനിലയങ്ങളുടെയും പരിസരങ്ങളിൽ പുകമഞ്ഞ് എന്ന പ്രതിഭാസം ആവർത്തിച്ച് പ്രത്യക്ഷപ്പെട്ടാറുണ്ട്.

നമ്മുടെ തലസ്ഥാനനഗരമായ ഡൽഹിയുടെ കാര്യം നോക്കൂ. ഇഷ്ടംപോലെ വൃക്ഷങ്ങളും ഉദ്യാനങ്ങളും മനുഷ്യനിർമ്മിതമായ 'കാടു'കളുമെല്ലാമുള്ള അതിമനോഹരമായ നഗരം. പക്ഷേ, വാഹനപ്പെരുപ്പം പുകമഞ്ഞിനെ ഒരു സ്ഥിരം പ്രതിഭാസമാക്കി. നവംബർ - ഡിസംബർ മാസത്തെ തണുപ്പുകാലം ജീവിതം ദഷ്കരമായിരിക്കുന്നു.

2016-17 വർഷങ്ങളിൽ ഓസോൺ കാർബൺ ഡൈഓക്സൈഡ് തുടങ്ങിയ വാതകങ്ങളുടെയും പൊടിപടലങ്ങളുടെയും അളവ് പരമാവധിയിലെത്തി. 2017ൽ അത് അനുവദനീയമായതിലും 16 മടങ്ങ് കൂടുത

ലായിരുന്നു. പൊതുജനങ്ങൾ റോഡിലിറങ്ങരുതെന്ന് കർശനനിർദേശമുണ്ടായി. വിദ്യാഭ്യാസസ്ഥാപനങ്ങൾക്ക് അവധി കൊടുത്തു. ആരോഗ്യപ്രശ്നം ഉണ്ടാക്കിയ നഷ്ടങ്ങൾ പുറത്തുവിട്ടിട്ടില്ല. പെട്രോളിന്റെയും ഡീസലിന്റെയും ഉപഭോഗം കുറച്ച CNGക്ക് പ്രാമുഖ്യം നൽകിയിട്ടും ഇതായിരുന്നു അനുഭവം! വർഷംതോറും കൂടുതൽ ഗുരുതരമായ രീതിയിൽ ഇതിപ്പോൾ ആവർത്തിച്ചുകൊണ്ടിരിക്കുകയാണ്.

## മീനമാതാ രോഗം ഉണ്ടായതെങ്ങനെ?

ജപ്പാന്റെ തെക്കുഭാഗത്തു സ്ഥിതിചെയ്യുന്ന ക്യുഷ്യു എന്ന ദ്വീപിലാണ് സംഭവം. ഇവിടെ മീനമാതാ നഗരത്തിന്റെ പ്രാന്തത്തിലായി ചീസൊ എന്ന വ്യവസായശാല സ്ഥിതിചെയ്യുന്നു. 1925 തൊട്ട് പ്രവർത്തിക്കുന്ന ഫാക്ടറിയാണ്. ഈ സ്ഥാപനം ഒഴുക്കിവിട്ട വിഷദ്രവങ്ങൾ മീനമാതാ ഉൾക്കടലിനെ വിഷലിപ്തമാക്കി. 1952ഓടെ ആളുകളിൽ വിചിത്രമായ ഒരു രോഗത്തിന്റെ ലക്ഷണങ്ങൾ കണ്ടെത്തി. മീൻകൊതിയരായ പൂച്ചകളിലാണ് സത്യത്തിൽ അത് കണ്ടത്. ഇടറിയും വിറച്ചും അനിയന്ത്രിതമായ രീതിയിൽ തലയിളക്കിയും പ്രത്യേകരീതിയിൽ നൃത്തം ചെയ്തുകൊണ്ട് നടന്നുപോകുന്ന പൂച്ചകൾ! നൃത്തം ചെയ്തു അവസാനമവ മരണത്തിനു കീഴടങ്ങി.

അധികം താമസിയാതെ രോഗം മനുഷ്യരിലും പ്രത്യക്ഷപ്പെട്ടു തുടങ്ങി. കാരണമന്വേഷിച്ചു ഗവേഷകർ രംഗത്തിറങ്ങി. ഫാക്ടറി ഒഴുക്കിവിടുന്ന വെള്ളത്തിലെ മെർക്കുറിയാണ് രോഗകാരി എന്ന് തെളിഞ്ഞു. ഫാക്ടറി നിഷേധിച്ചെങ്കിലും അവരുടെ കീഴിൽ പ്രവർത്തിക്കുന്ന ഒരു ഡോക്ടർ തന്നെയായ ഹജിമെ ഹോസോകാവ എല്ലാ എതിർപ്പുകളെയും അതിജീവിച്ച് വ്യവസായാല നടത്തിപ്പുകാരെ നിയമത്തിനു മുമ്പിലെത്തിച്ചു. മെർക്കുറിയാണ് കുറ്റവാളി എന്ന് ആദ്യം കണ്ടെത്തിയതും അദ്ദേഹം തന്നെയായിരുന്നു. മീനമാതാ ഉൾക്കടലിനടിയിലെ ചെളിയിൽ 2010 പി.പി.എം. (Parts per million) മീഥൈൽ മർക്കുറി ഉണ്ടായിരുന്നു. മെർക്കുറിയേക്കാൾ കടുത്ത വിഷമാണ് മണ്ണിലും ചെളിയിലും മെർക്കുറി കലരുമ്പോൾ രൂപംകൊള്ളുന്ന ഈ രാസരൂപം. തുടർന്ന് ഫാക്ടറി അടച്ചുപൂട്ടി. എന്നാൽ വർഷങ്ങൾ കഴിഞ്ഞിട്ടും ഉൾക്കടലിലും അതിലെ മത്സ്യങ്ങളിലും മെർക്കുറി വിഷം നിലനിന്നു.

പൂച്ചകളെപ്പോലെ മനുഷ്യർ ചത്തുവീണില്ലെങ്കിലും ആയിരക്കണക്കിനാളുകൾ രോഗികളായി. രോഗത്തിന്റെ ജീവിക്കുന്ന രക്തസാക്ഷികൾ ഇന്നും ജപ്പാനിലുണ്ട്. മീനമാതാരോഗത്തിന് ഇതുവരെ പ്രതിവിധി കണ്ടുപിടിച്ചിട്ടില്ല.

## ആദ്യം ശ്രദ്ധയിൽപ്പെട്ട രാസകീടനാശിനിദുരന്തം ഏത്?

ഡി.ഡി.ടി.യുടെ നിയന്ത്രണമില്ലാത്ത ഉപയോഗത്തെത്തുടർന്ന് അമേരിക്ക (USA)യുടെ ഭാഗങ്ങളിൽ ഉണ്ടായ പരിസ്ഥിതിത്തകർച്ചയെ ആദ്യത്തെ കീടനാശിനി ദുരന്തമായി വിലയിരുത്താം.

ഡി.ഡി.ടി.യും മറ്റു കീടനാശിനികളും ഏറ്റവും ഗുരുതരമായി ബാധിച്ചത് പക്ഷികളെയായിരന്നു. അമേരിക്കയിൽ സുലഭമായ റോബിൻപക്ഷികളിൽ ഈ ദോഷം ആദ്യം പ്രത്യക്ഷപ്പെട്ടു. റോബിൻ മാത്രമല്ല, പല പക്ഷികളും തോട് ഉറക്കാത്ത മുട്ടകൾ ഉല്പാദിപ്പിച്ചു. വിരിയാതെ നശിച്ചുപോയ ഈ മുട്ടകൾ റോബിനു പുറമെ പലതരം പക്ഷികളുടെയും എണ്ണത്തിൽ ഗണ്യമായ കുറവുണ്ടാക്കി.

റെയ്ച്ചൽ കാട്സൺ എന്ന ഗ്രന്ഥകർത്രി ഈ പ്രശ്നങ്ങളെക്കുറിച്ച് വിശദമായി പഠിച്ച് എഴുതാൻ തുടങ്ങിയപ്പോഴേക്കും അമേരിക്കയിൽ വസന്തം പക്ഷികളുടെ പാട്ടിന്റെ അകമ്പടിയില്ലാതെ പ്രത്യക്ഷപ്പെട്ടു കഴിഞ്ഞിരുന്നു. Silent Spring (നിശ്ശബ്ദവസന്തം) എന്ന അവരുടെ ഗ്രന്ഥം പിന്നീട് വിശ്രുതമായി. കീടനാശിനികൾ ഉയർത്തുന്ന പ്രശ്നം അറിഞ്ഞു. പുസ്തകം നൽകിയ വിവരങ്ങൾ പ്രതികളായവരെ നിയമത്തിനും മുമ്പിലെത്തിച്ചു. ഭരണകർത്താക്കൾക്ക് അതിൽ പറയുന്ന എല്ലാ കാര്യവും അംഗീകരിക്കേണ്ടിവന്നു. പരിസ്ഥിതി പ്രസ്ഥാനം എന്ന പ്രതിരോധപ്രസ്ഥാനം തുടർന്ന് അമേരിക്കയിൽ ഉദ്ഘാടനം ചെയ്യപ്പെട്ടു. ഡി.ഡി.ടി.യും പോളി ക്ലോറിനേറ്റഡ്ബൈഫീനൈൽസ് (PCBS) എന്ന പൊതുപേരിൽ അറിയപ്പെടുന്ന മറ്റു പല കീടനാശിനികളും അമേരിക്കയിൽ നിരോധിച്ചു. ലോകത്താദ്യമായി അവിടെ സർക്കാരിനൊരു പരിസ്ഥിതി വിഭാഗം നിലവിൽവന്നു. (Enviornmental Protection Agency) തുടർന്ന് ഇതിന്റെ അനുരണനങ്ങൾ ലോകം മുഴുവനുമുണ്ടായി.

പക്ഷികളിൽ മാത്രമല്ല തേനീച്ചകളിലും മത്സ്യങ്ങളിലും ഉറുമ്പുകളിലും മറ്റു ചെറുപ്രാണികളിലും മണ്ണിലും മനുഷ്യരിലുമെല്ലാം DDT ഉണ്ടാക്കിയ മാറ്റങ്ങളെക്കുറിച്ച് വിശദമായി ചർച്ച ചെയ്യുന്ന പുസ്തകം കൂടിയാണ് സയലന്റ് സ്പ്രിംഗ്. പരിസ്ഥിതി പ്രസ്ഥാനങ്ങളുടെ മാതാവായി റെയ്ച്ചൽ കാഴ്സൺ ഇന്ന് ലോകം മുഴുക്കെ അറിയപ്പെടുന്നു.

## വിയറ്റ്നാമിലെ കളനാശിനി യുദ്ധം വിനാശകരമായതെങ്ങനെ?

കീടനാശിനികൾ, കുമിൾ നാശിനികൾ, കളനാശിനികൾ - സ്വകാര്യകുത്തകകൾ ഏറ്റവുമധികം പണം കൊയ്യുന്ന വ്യവസായമേഖലകളുടെ ഉല്പന്നമാണ് ഇന്നവ. അമേരിക്ക, യൂറോപ്പ്, ജപ്പാൻ, എന്നീ രാജ്യ

ങ്ങളിലെ വൻകിടക്കമ്പനികൾ കേന്ദ്രീകരിച്ച് പ്രതിവർഷം 250 കോടി ഡോളറിന്റെ കച്ചവടം നടക്കുന്നു. ഉപഭോക്താക്കളോ അധികവും ഏഷ്യയിലും ആഫ്രിക്കയിലുമുള്ള വികസ്വര-അവികസിത രാജ്യങ്ങളിലും!

കാർഷികരംഗത്തു മാത്രമല്ല, യുദ്ധാവശ്യങ്ങൾക്കും ഇവ ഉപയോഗപ്പെടുത്തുന്നു. കീടനാശിനികളും കളനാശിനികളും മാരകവിഷമാണെന്നതിന് ഇതിൽപ്പുറം തെളിവെന്തുവേണം?

1962–1971 കാലത്തായിരുന്നു വിയറ്റ്നാമിൽ അമേരിക്ക യുദ്ധം നടത്തിയത്. ഇതിന്റെ ഭാഗമായി ദക്ഷിണ വിയറ്റ്നാമിലെ 6 ലക്ഷം ഏക്കർ സ്ഥലത്ത് 19 ദശലക്ഷം ഗ്യാലൻ കളനാശിനി ഉപയോഗിച്ചു. ഏജന്റ് ഓറഞ്ച്, തെക്കൻ വിയറ്റ്നാമിലെ കാടുകളിൽ ഒളിപ്പോരാളികളെ കണ്ടെത്താൻ മരങ്ങളുടെ ഇലകൾ പൊടിച്ചുകളയാനായിരുന്നു ഇത്. നിർമ്മാണവും വിതരണവും കുപ്രസിദ്ധമായ മൊൺസാന്റോ കമ്പനിവക. മനുഷ്യരും ജീവിജാലങ്ങളും മാത്രമല്ല ഇടതൂർന്ന വനങ്ങളും പാടേ നശിച്ചു. വരും തലമുറകളും ദുരിതം ഏറ്റുവാങ്ങി.

ഏജന്റ് ഓറഞ്ചിലെ ഡയോക്സിൻ തന്നെയാണ് കളനാശിനിയായ റൗണ്ട് അപ്പിലും ഉള്ളത്. എൻഡോസൾഫാനൊപ്പം അതും കാസർഗോഡു ജില്ലയിലെ പ്ലാന്റേഷൻ കോർപ്പറേഷൻ ഉപയോഗിച്ചിട്ടുണ്ടെന്നു പിന്നീടു തെളിഞ്ഞു. ജനിതകവൈകല്യങ്ങൾ ബുദ്ധിമാന്ദ്യം, നാഡീഞരമ്പു പ്രശ്നങ്ങൾ, അർബുദം എല്ലാം തലമുറകളിലേക്കു പകർത്തപ്പെടുന്ന അവസ്ഥ. ഏജന്റ് ഓറഞ്ച്കാലത്ത് വെള്ളംകുടിച്ച് നിത്യരോഗികളായ പതിനായിരങ്ങൾ വിയറ്റ്നാമിലെ 'കാൻതോ' പ്രവിശ്യയിലുണ്ടത്രെ. 'റൗണ്ടപ്പ് - കളകൾക്കെതിരെ ഉശിരൻ പോരാളി' - എന്ന പരസ്യത്തോടെയാണ്. അത് ഇന്നും പ്രചരിപ്പിക്കുന്നത്.

## 'ഇത്തായ് - ഇത്തായ്' എന്താണ്?

മീനമാതാരോഗം മെർക്കുറി കൊണ്ടാണെങ്കിൽ ഇത്തായ് ഇത്തായ്ക്ക് കാരണം കാഡ്മിയമാണ്. ജപ്പാനിലെ ജിൻസു നദീതീരവാസികളെയാണ് ഈ രോഗം ബാധിച്ചത്. നെൽക്കൃഷിയിലൂടെ ഉപജീവനം കണ്ടെത്തുന്നവരാണിവർ. നദിയുടെ ആരംഭഭാഗത്ത് പണിതുയർത്തിയ സിങ്ക് ഖനിയാണ് മലിനീകരണമുണ്ടാക്കിയത്. കഠിനമായ ശരീരവേദനയാണ് രോഗലക്ഷണം. (ഇത്തായ് എന്നാൽ വേദനയെന്നർത്ഥം). തുടർന്ന് എല്ലുകളാകെ പൊടിയും. കാഡ്മിയത്തിന്റെ അംശം കലർന്ന മലിനജലത്തിലൂടെ നെല്ലിൽ കലരുന്ന വിഷം അരിഭക്ഷണത്തിലൂടെ എല്ലുകളിൽ അടിഞ്ഞുകൂടി. കാത്സ്യത്തിന്റെ സ്വാംശീകരണത്തെ തടസ്സപ്പെടുത്തുന്നതാണ് രോഗകാരണം. 1955നും 70നും

ഇടയിൽ നൂറിലേറെപേർ മരിച്ചു. ആയിരക്കണക്കിനാളുകൾ മരണവക്രത്തിൽ നിന്നു രക്ഷപ്പെട്ടെങ്കിലും നിത്യരോഗികളായി മാറി. സ്ത്രീകളെ കൂടുതൽ ബാധിക്കുന്നു. ചിലരിൽ കരളിനെയും വൃക്കകളെയും ബാധിച്ചു.

## 'ഹന്ദി ഗോഡു സിൻഡ്രോം' എന്താണ്?

ആയിരത്തിത്തൊള്ളായിരത്തി എൺപതുകളുടെ ഏതാണ്ട് അവസാനം ചിക്കമംഗളൂരുവിലെ നെൽപ്പാടങ്ങളിൽ പണിയെടുത്തു ജീവിക്കുന്ന ദരിദ്രരായ ദളിതകർഷകത്തൊഴിലാളികൾക്കിടയിൽ ആദ്യമായി ഈ രോഗം കണ്ടെത്തി. വയലുകളിലെ ഞണ്ടുകളെ ഭക്ഷിച്ചവരിൽ രോഗം കടുത്തു. എല്ലുകളെ ബാധിച്ച് രണ്ടു കാലും വളഞ്ഞ് കാൽമുട്ടുകൾക്ക് ബലം കുറഞ്ഞുവരുന്ന അവസ്ഥയാണ് രോഗലക്ഷണം. വയലിൽ തളിച്ച എൻഡ്രിൻ, സെവിൻ തുടങ്ങിയ കീടനാശിനികളുടെ ജൈവസാന്ദ്രീകരണമാണ് രോഗമുണ്ടാക്കിയതെന്നു തെളിഞ്ഞു. രോഗം ആദ്യം പ്രത്യക്ഷപ്പെട്ട ചിക്കമംഗലൂരിലെ സ്ഥലമാണ് ഹന്ദിഗോഡു.

## ഭോപ്പാൽ ദുരന്തമോ കൂട്ടക്കൊലയോ?

1984 ഡിസംബർ മൂന്നാം തീയതി പുലർച്ചെ വലിയൊരു ദുരന്തത്തിന്റെ വാർത്ത കേട്ടുകൊണ്ടാണ് ഭോപ്പാൽ നഗരവാസികൾ ഉണർന്നെണീറ്റത്. നഗരത്തിലെ യൂണിയൻ കാർബൈഡിന്റെ ഫാക്ടറിയിൽനിന്ന് മാരകവിഷമായ മീഥൈൽ ഐസോസയനേറ്റ് (മിക്-MIC) ചോർന്ന് ചുറ്റുപാടുമുള്ള ചേരികളിൽ ഉറങ്ങിക്കിടന്ന 4800ഓളം പാവപ്പെട്ടവർ ശ്വാസംമുട്ടി മരിച്ചുപോയി. ലക്ഷക്കണക്കിനാളുകൾ രോഗികളായി. ലോകം കണ്ട ഏറ്റവും വലിയ ദുരന്തം - അല്ല, അറിഞ്ഞുകൊണ്ടു നടത്തിയ ഒരു കൂട്ടക്കൊല തന്നെയായിരുന്നു അത്. കാരണം ചെലവു കുറയ്ക്കാനും ലാഭം വർദ്ധിപ്പിക്കാനും സുരക്ഷാനടപടികൾ ഫാക്ടറി ബോധപൂർവ്വം അവഗണിക്കുകയായിരുന്നു.

മീതൈൽ ഐസോസയനേറ്റ് ഉഗ്രശക്തിയുള്ള കീടനാശിനിയാണ്: സ്റ്റോറേജ് ടാങ്കിൽനിന്ന് 27 ടൺ വിഷവാതകമാണ് അന്തരീക്ഷത്തിൽ പടർന്നത്. വർഷങ്ങൾക്കുശേഷം തിരിഞ്ഞുനോക്കുമ്പോൾ 20000. പോരെങ്കിലും മരിച്ചിട്ടുണ്ടാകുമെന്നാണ് ഔദ്യോഗിക കണക്ക്. അഞ്ചു ലക്ഷം പേരെ വിഷം ബാധിച്ചു. 12000ൽ അധികമാളുകൾ ഇപ്പോഴും ദുരിതമനുഭവിക്കുന്നു.

അപകടം ഉണ്ടായിട്ടും അധികൃതർ പരിഹാരനടപടികൾ കാര്യമായി സ്വീകരിച്ചില്ല. അവരുടെ സ്വാധീനത്തിൽ വീണ സർക്കാരിന് അവരെ

നിർബന്ധിക്കാനും കഴിഞ്ഞില്ല. പ്രത്യാഘാതങ്ങൾ ഇത്ര ഗുരുതരമാക്കാൻ അതാണ് കാരണം. വിഷം ലയിച്ചുചേർന്ന വായുവും മണ്ണും വെള്ളവും നിത്യദുരിതങ്ങൾ സമ്മാനിച്ചു. ശ്വാസതടസ്സം, അന്ധത, ജനനവൈകല്യങ്ങൾ എന്നിങ്ങനെയുള്ള വൈകല്യങ്ങൾ പെരുകി. കിണറുകളിലെ ജലത്തിലും ഭൂഗർഭജലത്തിലും 'മികി'ന്റെ അംശം ഇപ്പോഴും അപകടകാരിയായ തോതിൽ നിലനിൽക്കുന്നു. മെർക്കുറിയുടെ അളവ് 20,000 മുതൽ 6 ലക്ഷം ഇരട്ടിവരെ മെർക്കുറിയുടെ സാന്നിധ്യം മണ്ണിലും ജലത്തിലും കണ്ടെത്തി. കാര്യമായ നഷ്ടപരിഹാരമൊന്നും കൊടുക്കാതെ കമ്പനി രക്ഷപ്പെട്ടു. ഫാക്ടറി ഉടമയായ വാറൻ ആന്റേഴ്സൺ സ്വന്തം രാജ്യമായ യു.എസിലേക്ക് രക്ഷപ്പെട്ടു.

## എൻഡോസൾഫാൻ നിത്യരോഗികളെ സൃഷ്ടിച്ചതെങ്ങനെ?

എലിയെക്കൊല്ലാൻ ഇല്ലം ചുട്ടതുപോലെ തന്നെയാണ് കാസർഗോട്ടെ എൻഡോസൾഫാൻ പ്രയോഗത്തിന്റെ കാര്യം. കശുവണ്ടിത്തോട്ടങ്ങളിലെ രോഗകാരികളായ തേയിലക്കൊതുകുകളെ കൊല്ലാൻ ഈ രാസകീടനാശിനി തളിച്ചു. തറനിരപ്പിൽ നിന്ന് അടിച്ചതുപോരാഞ്ഞ് ഹെലികോപ്ടറിൽ പറന്ന് തലങ്ങും വിലങ്ങും തളിച്ചു. മുന്നറിയിപ്പില്ല. നിയമപ്രകാരം സ്വീകരിക്കേണ്ട കരുതൽ നടപടികൾ ഇല്ല. ജലസ്രോതസ്സുകൾ മറകളിലല്ലാതെ തുറന്നുകിടന്നു. കന്നുകാലികളും മറ്റു ജന്തുക്കളും മനുഷ്യരും വിഷമഴയ്ക്ക് മറകളൊന്നുമില്ലാതെ വിധേയരായി. സർവ്വത്തിലും വിഷം വ്യാപിച്ചു. കുഗ്രാമങ്ങളിൽ താമസിക്കുന്ന ഏറ്റവും പാവപ്പെട്ടവരിൽ, നാട്ടിൽ അതിനുമുമ്പു കാണാത്ത വൈകല്യങ്ങൾ പ്രത്യക്ഷപ്പെട്ടു. ചികിത്സ കിട്ടാതെയും പലരും മരിച്ചു. സ്ത്രീകളും കുട്ടികളുമടക്കം ആയിരക്കണക്കിനാളുകൾ നിത്യരോഗികളായി.

1978 മുതൽ 2000 വരെ ഹെലികോപ്ടർ വഴിയുള്ള വിഷപ്രയോഗം ആവർത്തിച്ചുകൊണ്ടിരുന്നു. പൊതുമേഖലാസ്ഥാപനമായ പ്ലാന്റേഷൻ കോർപ്പറേഷൻ വക കശുവണ്ടിത്തോട്ടങ്ങളും അവയ്ക്കിടയിലും ചുറ്റുവട്ടത്തുമായിക്കിടക്കുന്ന ജനവാസകേന്ദ്രങ്ങളും ഈ രീതിയിൽ വിഷഭൂമിയായി മാറി.

എൻഡോസൾഫാൻ ക്ലോറനീകൃത ഹൈഡ്രോകാർബൺ വിഭാഗത്തിൽപ്പെടുന്ന ഒരു കീടാശിനിയാണ്. അന്തരീക്ഷത്തിൽനിന്ന് നേരിട്ട് ശ്വാസം വഴിയും ത്വക്കിലൂടെയും അകത്തുകടക്കും. ജീവികളുടെ കൊഴുപ്പിൽ അടിഞ്ഞുകൂടിക്കിടന്ന് ഭക്ഷ്യശൃംഖലവഴി എല്ലാ ജീവികളിലേക്കും പ്രവേശിക്കും. മാരകസ്വഭാവം കണക്കിലെടുത്ത് ലോകാരോഗ്യസംഘടന കാറ്റഗറി-2ൽ ഉൾപ്പെടുത്തി. 125 രാജ്യങ്ങളുടെ പ്രതിനിധി

കൾ പങ്കെടുത്ത സ്റ്റോക്ഹോം കൺവെൻഷന്റെ ജനീവാ കോൺഫറൻസ് 2011 ഏപ്രിൽ 29ന് നിരോധനം പ്രഖ്യാപിച്ചു. തലച്ചോറിനെ ബാധിച്ച സ്ഥിരമായ ആഘാതമുണ്ടാക്കും. തലക്ക് അസാധാരണ വലിപ്പം, അപസ്മാരം, സ്ഥിരമായ വിറയൽ എന്നിവ രോഗലക്ഷണങ്ങൾ കുട്ടികളിൽ ഓട്ടിസമുണ്ടാകാം. കൂടാതെ എൻഡൊസൾഫാൻ സ്ത്രീ-പുരുഷ ഹോർമോണുകളുടെ പ്രവർത്തനം തകിടംമറിക്കും.

എൻഡൊസൾഫാൻ വിഷബാധിതരായ ആയിരക്കണക്കിന് രോഗികൾ ഇപ്പോൾ കാസർഗോട്ടെ വിഷബാധിതഗ്രാമങ്ങളിൽ ഉണ്ട്. തുടർച്ചികിത്സയ്ക്കും പുനരധിവാസത്തിനുമായുള്ള പോരാട്ടം എൻഡൊസൾഫാൻ പീഡിത ജനകീയ മുന്നണിയുടെ നേതൃത്വത്തിൽ തുടരുന്നു.

# സമരങ്ങൾ, പ്രസ്ഥാനങ്ങൾ

**എന്താണ് ചിപ്കോ?**

മരങ്ങളെ കെട്ടിപ്പിടിച്ച് വെട്ടുകാരിൽനിന്ന് സംരക്ഷിക്കുന്ന സമര രീതിയാണ് ചിപ്കോ. ആലിംഗനം ചെയ്യുക, കെട്ടിപ്പിടിക്കുക എന്ന് അർത്ഥം വരുന്ന ഹിന്ദിവാക്കാണിത്. ആയിരത്തിത്തൊള്ളായിരത്തി എൺപതുകളിൽ ഉത്തർപ്രദേശിലെ തെഹ്‌രി-ഗർവാൾ മേഖലയിലാണ് ആരംഭം. അവിടെനിന്ന് അത് ഹിമാചൽപ്രദേശും രാജസ്ഥാനും ഒറീസയുമെല്ലാം പിന്നിട്ട് കർണാടകദേശം വരെ പ്രാപിച്ചു. കന്നഡയിൽ അപികൊ എന്നപേരിൽ അറിയപ്പെട്ടു. ചണ്ഡിപ്രസാദ്ഭട്ട് ആണ് അവിടെ അതിന്റെ നായകൻ. ഹിമാലയമേഖലകളിൽ ഗാന്ധിയനായ സുന്ദർലാൽ ബഹുഗുണയും.

മുന്നൂറിൽപ്പരം വർഷങ്ങൾക്കു മുമ്പ് രാജസ്ഥാനിലെ ഖജരേലി ഗ്രാമത്തിൽ കെജ്‌രിവൃക്ഷങ്ങളെ (Prosopis Cineraria) സംരക്ഷിക്കാൻ മുന്നൂറിൽപരം സ്ത്രീകൾ ആ വൃക്ഷങ്ങളെ കെട്ടിപ്പിടിക്കുകയും മരം വെട്ടുകാരുടെ മഴുവിന് ഇരയായി രക്തസാക്ഷിത്വം വരിക്കുകയും ചെയ്ത സംഭവമാണ് ചിപ്കൊ സമരത്തിന് പ്രചോദനം.

ഇപ്രകാരമാണ് ആ സംഭവം. റഡ്സാൻഡ് എന്ന പ്രത്യേകതരം കല്ലുകൾക്ക് പ്രസിദ്ധമായിരുന്നു ഈ ഗ്രാമം. ചിങ്കാരകൃഷ്ണ മൃഗങ്ങളെ സ്നേഹിക്കുന്ന ബൈഷണോയികളായിരുന്നു ഗ്രാമവാസികളിൽ അധികവും. 1730ൽ അഭയസിംഗ് എന്ന രാജാവ് Red sand stone കൊണ്ട് കൊട്ടാരം പണിയാൻ തീരുമാനിക്കുന്നു. കല്ലുകൾ സംസ്കരിക്കുന്നതിന് വിറക് ധാരാളമായി വേണം. അതിനുവേണ്ടി നാട്ടുകാരുടെ നിത്യജീവിതവുമായി ബന്ധപ്പെട്ട കെജ്‌രി വൃക്ഷങ്ങൾ വെട്ടാൻ തീരുമാനിക്കുന്നു. മരംവെട്ടുകാർ വന്നപ്പോൾ മൂപ്പന്റെ പുത്രിയായ അമൃതാദേവിയും പെൺമക്കളും ആദ്യം മരങ്ങളെ കെട്ടിപ്പിടിച്ചുനിന്നു. മരംവെട്ടുകാർ അവരെ വെട്ടിയിട്ടു. തുടർന്നു കൂടുതൽ സ്ത്രീകൾ വന്നു.

അവരേയും വെട്ടിയിട്ടു. തുടർന്ന് ചുറ്റുമുള്ള ഗ്രാമങ്ങളിൽനിന്ന് കൂടുതൽ ബൈഷ്ണോയികൾ കുതിച്ചെത്തി. രാജാവ് കെട്ടിടംപണി ഉപേക്ഷിച്ചു.

ഗർവാളിൽ വനനശീകരണം രൂക്ഷമായതോടെ വിറകിനും കാലിത്തീറ്റയ്ക്കും നിത്യാഹാരത്തിനുമായി സ്ത്രീകൾ കഷ്ടപ്പെട്ടു. കുടിവെള്ളക്ഷാമം രൂക്ഷമായതോടെ വെള്ളത്തിനായി കൂടുതൽ ദൂരം സഞ്ചരിക്കേണ്ടിവന്നു. ഗാന്ധിശിഷ്യകളായ മീരാബെൻ, സരളബെൻ. അമൃതദേവി, വിമലദേവി തുടങ്ങിയുള്ള ഒരുകൂട്ടം സ്ത്രീകൾ മുന്നിട്ടിറങ്ങി. കോൺട്രാക്ടർമാർ നമ്പറിട്ടുവെച്ച മരങ്ങൾ വെട്ടാൻ വന്നവരെ ഇവരും മറ്റു സ്ത്രീകളും ചേർന്ന് മരങ്ങൾ കെട്ടിപ്പിടിച്ചുനിന്ന് ഗാന്ധിയൻ രീതിയിൽ നേരിട്ടു. സമരം വൻവിജയമായതോടെ ചിപ്‌കോ രീതിയിലുള്ള വൃക്ഷസംരക്ഷണം ഹിമാലയമേഖലകളിലെല്ലാം പരന്നു. കൂടുതൽ ആളുകളും സഹായവും നേതൃത്വവും ആവശ്യമായി വന്നപ്പോൾ വിമലദേവിയുടെ ഭർത്താവായ സുന്ദർലാൽ ബഹുഗുണ എന്ന ഗാന്ധിയൻ പ്രസ്ഥാനത്തിന്റെ ചുമതല ഏറ്റെടുത്തു. 1981ൽ കാശ്മീർ മുതൽ കൊഹിമ വരെ അദ്ദേഹം നടത്തിയ വനസംരക്ഷണപദയാത്ര പ്രസിദ്ധമാണ്.

ഉത്തരകർണാടകത്തിലെ സാൽക്കനി പശ്ചിമഘട്ടമേഖലയിൽ വനനശീകരണത്തിനെതിരെ ചിപ്‌കോ മാതൃകയിൽ 1983ൽ നടന്ന സമരമാണ് അപികൊ. യുവജനങ്ങളും സ്ത്രീകളും ഒത്തുചേർന്ന് സമരം വൻവിജയമാക്കി. തുടർന്ന് കർണാടക ദേശത്തിന്റെ മറ്റ് ഭാഗങ്ങളിലും അപികൊ സമരങ്ങൾ നടന്നു.

### നർമ്മദ ബച്ചാവോ ആന്ദോളൻ എന്തിനുവേണ്ടി?

നർമ്മദാനദിയിൽ വൻ അണക്കെട്ടു നിർമ്മിക്കുന്നതിനെതിരെ നടന്ന സമരം, കാലം ഇരുപതാം നൂറ്റാണ്ടിന്റെ അവസാനവർഷം. മേധാപട്കറുടെ നേതൃത്വം. ബാബാ ആപ്തെയെപ്പോലുള്ള സാമൂഹ്യപ്രവർത്തകരുടെ സഹകരണം മേധയുടെ നേതൃത്വത്തിൽ ലോകശ്രദ്ധ നേടി. ഇന്ത്യയിൽ എങ്ങുമുള്ള സന്നദ്ധപ്രവർത്തകരും പരിസ്ഥിതിപ്രസ്ഥാനങ്ങളുംപിന്തുണയുമായെത്തി.

### മിട്ടി ബച്ചാവോ ആന്തോളൻ ഏതു പ്രദേശത്തെ സംരക്ഷിക്കാൻ?

മധ്യപ്രദേശിലെ ഹോഷംഗാബാദ് കേന്ദ്രീകരിച്ച് നടന്ന സമരമാണിത്. നർമ്മദയിൽ അണക്കെട്ടു പണിതാൽ കൃഷിഭൂമി നഷ്ടപ്പെടാൻ ഇടയുള്ള കർഷകർ ഇതിൽ അണിനിരന്നു. 1977ൽ ആണ് സംഭവം.

## വാലി ഓഫ് ഫ്ളവേഴ്സിനുവേണ്ടി സമരം നടന്നത് എപ്പോൾ?

ഹിമാലയത്തിലെ വാലി ഓഫ് ഫ്ളവേഴ്സ് എന്ന സുന്ദര താഴ്വരയെക്കുറിച്ച് കേൾക്കാത്തവർ ചുരുക്കമായിരിക്കും. വിശ്വപ്രസിദ്ധമായ ഈ പുഷ്പ താഴ്വര പുഷ്പജൈവവൈവിധ്യത്തിന്റെ ഈറ്റില്ലം കൂടിയാണ്. ഇതിനടുതത് അളകനന്ദ നദിയുംഭാഗീരഥിനദിയും ചേരുന്നിടത്ത് വിഷ്ണുപ്രയാഗ് അണക്കെട്ടു പണിയാൻ ഉത്തരപ്രദേശ് സർക്കാർ തുനിഞ്ഞപ്പോൾ (1980) ചണ്ഡിപ്രസാദ് ഭട്ടിന്റെ നേതൃത്വത്തിൽ ശക്തിയായ സമരം നടന്നു. അന്നു പ്രധാനമന്ത്രിയായിരുന്ന ഇന്ദിരാഗാന്ധി ഇടപെട്ട് പുഷ്പതാഴ്വരയെ സർവനാശത്തിൽനിന്നു രക്ഷിച്ചു.

## ഏത് പ്രകൃതിസമ്പത്തിനെ സംരക്ഷിക്കാനാണ് ചിൽക്കാ ബച്ചാവോ സമരം?

ഒറീസയിലെ ചിൽക്ക എന്ന കായൽ ആവാസവ്യവസ്ഥയെ രക്ഷിക്കാൻ 1992ൽ സമരം നടത്തി. ഒറീസയിലെ ഏറ്റവും വലതും ഏറ്റവും സമ്പന്നവുമായ തണ്ണീർത്തടമാണിത്. സർക്കാരും ടാറ്റയും ചേർന്ന് ഇവിടെ വൻതോതിൽ ചെമ്മീൻ കൃഷി നടത്താൻ വട്ടംകൂട്ടി. സമരം ശക്തമായതിനെത്തുടർന്ന് പദ്ധതി ഉപേക്ഷിച്ചു.

## 'സൈലന്റ്‌വാലി' സമരം ശ്രദ്ധേയമാകുന്നതെങ്ങനെ?

മുകളിൽ സൂചിപ്പിച്ച പരിസ്ഥിതി സംരക്ഷണ സമരങ്ങളുടെയെല്ലാം മാതാവ് എന്ന നിലയിലാണ് 1979-80 കാലഘട്ടത്തിൽ നടന്ന സൈലന്റ്‌വാലി സംരക്ഷണപ്രക്ഷോഭം ശ്രദ്ധേയമാകുന്നത്. പരിസ്ഥിതിസംരക്ഷണ പ്രസ്ഥാനങ്ങൾക്കെല്ലാം അത് വൻ പ്രചോദനമായി.

നിത്യഹരിതവനമെന്ന നിലയിൽ പേരുകേട്ട സൈലന്റ്‌വാലി മേഖലയിലൂടെ കടന്നുപോകുന്ന കുന്തിപ്പുഴക്കു കുറുകെ അണകെട്ടി 240 മെഗാവാട്ട് വരെ വൈദ്യുതി ഉല്പാദിപ്പിക്കുന്നതിനുള്ള പ്രവർത്തനങ്ങൾ കേരള സർക്കാർ ആരംഭിക്കാൻ തീരുമാനിച്ചപ്പോൾ അതിനെതിരെ നടന്ന സമരമാണ് സൈവന്റ്‌വാലി സമരം. അനന്യതകൾ പലതുമുള്ള ഒരു വനമേഖല എന്ന നിലയിലാണ് ഈ പശ്ചിമഘട്ടവനം ശ്രദ്ധേയമാകുന്നത്. മനുഷ്യഇടപെടൽഏറ്റവും കുറച്ചുമാത്രം നടന്നതുകൊണ്ട് ഇതിനെ കന്യാവനം (Virgin Forest) എന്നു വിശേഷിപ്പിക്കുന്നു. മറ്റു വനങ്ങൾക്കില്ലാത്ത നിശ്ശബ്ദത ഈ മേഖലയെ ചൂഴ്ന്നുനിൽക്കുന്നു. (വനങ്ങളുടെ മുഖമുദ്രയായ ചീവീടുകൾ ഈഭാഗത്ത് ഇല്ലെന്നു പറയപ്പെടുന്നു) അതുകൊണ്ട് നിശ്ശബ്ദകാനനം (silent valley)

എന്ന വിളിപ്പേര്. സമരഭൂമിയിൽ ശാസ്ത്രസാഹിത്യപരിഷത്ത് മുന്നിൽനി ന്നു. മറ്റുപ്രസ്ഥാനങ്ങളും കവികളും കലാകാരന്മാരും വ്യക്തികളും പരി സ്ഥിതി പ്രവർത്തകരും പിന്നിൽ അണിനിരന്നു. 1983 നവംബറിൽ നിർദിഷ്ട ജലവൈദ്യുതപദ്ധതി ഉപേക്ഷിച്ചു. 1985ൽ 89 ച.കി.മി. വിസ്തൃതി വരുന്ന സൈലന്റ് വാലി റിസർവ്വ് വനം ദൈശീയോദ്യാന മായി പ്രഖ്യാപിച്ചു. സപ്തംബറിൽ അതിന്റെ ഉദ്ഘാടനം നടന്നു. അന്നത്തെ പ്രധാനമന്ത്രി രാജീവ്ഗാന്ധിയായിരുന്നു ഉദ്ഘാടകൻ. അന്നു തൊട്ടിന്നുവരെ പ്രകൃതിസ്നേഹികളുടെയും പരിസ്ഥിതിപ്രവർത്തകരു ടെയും തീർത്ഥാടനകേന്ദ്രമാണ് ഈ നിശ്ശബ്ദ കാനനം (കുന്തിപ്പുഴ തെക്കോട്ടൊഴുകി സൃഷ്ടിച്ച ചെറിയ താഴ്വരയിൽ നിറഞ്ഞുനിൽക്കുന്ന നിബിഡവനമേഖലയാണ് കൃത്യമായിപ്പറഞ്ഞാൽ സൈലന്റ് വാലി. സിംഹവാലൻ കുരങ്ങുകൾക്ക് സുപ്രസിദ്ധം)

**കേരളത്തിൽ ഇതുവരെ നടന്ന മറ്റുപ്രധാന പരിസ്ഥിതിസംര ക്ഷണ സമരങ്ങൾ ഏതെല്ലാം?**

1. കോഴിക്കോട് മാവൂരിൽ ചാലിയാർപ്പുഴയുടെ തീരത്തു പ്രവർത്തിച്ച ഗ്വാളിയർ റയൺസ് ഫാക്ടറി (പിന്നീട് ഗ്രാസിം) നദീജലം വിഷമയമാകുന്നതിനെതിരെ 1979-80ൽ നടന്ന സമരം.

2. പെരിയാർ മലിനീകരണത്തിനെതിരെ ആലുവ കേന്ദ്രീകരിച്ച് ആരംഭിച്ച ചെറുത്തുനില്പുകൾ. തുടർന്ന് 1997ൽ പെരിയാർ ആക്ഷൻ പ്ലാൻ തയ്യാറാക്കി. 1999ൽ റിവർ അതോറിറ്റി സ്ഥാപിച്ച് വ്യവസായ മാലിന്യങ്ങൾക്കെതിരെ ഏലൂർ ഭാഗങ്ങളിൽ ഇപ്പോഴും സമരം ശക്തം.

3. ജലചൂഷണത്തിനെതിരെ പ്ലാച്ചിമടയിൽ നടന്ന ഐതിഹാസി കമായ ദീർഘസമരം, കുടിവെള്ളം ചൂഷണം ചെയ്ത് കുപ്പിവെള്ളം സംഭരിച്ച പെപ്സി കമ്പനിയെ സമരത്തിലൂടെ കെട്ടുകെട്ടിച്ചു.

വയൽനികത്തി ദേശീയപാത ഉണ്ടാകുന്നതിനെതിരെ കണ്ണൂർ തളി പ്പറമ്പിലെ കീഴാറ്റൂരും വയലുകളും തണ്ണീർത്തടങ്ങളും നികത്തി എണ്ണ സംഭരണശാല അനുവദിക്കുന്നതിനെതിരെ പയ്യന്നൂർ കണ്ടങ്കാളിയിലും സമരം നടന്നു. എൻഡൊസൾഫാൻ പീഡിതർക്ക് നീതി കിട്ടാൻ കാസർഗോട്ടെ ദുരന്തബാധിത മേഖലകളിൽ ജനകീക്കൂട്ടായ്മ ശക്തം. പരിസ്ഥിതിക്കു ദോഷകരമായ രീതിയിൽ മാലിന്യങ്ങൾ കൂനകൂട്ടുന്ന തിനെതിരെ തൃശൂരിലെ ലാലൂരിലും തിരുവനന്തപുരത്തെ വിളപ്പിൽശാ ലയിലും നടന്ന സമരങ്ങൾ ശ്രദ്ധേയം. ഇതെല്ലാം ചേർന്ന് ശക്തമാ ഒരു പരിസ്ഥിതി ജാഗ്രത കേരളത്തിലെ ജനങ്ങൾക്കിടയിൽ ഇപ്പോൾ നില നിൽക്കുന്നുണ്ട്.

## സമാധാനത്തിനുള്ള നൊബേൽ പുരസ്കാരം നേടിയ പരിസ്ഥിതി പ്രവർത്തക ആര്?

സമാധാനത്തിനുള്ള 2004ലെ നൊബേൽ സമ്മാനം കെനിയയിലെ പരിസ്ഥിതിപ്രവർത്തക വൻഗാകിമാതായിക്കായിരുന്നു. വനനശീകരണത്തിനെതിരെ സന്ധിയില്ലാസമരം നയിച്ച ധീരവനിതയാണിവർ. ഗ്രീൻബെൽട്ട് എന്ന പരിസ്ഥിതിപ്രസ്ഥാനത്തിന്റെ അമരക്കാരിയാണവരിപ്പോഴും. 1977ൽ ഒമ്പതു ചെടികൾ വെച്ചുപിടിപ്പിച്ചുകൊണ്ടു ഒറ്റയ്ക്ക് ആരംഭിച്ച പ്രസ്ഥാനം. രാജ്യം മുഴുവൻ പടർന്നുപന്തലിച്ച് ആഫ്രിക്കയിലെ ഏറ്റവും വലിയ പരിസ്ഥിതിപ്രസ്ഥാനമായി വളർന്നു. നോബേൽ സമ്മാനം കിട്ടുന്നതിനു മുമ്പുതന്നെ മൂന്നുകോടി മരങ്ങൾ നട്ടുവളർത്തി പ്രസ്ഥാനം ലോകശ്രദ്ധനേടി. ലക്ഷക്കണക്കിന് വനിതകൾക്ക് പരിസ്ഥിതി വിദ്യാഭ്യാസം നൽകി. തൊഴിൽ ചെയ്യാൻ അവരെ പ്രാപ്തരാക്കി. 99ൽ നെയ്റോബിയിൽ നടന്ന വനനശീകരണവിരുദ്ധ സമരത്തിന്റെ നേതൃത്വവും ഇവർക്കായിരുന്നു. സമരങ്ങളുടെ പേരിൽ പലതവണ ജയിൽവാസമനുഭവിക്കേണ്ടിവന്നു. കെനിയയുടെ പരിസ്ഥിതി സഹമന്ത്രിയായും പ്രവർത്തിച്ചിട്ടുണ്ട്. 90ൽ കെനിയയിലെ സ്വേച്ഛാധിപത്യഭരണത്തിനെതിരെ ശബ്ദിച്ച് ക്രൂരമർദ്ദനം ഏറ്റുവാങ്ങിയിട്ടുമുണ്ട് പരിസ്ഥിതിയുടെ ഈ പോരാളി.

## 'ജൂലിയപ്പൂമ്പാറ്റ' ലോകപ്രശസ്തയായതെങ്ങനെ?

മാനംമുട്ടെ വളർന്നുനിൽക്കുന്ന ഒരു തടിയൻ വൃക്ഷത്തിനുമുകളിൽ 180 അടി ഉയരത്തിൽ കയറിയിരുന്ന് ഒന്നല്ല, രണ്ടല്ല, മൂന്നല്ല, 738 ദിവസം തുടർച്ചയായി സമരം ചെയ്യുക - വെറും കെട്ടുകഥയെന്നു പറഞ്ഞുതള്ളി നിങ്ങൾ പരിഹസിക്കുമായിരിക്കും. എന്നാൽ ഈ കേട്ടതെല്ലാം അക്ഷരംപ്രതി ശരിയാണ്. ജൂലിയ ലൊറെയ്ൻ ഹിൽ എന്ന് ഈ പെൺകുട്ടിയുടെ പേര്. എല്ലാവരും അവളെ പൂമ്പാറ്റയെന്നു വിളിച്ചു. ജൂലിയപ്പൂമ്പാറ്റ. സ്കൂൾ പഠനത്തിനുശേഷം പല ചെറിയ തൊഴിലുകളും ചെയ്ത് ഒരുവിധം ജീവിതം മുന്നോട്ടുപോയിക്കൊണ്ടിരിക്കെ വലിയ ഒരു അപകടത്തിൽപ്പെട്ട് കിടപ്പിലായി. ഒരുവർഷത്തെ കഠിന ചികിത്സക്കുശേഷം ജീവിതത്തിലേക്ക് തിരിച്ചുവന്നു. ആ യാത്ര അവസാനിച്ചത് കാലിഫോർണിയയിലെ പ്രാചീനമായ റെഡ്വുഡ് വനമേഖലയിലായിരുന്നു.

ഗംഭീരമായ വൃക്ഷങ്ങൾ എല്ലാം ചേർന്ന് മാനം മുട്ടിനിൽക്കുന്ന വനമേഖല.

1997 നവംബർ, കാലിഫോർണിയയിലെ ഹംബോൾട്ട് കൗണ്ടിയിൽ

കോടാലിരാമൻമാർ എത്തിയിരിക്കുന്നു. യന്ത്രവാളുകൾ ഉപയോഗിച്ച് നൂറുകണക്കിന് റെഡ്‌വുഡ് മരങ്ങൾ അരിഞ്ഞുവീഴ്ത്താനാണ് തീരുമാനം. പസഫിക് ലുംബർ എന്ന മരക്കമ്പനി എല്ലാം കച്ചവടമാക്കിക്കഴിഞ്ഞു. Earth First എന്ന സംഘടന ഇതിനെതിരെ സമരമാരംഭിച്ചു. വനത്തിലെ ഏറ്റവും തടിയും പൊക്കവുമുള്ള റെഡ്‌വുഡ് വൃക്ഷത്തിനു മുകളിൽ ഏറുമാടം കെട്ടിത്താമസിച്ച് സമരമിരിക്കാൻ ഒരാളെ വേണമവർക്ക്. വേറിട്ട രീതിയിൽ അങ്ങനെയൊരു മരയിരിപ്പു സമരം (Tree First). പലരും പിൻമാറിയപ്പോൾ ജൂലിയ അതീവസന്തോഷത്തോടെ മുന്നോട്ടുവന്നു. അവൾക്കന്ന് 23 വയസ്സ്. രണ്ടാഴ്ചത്തെ സമരമാണ് ഉദ്ദേശിച്ചത്. എന്നാൽ കുത്തിയിരിപ്പ് ആഴ്ചകളിൽനിന്ന് മാസങ്ങളിലേക്കും നീണ്ടു.

അതിനിടെ സമരത്തിന്റെ ഊർജവും വെളിച്ചവും ആയിനിന്ന വൃക്ഷത്തിന് അവൾ 'ലൂണ' (ചന്ദ്രൻ) എന്ന് പേരിട്ടു. ലൂണയുടെ മുകളിലിരുന്ന് അവൾ വായിച്ചു. എഴുതി. വ്യായാമം ചെയ്തു.

ജൂലിയക്ക് വേണ്ടതെല്ലാം പ്രവർത്തകർ മരമുകളിലെത്തിച്ചു. അങ്ങനെ ഒരിക്കൽപ്പോലും താഴേക്കിറങ്ങാതെ രണ്ടുവർഷത്തിലേറെ നീണ്ടുനിന്ന സമരം. കൃത്യം 738-ാം ദിവസം സമരം വിജയിച്ചു. അവൾ താഴെയിറങ്ങി.

ലോകത്തിൽ ഏറ്റവും പൊക്കമുള്ള മരങ്ങൾ റെഡ്‌വുഡ് ആണെന്നറിയാമല്ലോ. എന്നാൽ അതിപ്രാചീനങ്ങളായ ഈ വൃക്ഷമുത്തശ്ശന്മാരുടെ കഷ്ടിച്ച് മൂന്ന് ശതമാനം മാത്രമേ ഇപ്പോൾ ബാക്കിയുള്ളൂ. അനന്യമായ ഈ ആവാസവ്യവസ്ഥയുടെ പരിരക്ഷണം ഉറപ്പുവരുത്താൻ, അതിനായി ജനങ്ങളെയും ഭരണകൂടത്തെയും ഉൽബുദ്ധരാക്കാൻ മാതൃകകളില്ലാത്ത ഈ സഹനസമരത്തിലൂടെ ജൂലിയ പെൺകുട്ടിക്ക് കഴിഞ്ഞു.

സത്യത്തിൽ ഒരു നൊബേൽ സമ്മാനം ജൂലിയയും അർഹിക്കുന്നില്ലേ?

## ഗ്രീൻപീസ് സംഘടനയുടെ (Green Peace) പ്രവർത്തനമെന്ത്?

ആഗോളതലത്തിൽ പരിസ്ഥിതിപ്രവർത്തനങ്ങളെ ഏകോപിപ്പിക്കുന്ന സർക്കാർ ഇതര സന്നദ്ധസംഘടനയാണ് ഗ്രീൻപീസ്. ഹരിതശാന്തി എന്ന് മലയാളം. 1971ൽ കനേഡിയൻ സോഷ്യലിസ്റ്റുകളായ ഇർവിംഗ് സൗവ, ഡൊറോത്തി സ്റ്റൊവ് എന്നിവരുടെ നേതൃത്വത്തിൽ ആരംഭിച്ചു. ആസ്ഥാനം നെതർലാന്റിലെ ആംസ്റ്റർഡാം. 39 രാജ്യങ്ങൾ കേന്ദ്രീ

കരിച്ച് ആഗോളപ്രവർത്തനം ഏകീകരിക്കുന്നു. പരിസ്ഥിതി പ്രശ്നങ്ങളിൽ നിരന്തരം ഇടപെടുന്നു. ആണവനിലയങ്ങൾക്കെതിരെ ശബ്ദിക്കുന്നു.

### WWF എന്തിനുവേണ്ടി?

World Wide Fund for Nature എന്നതിന്റെ ചുരുക്കപ്പേരാണ്. 1961ൽ World Wildlife Fund for Nature ആയി തുടങ്ങി. വന്യജീവിസംരക്ഷണ പ്രവർത്തനങ്ങൾ മാത്രമായിരുന്നു അന്നത്തെ പ്രവർത്തനം. പിന്നീട് പ്രവർത്തനം ഭക്ഷണം, കാലാവസ്ഥ, ശുദ്ധജലലഭ്യത, കാട്, സമുദ്രം തുടങ്ങിയവയുമായി പ്രശ്നങ്ങളിൽക്കൂടി ഇടപെടാൻ തുടങ്ങിയതോടെ World Wildlife Fund എന്ന പേര് Worldwide Fund എന്നാക്കിമാറ്റി. ചുരുക്കപ്പേർ മാറാതെ പഴയപടി നിലനിന്നു. രണ്ടു വർഷം കൂടുമ്പോൾ കൃത്യമായ 'Living Planet' (ജീവനുള്ള ഗ്രഹം) റിപ്പോർട്ട് പുറത്തിറക്കുന്നു. സ്വിറ്റ്സർലാന്റിലെ Reu Mauverny, ആസ്ഥാനം 1961 ഏപ്രിൽ 29ാം തീയ്യതി നിലവിൽ വന്നു. സ്ഥാപകനേതാക്കളിൽ സുപ്രസിദ്ധജീവിശാസ്ത്രകാരൻ ജൂലിയൻ ഹക്സിലിയും ഉൾപ്പെടുന്നു.

അനുബന്ധം 1

# പ്രളയം ആഗസ്ത് 2018

കേരളം കണ്ട ഏറ്റവും വലിയ പ്രളയദുരന്തത്തിന്റെ കാളരാത്രികൾ ഒരു ദുഃസ്വപ്നംപോലെ കടന്നുപോയി. ഉത്തരേന്ത്യയിലെ വൻപ്രളയ ബാധകളെക്കുറിച്ച് വായിച്ചും കേട്ടും മാത്രം പരിചയമുള്ള നമുക്ക് ഹരിതസുന്ദരമായ ഈ കൊച്ചുനാട്ടിൽ ഇങ്ങനെയൊരു വൻവിപത്തു ണ്ടാകുമെന്ന് ചിന്തിക്കാൻ പോലും പ്രയാസമായിരുന്നു. കുന്നിടിച്ചും പുഴകുഴിച്ചും പാറപൊട്ടിച്ചും തണ്ണീർത്തടങ്ങളും പാടശേഖരങ്ങളും നികത്തിയും നാം പ്രകൃതിയിൽ ഏല്പിച്ച ആഴമേറിയ പരുക്കുകൾ പ്രതീക്ഷിക്കാതെ ഉണ്ടായ അതിതീവ്ര വർഷപാതം കൂടിയായപ്പോൾ പിടിച്ചുനിൽക്കാനാകാതെ വൻദുരന്തത്തിൽ കലാശിക്കുകയായിരുന്നു എന്ന് ഒരു ഞെട്ടലോടെ നാമിപ്പോൾ തിരിച്ചറിയുന്നു. കുന്നുകളെയും പുഴകളെയും പശ്ചിമഘട്ടപ്രകൃതിയേയും വയലുകളേയും സംരക്ഷി ച്ചുകൊണ്ടുമാത്രമേ നമ്മുടെ നാട്ടിന് നിലനില്പുള്ളൂ എന്ന വലിയ പാഠം ഇനിയെങ്കിലും നാം ഉൾക്കൊള്ളാൻ തയ്യാറുണ്ടോ എന്ന ആ വലിയ ചോദ്യത്തെ നമുക്ക് ഒറ്റക്കെട്ടായി നേരിടാം.

## എന്തുകൊണ്ട് പ്രളയം?

99ലെ (മലയാള വർഷം 1099) പ്രളയം എന്ന് എല്ലാവരും പറയാറു ണ്ട്. അതായത് 1924 ജൂലായ് മാസത്തിൽ ഉണ്ടായ വെള്ളപ്പൊക്കത്തേ ക്കാൾ എന്തുകൊണ്ടും ഭീകരമായിരുന്നു 2018ൽ നാം നേരിട്ട ദുരന്തം. 99ൽ ജനസംഖ്യ കുറവായിരുന്നു. പരിസ്ഥിതി സംരക്ഷിതമായിരുന്നു.

2018 ജൂലായ്, ആഗസ്ത് മാസങ്ങളിൽ കേരളം മുഴുവൻ തീവ്രമ ഴയും (ശരാശരിയേക്കാൾ 20% കൂടുതൽ) അതിതീവ്രമഴയും (ശരാ ശരി മഴയേക്കാൾ 60% കൂടുതൽ ഉണ്ടായി.) ആഗസ്ത് മധ്യത്തിൽ പതി വിനു വിപരീതമായി ഒറീസാതീരത്ത് തുടർച്ചയായി ഉണ്ടായ ന്യൂനമർദ്ദം ഈ നാളുകളിലെ അതിതീവ്രമഴയ്ക്ക് കാരണമായി. അണക്കെട്ടുകൾ

നിറഞ്ഞുകവിഞ്ഞു തുറന്നുവിടേണ്ടിവന്നു. (2018 ആഗസ്ത് മാസംവരെ ഇടുക്കിയിൽ മാത്രം 4125 മി.മി. മഴ ലഭിച്ചു.) എല്ലാംകൂടി ഡാമുകൾക്ക് താങ്ങാനാവുന്നതിലുമേറെ വെള്ളം ലഭിച്ചു. ആഗസ്ത് 13-18, ഈ നാളു കളിൽ പലസ്ഥലത്തും 300 മുതൽ 500 ശതമാനം വരെ മഴ കൂടുതൽ. എല്ലാംചേർന്ന് 15 ലക്ഷത്തോളമാളുകളെ അഭയാർത്ഥികളാക്കിമാറ്റി.

ഇത്ര ചെറിയ കാലയളവിൽ ഇത്ര ചെറിയ സ്ഥലത്ത് ലഭിക്കുന്ന അതിതീവ്രമഴ കാലാവസ്ഥാമാറ്റത്തിന്റെകൂടി സൂചയാണെന്ന് വിദ ഗ്ധർ. നോക്കൂ, ഒരു ദിവസംകൊണ്ട് ലഭിക്കേണ്ട മഴ ഒന്നോ രണ്ടോ മണിക്കൂർകൊണ്ടും ഒരാഴ്ചകൊണ്ട് ലഭിക്കേണ്ട മഴ ഒന്നോ രണ്ടോ ദിവസംകൊണ്ടു ലഭിക്കുകയും ചെയ്യുന്ന അവസ്ഥ!

## ബാക്കിപത്രമെന്ത്?

നദികളെല്ലാം മുങ്ങി. ഗ്രാമങ്ങളും നഗരങ്ങളും മുങ്ങി. 339 മരണം. 15 ലക്ഷമാളുകൾ അഭയാർത്ഥിക്യാമ്പിൽ. കിഴക്കൻ മലകളിൽ 331 ഇട ങ്ങളിൽ ഒരുൾപൊട്ടൽ. കുന്നുകളെ നാം എത്രമാത്രം ദുർബലമാക്കി യിരിക്കുന്നു എന്നതിന് നേർസാക്ഷ്യം. ജീലജാലങ്ങൾക്ക് ഉണ്ടായ നാശം ഇതിലും ഭീകരമാണ്. 934537 ഏക്കർ സ്ഥലത്ത് കൃഷിനാശം. 9538 കിലോമീറ്റർ റോഡ് നിശ്ശേഷം തകർന്നു. 7146 കന്നുകാലികൾ, വന്യമൃഗങ്ങളടക്കം 40188ഓളം ജന്തുക്കൾ 999256 പക്ഷികൾ, 500792 കോഴികൾ വേറെയും. പരിസ്ഥിതിയുടെ ലോലസന്തുലനവുമായി ബന്ധ പ്പെട്ട ചെറുജീവികളുടെ കണക്ക് ആർക്കും തിട്ടപ്പെടുത്താനാവുകയില്ല. മണ്ണിന്റെ ഘടന നിയന്ത്രിക്കുന്ന സൂക്ഷ്മജീവികൾക്ക് സംഭവിച്ച മാറ്റം ആർക്കും കണക്കുകൂട്ടാൻ പറ്റാത്ത അവസ്ഥയിലുമാണ്.

## പ്രളയം മുന്നറിയിപ്പോ?

'കാലാവസ്ഥാമാറ്റത്തെ നേരിടാൻ ഗൗരവമായ നടപടികൾ സ്വീക രിക്കണമെന്ന മുന്നറിയിപ്പാണ് കേരളത്തിലെ പ്രളയം ലോകത്തിന് നൽകുന്നത്." യു.എൻ. സെക്രട്ടറി ജനറൽ അന്തോണിയോ ഗൂട്ടറസ്.

"2017ൽ പ്യൂർട്ടോറിക്കോയിൽ ഉണ്ടായ കൊടുങ്കാറ്റും കേരളത്തിൽ ഉണ്ടായ പ്രളയനാശങ്ങളും കാലാവസ്ഥാമാറ്റത്തിന്റെ പ്രത്യക്ഷതെളി വുകളാണ്. അന്തരീക്ഷതാപനില വലിയരീതിയിൽ ഉയരുന്നു. ലോക കാലാവസ്ഥാ സംഘടനയുടെ കണക്കനുസരിച്ച് 185നു ശേഷം ഏറ്റവും കൂടുതൽ ചൂടനുഭവപ്പെട്ടത് കഴിഞ്ഞ രണ്ട് പതിറ്റാണ്ടുകളിലാണ്." വിദ ഗ്ധൻ തന്റെ പ്രസ്താവന തുടരുന്നു.

## നീരൊഴുക്ക് താണതെന്തുകൊണ്ട്?

വെള്ളമിറങ്ങി ഒരാഴ്ചപോലും കഴിഞ്ഞില്ല. മെലിഞ്ഞുണങ്ങുന്ന പുഴകൾ അവിശ്വസനീയമയ ഒരു പ്രതിഭാസമായി. രണ്ടാൾ മൂന്നാൾ പൊക്കത്തിൽ വെള്ളം നിറഞ്ഞുനിന്ന ഈ ജലസ്രോതസ്സുകൾക്ക് പെട്ടെന്ന് എന്തുപറ്റി? പ്രളയം മുക്കിയ വയനാടിലെ പല പ്രദേശങ്ങളും ഉണങ്ങി വിണ്ടുകീറുന്നു. കിണറുകളിൽ ജലം പെട്ടെന്നു താഴുന്നു. എന്തിന്റെ സൂചനയാണ് ഇതെല്ലാം. പരിസ്ഥിതി വിദഗ്ധർക്ക് ഉത്തരമുണ്ട്.

അടിത്തട്ടിലെ മണലും എക്കലുമെല്ലാം കുത്തിയൊലിച്ച് വാർന്നുപോയി. പുഴകൾക്ക് ആഴംകൂടി. അത് ഒരു കാരണം. അന്തമില്ലാത്ത മണലൂറ്റ് നദികളെക്കൊല്ലുന്നതെങ്ങനെയെന്നതിന് പ്രത്യക്ഷ ഉദാഹരണം കൂടിയാണിത്. പേരാറും പെരിയാറും പമ്പയും ചാലക്കുടിപ്പുഴയും മീനച്ചിലാറുമെല്ലാം ഇതേ രീതിയിൽ ഒരേ വിധി പങ്കിടുന്നത് പ്രളയാനന്തരദിനങ്ങളിൽ നാം കണ്ടു. വേനലിനുമുമ്പ് കിണറുകളിൽപോലും നിരപ്പുകുറയുന്നത് വരൾച്ചയുടെ ലക്ഷണമാമെന്ന് വിദഗ്ധർ ചൂണ്ടുക്കാട്ടുന്നു. എന്തുകൊണ്ട്? തുടർച്ചയായ വനനശീകരണം മൂലം ഭൂഗർഭജലനിരക്ക് കുറഞ്ഞു. ഇടനാട്ടിലെ കുന്നുകളിൽ ഉണ്ടായ തുടർച്ചയായ ഉരുൾപൊട്ടലുകൾ അവയുടെ സംഭരണശേഷി തീരെ കുറച്ചു. ബാക്കിയുള്ളവയുടെ ജലാഗിരണശേഷി കുറഞ്ഞു. പുഴയുടെ അടിത്തട്ടിൽ മണൽശേഖരം ഇല്ലാതായി. പ്രകൃതിദത്തമായ തടയണകളും സംഭരണകേന്ദ്രങ്ങളുമായിരുന്നു ഒരുകാലത്ത് ഈ ശേഖരങ്ങൾ. ചെളിയും എക്കലും ഒഴുകിനഷ്ടപ്പെട്ടതോടെ ജലം പിടിച്ചുനിർത്താൻ അതുമില്ലാതായി. ഇതെല്ലാംകൊണ്ട് കുതിച്ചുപാഞ്ഞുവന്ന ജലം വന്നപോലെതന്നെ പിൻവാങ്ങി. പുഴയും കരയും വരണ്ടു. ഭാവിയിൽ കേരളം നേരിടാൻ പോകുന്ന വൻ വറുതിയിലേക്കുള്ള ചൂണ്ടുപലകയാണ് ഇതെല്ലാം.

## പഠിക്കാൻ എന്തെല്ലാം കാര്യങ്ങൾ

പ്രളയാനന്തരം മണ്ണിൽ മാറ്റങ്ങൾ ഉണ്ടായി. മഴമാറിയതും പെട്ടെന്ന് ചൂട് കൂടി. 34-35°C വരെ രേഖപ്പെടുത്തി. മണ്ണിരകളും സൂക്ഷ്മജീവികളും കൂട്ടത്തോടെ നശിച്ചുപോയി. പല സ്ഥലത്തും മണ്ണിൽ വലിയ വിള്ളലുകൾ പ്രത്യക്ഷപ്പെട്ടു. ചിലയിടങ്ങളിൽ കിണറുകൾ ഇടിഞ്ഞുതാണു. വെള്ളമിറങ്ങിയ പാടങ്ങൾ വരണ്ടു വിണ്ടുകീറി കൃഷി അസാധ്യമായി. ഇതിൽ പലതും ചിലപ്പോൾ താത്ക്കാലിക പ്രതിഭാസങ്ങളാണെന്നു വരാം. പക്ഷേ, അങ്ങനെ കരുതി സമാധാനിക്കാനാകുമോ?

പ്രളയം ജൈവവൈവിധ്യത്തെ, കൃഷിയെ, കുടിവെള്ളലഭ്യതയെ ബാധിച്ചാൽ അത് മൊത്തം ജനങ്ങളെയും ബാധിക്കില്ലേ? അതുകൊണ്ട് ഇവയെക്കുറിച്ച് പഠിക്കാനുള്ള ബാധ്യത സർക്കാരും ശാസ്ത്രസ്ഥാപനങ്ങളും ഏറ്റെടുത്തിട്ടുണ്ട്.

## വിശയ്ക്കുന്ന ജലം (Hungry Water)

പ്രളയം ആഗസ്ത് 2018മായി ബന്ധപ്പെട്ട് ചർച്ച ചെയ്യപ്പെട്ടതും ഇതുവരെ നാം കേൾക്കാത്തതുമായ പുതിയൊരു കാര്യമായിരിക്കും ഇത്. സാധാരണ ജലത്തിന്റെ സാന്ദ്രത 1 ആയിരിക്കെ നദികളിലൂടെ ഒഴുകുന്ന വെള്ളത്തിൽ മണലും എക്കലുമെല്ലാം കലരുന്നതിനാൽ അതിന്റെ സാന്ദ്രത ശരാശരി 1.8 വരെ ഉയരാം. കൂടുതൽ കൊഴുപ്പുള്ള ഈ വെള്ളത്തിന് അത്ര ശീഘ്രഗതിയിൽ ഒഴുകിപ്പോകാനാകില്ല. ഈ വേഗതക്കുറവ് കൂടുതൽ നാശനഷ്ടങ്ങൾ സംഭവിക്കാതിരിക്കാൻ സഹായമാകാറുണ്ട്. എന്നാൽ ഇക്കുറി ഏറ്റവും ചുരുങ്ങിയ സമയം കൊണ്ട് ഉണ്ടായ മഴവെള്ളം അണക്കെട്ടിന്റെ തുറന്ന ഷട്ടറുകളിലൂടെ പുഴകളിൽ നിറയുകുണ്ടായല്ലോ. മണലോ മറ്റു വസ്തുക്കളോ കലരാതെ അതിവേഗം ഒഴുകിപ്പോകുന്ന ശുദ്ധജലസമമായ പ്രളയജലമാണ് വിശക്കുന്ന ജലം. പെട്ടെന്നൊഴുകിപ്പരന്ന് ഇത് കൂടുതൽ വേഗത്തിൽ നാശനഷ്ടമുണ്ടാകുന്നു. പ്രളയം ആഗസ്ത് 2018ൽ പെട്ടെന്ന് നദികളും കരപ്രദേശങ്ങളും മുങ്ങാൻ വിശക്കുന്ന ജലം കാരണമായി.

## ലാൻഡ്സ്കേപ്പ് ഇക്കോളജി എന്നാലെന്ത്?

ലാൻഡ്സ്കേപ് എന്നാൽ പ്രകൃതിദൃശ്യം. ഭൂദൃശ്യം എന്നും പറയാം. ഭൂമിയിലെ ഒരുപ്രദേശത്തെക്കുറിച്ചുള്ള മൊത്തത്തിലുള്ള കാഴ്ചയാണ് ഭൂദൃശ്യം. കാൾട്രോൾ എന്ന പരിസ്ഥിതിശാസ്ത്രജ്ഞൻ ആദ്യമായി ഇതിന് ഇക്കോളജീയമായ ഒരു അർത്ഥവ്യാപ്തി നൽകി! മനുഷ്യന്റെ ജീവിത പരിസരത്തിന്റെ സ്ഥലപരവും ദൃശ്യപരവുമായ അസ്തിത്വത്തെ ഭൂമണ്ഡലവും ജൈവമണ്ഡലവും മനുഷ്യനിർമ്മിതമായ ഭൗതികവസ്തുക്കളും ആയി ചിന്തിക്കുന്ന ശാസ്ത്രീയരീതിയായി കാൾട്രോൾ ഇതിനെ നിർവ്വചിച്ചിരിക്കുന്നു. അതിന്റെ ഘടനയിലും പരിണാമചക്രത്തിലും മനുഷ്യന്റെ ഇടപെടലുകൾമൂലമുണ്ടാകുന്ന മാറ്റങ്ങൾ ഓരോ ഭൂദൃശ്യത്തിന്റേയും ജൈവവും അജൈവവും മനുഷ്യനിർമ്മിതവുമായ ഘടകങ്ങൾ വളരെ പ്രധാനമാണ്. അത് ആഴത്തിൽ പരിശോധിക്കാൻ ഇത് പരിസ്ഥിതി വിദഗ്ധരെ ഉപദേശിക്കുന്നു. പ്രളയാനന്തകേരളത്തിന്റെ പുനഃസംഘടന, നവകേരളനിർമ്മാണം, നടത്തു

മ്പോൾ ഭൂദൃശ്യപരിശോധന അനിവാര്യമാണെന്ന് ഈ ശാസ്ത്രശസാഖ ഉപദേശിക്കുന്നു. പരിസ്ഥിതിയുടെ സന്തുലിതാവസ്ഥപോലെ തന്നെ പ്രധാനമാണ് ഭൂദൃശ്യങ്ങളുടെ സന്തുലനവും.

## അധിനിവേശ മത്സ്യങ്ങളും?

പ്രളയം ദുരിതപൂർണമാക്കിയ പ്രദേശങ്ങളിലെ പുഴകളിലും തടാകങ്ങളിലും മറ്റു തണ്ണീർത്തടങ്ങളിലും കടന്നുകൂടിയ ഇറക്കുമതി മത്സ്യങ്ങൾ കേരളത്തിന്റെ മത്സ്യസമ്പത്തിനു വൻഭീഷണിയായി മാറുമെന്ന് മുന്നറിയിപ്പുണ്ടായിരിക്കുന്നു. 20 ലക്ഷത്തോളം ഇത്തരം വിദേശമത്സ്യങ്ങൾ ജലാശയങ്ങളിൽ കടന്നുകൂടിയിട്ടുണ്ടെന്നാണ് കണക്ക്. വിദേശിയായാലും മത്സ്യം മത്സ്യമല്ലേ, എവിടെയായാലും ജീവിക്കില്ലേ, നമുക്ക് പിടിച്ചുകൂടെ എന്നാണ് ചോദ്യമെങ്കിൽ തെറ്റി. പുഴകളിലെ തനതു മത്സ്യങ്ങളുമായി ഇവ മത്സരിക്കും. അവയെ പിടിച്ചുതിന്നും, ഭക്ഷണം കൊള്ളയടിക്കും, വെള്ളപ്പൊക്കത്തെതുടർന്ന് നാട്ടിൽ അങ്ങോളമുള്ള മത്സ്യം വളർത്തുകേന്ദ്രങ്ങളിൽനിന്നാണ് ഇവ സ്വാഭാവികജലസ്രോതസ്സുകളിൽ എത്തിയത്. അതിജീവനശേഷി ഏറെ കൂടുതലാണ്. കിട്ടിയതെന്തും തിന്നുന്ന ശീലം. ആക്രമണ സ്വഭാവം. ഇവയെ പിടിച്ചു തിന്നുന്ന ഇരപിടിയന്മാർ പുഴകളിൽ ഇല്ലതാനും. അതുകൊണ്ട് തിലാപ്പിയയേപ്പോലെ പെട്ടെന്ന് പെരുകുന്നവ മത്സ്യങ്ങളെ ഉന്മൂലനം ചെയ്യാൻ സാധ്യതയുണ്ട്. ആൽഗൽ ബ്ലൂം പോലെ ഒരു ഫിഷ്ബ്ലൂം, റെഡ്ബെല്ലി, ആഫ്രിക്കൻ മുശു, 35 കിലോവരെ തൂക്കം വെക്കുന്ന അരപ്പൈമ, ചില അലങ്കാരമത്സ്യങ്ങൾ - പിന്നെ മനുഷ്യമാംസം പോലും കടിച്ചെടുക്കുന്ന തെക്കേ അമേരിക്കയിലെ പിരാനപോലും കടന്നുകൂടിയിട്ടുണ്ട്. റിപ്പോർട്ടുകൾ ശരിയാണെങ്കിൽ പ്രകൃതിസംതുലനം അവതാളത്തിലാകാൻ എല്ലാ സാധ്യതകളുമുണ്ടെന്നർത്ഥം.

## അനുബന്ധം 2

### മിയാവാക്കിവനം എന്താണ്?

ജപ്പാനീസ് സസ്യശാസ്ത്രജ്ഞനും പരിസ്ഥിതിവാദിയും വന വൽക്കരണവിദഗ്ധനും പ്രൊഫസറുമൊക്കെയായ അകിര മിയാവാക്കി (1928-2021) തുടക്കം കുറിച്ച ചെറുതരം നഗരവനങ്ങൾ ഈ പേരിൽ അറിയപ്പെടുന്നു. വെറും നാല് സെന്റ് സ്ഥലത്ത് ഒരു നിബിഡവനം - അതാണ് ലക്ഷ്യം. പാഴ്ഭൂമികളെ ഹരിതവൽക്കരിക്കുന്ന പദ്ധതിയായി ഇതിനു തുടക്കംകുറിച്ചു. നഗരമൂലകൾ, ചത്വരങ്ങൾ, പാതവക്കുകൾ, ഓഫീസ് വളപ്പ്, വിദ്യാലയമൂലകൾ എന്നിങ്ങനെ ശൂന്യമായിക്കിടക്കുന്ന ഏതു സ്ഥലത്തും മിയാവാക്കി വനം നിർമ്മിക്കാം. സ്ഥലം കുറവായ തുകൊണ്ട് മുകളിലോട്ട് വേഗം വളർന്ന് മുകളിലെ സൂര്യപ്രകാശം പര മാവധി ഉപയോഗപ്പെടുത്തുന്നതരം മരങ്ങൾ തിരഞ്ഞെടുക്കണം. തൈകൾ വേരുറക്കുന്നതുവരെ പരിചരണം ആവശ്യമായി വരും. തുടർന്ന് സ്വയം നിലനിന്നുകൊള്ളും. ജൈവവൈവിധ്യത്തിന്റെ കാര്യം പ്രത്യേകിച്ചും ശ്രദ്ധിക്കണം. കേരളത്തിൽ ഇപ്പോൾ ഇതിന് ഗ്രാമപ ഞ്ചായത്തുകളും മറ്റും പരമാവധി പ്രാധാന്യം നൽകിവരുന്നു.

### മീനങ്ങാടി മാതൃക എന്താണ്?

പുറത്തുവിടുന്ന കാർബണിന്റെ അളവും സ്വീകരിക്കുന്ന കാർബ ണിന്റെ അളവും തുല്യമാകുമ്പോൾ അതിനെ കാർബൺ സന്തുലിതം (കാർബൺ ന്യൂട്രൽ - Carbon vetzero) എന്നു പറയുന്നു. കാലാ വസ്ഥ വ്യതിയാനത്തെ ചെറുക്കാൻ ലോകത്തെത്തന്നെ കാർബൺ ന്യൂട്രൽ ആക്കുകയാണ് ആത്യന്തികലക്ഷ്യം.

കേൾക്കുമ്പോൾ അത്ഭുതം തോന്നാം. ലോകത്ത് ആദ്യം കാർബൺ -സീറോ ആയി മാറാൻ ശ്രമങ്ങൾ ആരംഭിക്കുകയും വിജയപാത കണ്ടെ ത്തുകയും ചെയ്ത സ്ഥലം കേരളത്തിൽ വയനാടുജില്ലയിൽ സ്ഥിതി ചെയ്യുന്ന മീനങ്ങാടി പഞ്ചായത്താണ്.

2021ൽ ബ്രിട്ടനിലെ ഗ്ലാസ് ഗോയിൽ ചേർന്ന കാലാവസ്ഥാ ഉച്ച

കോടി കാലാവസ്ഥാവ്യതിയാനം നേരിടുന്നതിനുള്ള പദ്ധതികൾ ആലോചിക്കുമ്പോൾ ഇങ്ങ് കേരളത്തിൽ മീനങ്ങാടി മുമ്പേ പറന്ന് ലോകത്തിനുതന്നെ മാതൃക സൃഷ്ടിക്കുകയായിരുന്നു. പല വിദേശരാജ്യങ്ങളിലും കാർബൺ ന്യൂട്രൽ പ്രായോഗികനടപടികൾ ഉരുത്തിരിയുന്നത് പിന്നീടാണ്. ഗ്ലാസ്ഗോയിൽ മീനങ്ങാടി പ്രത്യേകം ശ്രദ്ധിക്കപ്പെട്ടതോടെയാണത്.

2016ൽ തണൽ, എം.എസ്. സ്വാമിനാഥൻ ഫൗണ്ടേഷൻ എന്നീ സന്നദ്ധസംഘടനകളുടെ സഹായത്തോടെ സർക്കാർ തലത്തിൽ ഇതിന് തുടക്കം കുറിച്ചു. ആരംഭത്തിൽ കാർബൺ ബഹിർഗമനത്തിലും ആഗിരണത്തിലും 11,412.57 ടണ്ണിന്റെ വ്യത്യാസം കണ്ടത് കുറച്ച് പൂജ്യത്തിലെത്തിക്കാൻ സത്വരനടപടികൾ ആരംഭിച്ചു. വൃക്ഷവൽക്കരണം, മാലിന്യനിർമാർജനം, പുനരുപയോഗപ്രവർത്തനങ്ങൾ, ഫോസിൽ ഇന്ധനങ്ങളുടെ ഉപയോഗം കുറച്ച്, സൗരോർജം, ജൈവ ഊർജം തുടങ്ങിയ ബദലുകൾ ഉപയോഗപ്പെടുത്തൽ എന്നിവയും നടപ്പിലാക്കാൻ തുടങ്ങി. മരം നട്ടുപിടിപ്പിക്കുന്നതിനായി കർഷകർക്ക് സാമ്പത്തികസഹായം നൽകുന്നു. ദക്ഷത കൂടിയ അടുപ്പുകൾ പ്രചരിപ്പിക്കുന്നു. ജൈവകൃഷി പ്രോത്സാഹിപ്പിക്കുന്നു. നീർത്തടങ്ങൾ സംരക്ഷിക്കുന്നു. ജൈവവൈവിധ്യ രജിസ്റ്റർ നവീകരിക്കുന്നു. യൂക്കാലിയേയും അക്കേഷ്യയേയും കേരളത്തിൽനിന്നുതന്നെ ഇറക്കിവിടാനുള്ള പരിപാടിയും ഇതിനകം വനംവകുപ്പ് തയ്യാറാക്കിയിട്ടുണ്ട്. മീനങ്ങാടിയെ പിന്തുടർന്ന് അതിരപ്പള്ളിയടക്കം മറ്റുചില പഞ്ചായത്തുകളും കാർബൺ ന്യൂട്രലാകാൻ പദ്ധതികൾ ആവിഷ്ക്കരിച്ചുകഴിഞ്ഞു. കാർബൺ ന്യൂട്രലാകാൻ കാർഷികകേരളം, ഇതിന്റെ ഭാഗമായി ആദ്യത്തെ കാർബൺ ന്യൂട്രൽ കൃഷിത്തോട്ടം ആലുവയിൽ 2022 ഡിസംബറിൽ ആരംഭിച്ചു. 2050 ഓടെ മുഴുവൻ കേരളത്തേയും ന്യൂട്രൽ ഫാമുകൾ വഴി കാർബൺ സന്തുലിതമാക്കാനാണ് പരിപാടി എന്നു കേൾക്കുന്നു. എന്നാൽ സർക്കാർ പരിപാടികൾക്കെല്ലാം ആരംഭശൂരത്വം മാത്രമേ ഉള്ളൂ എന്നാണ് ഇതുവരെയുള്ള അനുഭവം. കാലാവസ്ഥാവ്യതിയാനങ്ങളുടെ കെടുതികൾ ഏറ്റവും ഗുരുതരമായ സ്ഥിതിയിൽ എത്തിനിൽക്കുന്ന ഒരു പ്രദേശമാണ് കേരളം. പരിസ്ഥിതി സംരക്ഷിച്ചുകൊണ്ടല്ലാതെ നമുക്ക് ഇനി ഒരിഞ്ചുപോലും മുന്നോട്ടു പോകാനാവില്ല. ജനപങ്കാളിത്തത്തോടെ ആത്മാർത്ഥമായി ശ്രമിച്ചാൽ 2050 ഓടെ കേരളത്തെ കാർബൺ ന്യൂട്രൽ ആക്കിമാറ്റാൻ ഒരുപക്ഷേ കഴിഞ്ഞേക്കും.

അനുബന്ധം 3

# ഹരിത ഉദ്ധരണികൾ

ഭൂമിയേക്കാൾ മഹത്തായി യാതൊന്നുമില്ല
അതിനെ നിന്ദിക്കാതിരിക്കൂ

**- സൂഫിബാബാ ഫരീദ്**

കാറ്റും വെളിച്ചവും പോലാണു ഭൂമിയും
നേട്ടത്തിനേവരും തുല്യാവകാശികൾ

**- പി. കുഞ്ഞിരാമൻനായർ**

നാമെല്ലാവരും ഭൂമിയുടെ ഭാഗമാണ്, ഭൂമി നമ്മുടെ ഭാഗവും. പൂക്കളെല്ലാം നമ്മുടെ സഹോദരിമാർ; മാനും കുതിരയും വൻകഴുകനും നമ്മുടെ സഹോദരന്മാർ. ശിലാമയമായ ഉന്നതികളും പുൽമേടുകളുടെ ചാറും പോണിക്കുതിരയുടെ ശരീരോഷ്മാവും, പിന്നെ മനുഷ്യനും ഒരേ കുടുംബക്കാർ.

**-സിയാറ്റിനിലെ റെഡ്ഇന്ത്യൻ ആദിവാസി മൂപ്പൻ**

*(ആദിവാസി ഭൂമി വിലക്കെടുക്കാനെത്തിയ അധികാരികളോട് ഒന്നര നൂറ്റാണ്ട് മുമ്പ് പറഞ്ഞത്)*

വന്യജീവികളില്ലാതെ മനുഷ്യനിലനില്പുണ്ടോ? ഈ വന്യജീവികളെല്ലാം ഇല്ലാതായാൽ ആത്മാവ് അനുഭവിക്കാനിടവരുന്ന കടുത്ത ഏകാന്തതയിൽ മനുഷ്യൻ മരിച്ചുപോകും. കാരണം വന്യജീവികൾക്കു സംഭവിക്കുന്നതെല്ലാം മനുഷ്യനും സംഭവിക്കും. എല്ലാ വസ്തുക്കളും പരസ്പരബന്ധിതമാണ്; നാമിത് അറിയുന്നു. ചോര ഒരു കുടുംബത്തിലെ അംഗങ്ങളെയെല്ലാം ഒന്നിപ്പിക്കുന്നതുപോലെ എല്ലാ വസ്തുക്കളും തമ്മിൽ ബന്ധമുണ്ട്. ഭൂമിക്ക് സംഭവിക്കുന്ന പതനങ്ങളെല്ലാം ഭൂമിയുടെ മക്കൾക്ക് സംഭവിക്കും. ജീവിതത്തിന്റെ വലക്കണ്ണി നെയ്തത് മനുഷ്യനല്ല. അവൻ അതിന്റെ ഭാഗം മാത്രമായി വർത്തിക്കുന്നതേയുള്ളൂ. ഈ വലക്കണ്ണിയോട് അവർ എന്തെല്ലാം ചെയ്യുന്നുവോ, അതെല്ലാം അവനവനോട് ചെയ്തുകൂട്ടുന്നു.

**-സിയാറ്റിൻ മൂപ്പന്റെ പ്രസ്താവന**

(തുടർച്ച)

ഇനിയും മരിക്കാത്ത ഭൂമി! നിന്നാസന്ന
മൃതിയിൽ നിനക്കാത്മശാന്തി!

**-ഒ.എൻ.വി.**

പ്രകൃതിയുടെ ഉദാത്തമായ സൃഷ്ടിയാണ് ഈ പ്രപഞ്ചം. ജീവരാശികളുടെയെല്ലാം ക്ഷേമമാണ് അതിന്റെ ലക്ഷ്യം. ഓരോ വർഗവും മറ്റുള്ളവയോടു സഹകരിച്ച് യഥായോഗ്യമായ രീതിയിലുള്ള വിഭവപങ്കുവെക്കലിൽ പങ്കാളികളാവുക. ഒരു ജീവിയും മറ്റൊരു ജീവിയുടെ അവകാശത്തിൽ കൈവെക്കരുത്.

**-ഈശാവാസ്യോപനിഷത്ത്**

ഞാനൊഴിച്ചുള്ളതെല്ലാം പരിസ്ഥിതിയാണ്. (The enviornment is everything that is not me)

**-ആൽബർട്ട് ഐൻസ്റ്റീൻ**

മുൻകൂട്ടി കാണാനും മുൻകൂട്ടിത്തടയാനുമുള്ള കഴിവ് മനുഷ്യന് നഷ്ടപ്പെട്ടിരിക്കുന്നു. അവനിത് ഭൂമിയെ നശിപ്പിക്കുന്നതിൽ കൊണ്ടു ചെന്ന് അവസാനിപ്പിക്കും.

**-ഡോ. ആൽബർട്ട് ഷ്വെറ്റ്സർ**

സാങ്കേതികവിദ്യയുടെ സൂര്യോദയം മനുഷ്യരാശിയുടെ സൂര്യാസ്തമനമായി മാറുന്നപക്ഷം അത് ഒരു ദുരന്തമായി മാറും.

**-വിൻസ്റ്റൺ ചർച്ചിൽ**

സൈക്കിളിൽ ഞാൻ മനുഷ്യരാശിയുടെ  ഭാവി കാണുന്നു

**-എച്ച്.ജി. വെൽസ്**

ഇപ്പോൾ സ്വയം മാറാൻ തയ്യാറായില്ലെങ്കിൽ പിന്നീട് ആവശ്യങ്ങളാൽ പ്രേരിതമായി മാറാനും പ്രത്യാഘാതങ്ങൾ സഹിക്കാനും തയ്യാറായിക്കോളൂ.

**-ഗ്രീൻപീസ് വക്താവ് ഡേവിഡ് മക്ടഗർട്ട്**

സ്വന്തം ആവശ്യങ്ങൾക്ക് വേണ്ടതിലധികം വിഭവങ്ങൾ ഉപയോഗിക്കുന്നത് ഫലത്തിൽ മറ്റുള്ളവർക്കുകൂടി അവകാശപ്പെട്ട വിഭവങ്ങൾ ഉപയോഗിക്കുന്നതുപോലെയാണ്.

**-ഈശാവാസ്യോപനിഷത്ത്**

മർത്ത്യനും മൃഗവുമീ വൃക്ഷവും നക്ഷത്രവും
പട്ടുനൂലൊന്നിൽ കോർക്കപ്പെട്ടുള്ള മണികളാം
ക്ഷിപ്രമിച്ചരാചരമൊന്നായിത്തളർന്നുപോ-
മിപ്രപഞ്ചത്തിൻചോര നീരൊന്നറുക്കുകിൽ

**-പി. കുഞ്ഞിരാമൻനായർ**

മരങ്ങൾ നൽകുന്ന പാഠങ്ങൾ പഠിക്കുക എന്ന വിചാരം ഹൃദയത്തിൽ നിക്ഷേപിക്കുന്നത് നല്ലതാണ്. സൂര്യനിൽ നിന്നുള്ള ഉഗ്രമായ ചൂട് മരങ്ങൾ സഹിക്കുന്നു. എന്നിട്ടും അവ തണലും കുളിരും നൽകുന്നു. പക്ഷേ, നാമെന്താണ് അവയോടു ചെയ്യുന്നത്?

**-മഹാത്മാഗാന്ധി**

കാടിന്റെ നാനാത്വത്തിലുള്ള ഏകത്വവും ജനാധിപത്യപരമായ അതിന്റെ വിവിധത്വവും ഭാരതീയ സംസ്കൃതിയുടെ നിയാമകതത്വം തന്നെയാകുന്നു.

**-ടാഗോർ**

സർവചരാചരങ്ങളും സൂര്യനിൽനിന്ന് ഉണ്ടാകുന്നു. സൂര്യനാൽ പാലിക്കപ്പെടുന്നു. (സൂര്യാത്ഭവന്തിഭൂതാനി/സൂര്യേണപാലിതാനിത!)

**-ബൃഹദാരണ്യകോപനിഷത്ത്**

ശരീരത്തിന് കണ്ണ് എങ്ങനെയാണോ അതുപോലെയാണ് ഭൂമിക്ക് സൂര്യൻ

**-പ്ലാറ്റോ**

ഭൂമിക്ക് ഒരു ധാർമികതയുണ്ട്

**-ആൽഡൊലിയോപോൾഡ്**
(അമേരിക്കൻ പരിസ്ഥിതിവാദി)

പ്രകൃതിയെ അടിച്ചുശരിപ്പെടുത്തി അനുസരിപ്പിക്കുക എന്നതായിരിക്കുന്നു നമ്മുടെ സമീപനം. ഏകാധിപത്യപ്രവണതയോടെ സംശയത്തോടെയുള്ള ഈ പെരുമാറ്റത്തിനുപകരം ഈ ഗ്രഹവുമായി പൊരുത്തപ്പെട്ടുപോകാൻ ശ്രമിച്ചാൽ അതിജീവനത്തിനു കൂടുതൽ മെച്ചപ്പെട്ട സാധ്യത തെളിഞ്ഞെന്നുവരാം.

**-ഇ.ബി. വൈറ്റ്**

പ്രകൃതിയുടെ അടിസ്ഥാനസ്വഭാവത്തിനു വിരുദ്ധമായി യാതൊന്നും ചെയ്തുകൂട. ചെയ്യരുതാത്ത പ്രവൃത്തികൾ ഒരിക്കലും ചെയ്തുകൂട. പ്രകൃതിയെ മനസ്സിലാക്കാൻ ശ്രമിക്കൂ. അത് നിങ്ങളുടെ സുഹൃത്തായിത്തീരും.

**-ലിംഗ്ഷാൻ**
(ചൈനീസ് നോവലിസ്റ്റ്)

കീഴടക്കുന്നുപോലും മനുജൻ പ്രകൃതിയെ
കീഴടക്കാതെ, സ്വയമങ്ങു കീഴടങ്ങാതെ
അവളെ സ്നേഹത്തിനാൽ സേവിച്ചുവശയാക്കി-
യളിയ സഖിയാക്കിവരിച്ചുപാലിക്കുകിൽ
നാം ഭുജിക്കില്ലേ, നിത്യമാവരദയോടൊത്തു
ദാമ്പത്യസുഖം പോലെ കായ്മുറ്റമൊരു സുഖം

**-വൈലോപ്പിള്ളി**

പ്രകൃതിയുടെമേൽ നടക്കുന്ന ഓരോ വിജയത്തിനും പ്രകൃതി നമ്മോടു പകരംവീട്ടുന്നു.

**-ഫെഡറിക്ക് ഏംഗൽസ്**

കൃഷി സ്വേച്ഛയാ പുരോഗമിക്കുകയും നിയന്ത്രണവിധേയമാക്കപ്പെടാതെ പോവുകയും ചെയ്യുമ്പോൾ അത് മരുഭൂമികളെ സൃഷ്ടിച്ച് മുന്നേറുന്നു.

**-കാൾ മാർക്സ്**

നിങ്ങൾ കുട്ടികൾ നെൽച്ചെടികളേയും കേരവൃക്ഷങ്ങളെയും മധുരനാരങ്ങകളേയും ജലത്തേയും നോക്കുമ്പോൾ ഓർക്കുക; ഈ ജീവിതത്തിൽ നിങ്ങളുടെ അസ്തിത്വത്തിനായി പല ജീവികളേയും നിങ്ങൾ ആശ്രയിക്കുന്നു. മറ്റുജീവികൾ നിങ്ങളുടെ ഭാഗമാണ്.

**-ഗൗതമബുദ്ധൻ**

പച്ചയുടെ തണൽ ജീവിതത്തിന്റെ അത്ഭുതങ്ങളിൽ ഒന്നാണ്

**-ഗൗതമബുദ്ധൻ**

അളവില്ലാത്ത ദയയും ദാക്ഷിണ്യവും വാരിക്കോരിച്ചൊരിയുന്ന ഒരു വിചിത്രജീവി തന്നെയാണ് വനം. സ്വന്തം നിലനില്പിനായി അത് ആരെയും ആശ്രയിക്കുന്നില്ല. അതേസമയം സ്വന്തം ഉല്പന്നങ്ങൾ മറ്റുള്ളവർക്ക് വാരിക്കോരിക്കൊടുക്കുന്നു. എല്ലാ ജീവികളെയും സംരക്ഷിക്കും. വെട്ടാൻ കോടാലിയുമായി എത്തുന്നവർക്കും അത് തണലേകും.

**-ബുദ്ധൻ**

അറിയുന്നിതേ, മർത്ത്യഭാഷയ്ക്കുവാക്കില്ല
കടലിനെ,ക്കാടിനെപ്പാടിപ്പുകഴ്ത്താൻ

**-സുഗതകുമാരി**

ഈ നൂറ്റാണ്ടിലെ പല യുദ്ധങ്ങളും എണ്ണക്കുവേണ്ടിയായിരുന്നെങ്കിൽ വരുംനൂറ്റാണ്ടിലെ യുദ്ധങ്ങൾ വെള്ളത്തിനുവേണ്ടിയായിരിക്കും.

**-ഡോ. ഇസ്മയിൽ സീജൾഡ്**

(ലോകബാങ്കിന്റെ വൈസ്പ്രസിഡണ്ട് 1995ൽ പറഞ്ഞത്)

ആറ്റംബോംബ് ഒരു നാഗരികതയെ നശിപ്പിക്കുമ്പോൾ മണ്ണൊലിപ്പ് ആ നാഗരികതയുടെ മാതൃത്വത്തെ നശിപ്പിക്കും.

**-ആൽഡസ് ഹക്സ്‌ലി**

കുഞ്ഞേ മുലപ്പാൽ കുടിക്കരുത്
ധാത്രിതൻ മടിയിൽ കിടക്കരുത്
മാറിൽ തിമിർക്കരുത്
കന്നിൻ മുലപ്പാൽ കൊതിക്കരുത്
പൂവിന്റെ കണ്ണിൽ നോക്കരുത്
പൂതനാതന്ത്രം പുരണ്ടതാണെങ്ങും

**-കടമ്മനിട്ട**

യത്തേ ഭൂമേ വിഖനാമി
ക്ഷിപ്രം തദപിരോഹതു
മാ തേ മർമ വിമൃഗ്വരി
മാ തേ ഹൃദയമർപ്പിതം

(ഹേ, ഭൂമി നിന്നിൽനിന്ന് ഞാൻ എടുക്കുന്നതെന്തോ, അത് വീണ്ടും വേഗം മുളച്ചുവരട്ടെ. പാവനയായവളേ, ഞാനൊരിക്കലും നിന്റെ മർമ്മങ്ങളെ, നിന്റെ ഹൃദയത്തെ പിളർക്കാതിരിക്കട്ടെ..)

**-അഥർവവേദത്തിലെ ഭൂമിസൂക്തത്തിൽനിന്ന്**

ഇതു സഹ്യപർവതഹൃതന്തം, നമുക്കില്ല-
ഇതിനവകാശം, ഇതന്യഗേഹം
ഇതുവനദേവിതൻ വന്യമാം മണിയറ
അതുകേളിമണ്ഡപം, സ്നാനഘട്ടം.
ഇത് ദേവിതൻ നിഗൂഢമാമീറ്റില്ലം
അവിടെ നമുക്കു കടന്നുകൂട

**-സുഗതകുമാരി**

തണുത്ത പൂത്തണൽ വീശി
പ്പടർന്നു ചൂഴ്ന്നുനിൽക്കുന്ന
മരത്തിന്റെ തിരുമുടി-
ക്കിതൊഴുന്നേൻ."

**-സുഗതകുമാരി**

മഴുകൊണ്ടുണ്ടായുള്ളൊരു നാടിത്
മഴുകൊണ്ടില്ലാതാകുന്നു

**-കുഞ്ഞുണ്ണിമാഷ്**

കാടിനു ഞാനെന്തുപേരിടും
കാടിനു ഞാനെന്റെ പേരിടും

**-ഡി. വിനയചന്ദ്രൻ**

അറിയുന്നതാർകടൽക്കാക്കയെ,യതിൻ നീണ്ട
ചിറകിൻ വളവിനെ, യപ്പക്ഷിനുരകണ-
ക്കമരും തിരകളെ,യവപോയ്ത്തഴുകുന്ന
ചിരസുന്ദരനീല പ്രാലേയസ്വപ്നങ്ങളെ?

**-എൻ.വി. കൃഷ്ണവാരിയർ**

ഇവിടെച്ചെകുത്താനെ കൂട്ടുചേർന്നും
വ്യവസായം വേണമെന്നാണുവാദം
അവസാനം മൃത്യുവിൻ കാളകൂട-
വ്യവസായം മാത്ര മിരമ്പിനില്പൂ

**-വൈലോപ്പിള്ളി**

കളിയും ചിരിയുംകരച്ചിലുമായി
ക്കഴിയും നരനൊരു യന്ത്രമായാൽ
അംബരാറേ നീ മാറിപ്പോമോ
ആകുലയാമൊരഴുക്കുചാലായ്

**-ഇടശ്ശേരി**

ഭൂമി, മണ്ണ്, വെള്ളം എന്നിവയെല്ലാം നമുക്ക് പൂർവികരിൽ നിന്നു ലഭിച്ചതല്ല, മറിച്ച് നാം നമ്മുടെ കുട്ടികളിൽനിന്ന് കടമെടുത്തതാണ്. അതുകൊണ്ട് നമുക്ക് ലഭിച്ചപ്പോഴുണ്ടായിരുന്നപോലെയെങ്കിലും അവ നാം തിരിച്ചുനൽകേണ്ടതാണ്.

**-മഹാത്മാഗാന്ധിജി**

എല്ലാവർക്കും ആവശ്യമുള്ളതെല്ലാം ഭൂമിയിലുണ്ട്; എന്നാൽ ആരുടേയും ആർത്തി തീർക്കാൻ വേണ്ടത് ഇല്ല.

**-ഗാന്ധിജി**

പ്രകൃതിയുടെ സംഭാവനകൾ എത്രവേണമെങ്കിലും നമുക്ക് സ്വീകരിക്കാം. അതേ അളവിൽ തിരിച്ചുനൽകണമെന്നു മാത്രം.

**-ഗാന്ധിജി**

ഒരുതൈ നടുമ്പോൾ
പല തൈ നടുന്നു!
പല തൈ നടുന്നൂ
പല തണൽ നടുന്നു!

**-ഒ.എൻ.വി.**

നാടുനാടായിത്തീരണമെങ്കിലോ
കാടുവളർത്തുവിൻ നാട്ടാരേ!
നാടുകാടായിത്തുലയാതിരിക്കാൻ
കാടുവളർത്തുവിൻ നാട്ടാരെ!

**-വിഷ്ണുനാരായണൻ നമ്പൂതിരി**

നിനക്ക് അസംഖ്യം ഉല്പത്തിസ്ഥാനങ്ങളും ആയിരക്കണക്കിന് അങ്കുരങ്ങളുമുണ്ട്. അങ്കുരങ്ങളുടെ വൈവിധ്യത്തിലൂടെ അസംഖ്യം കാര്യങ്ങൾ ചെയ്യാൻ ശേഷിയുള്ള നീ എന്നെ ആരോഗ്യവാനാക്കിയാലും; അല്ലയോ ഫലസസ്യങ്ങളേ, ഫലമില്ലാത്ത സസ്യങ്ങളേ, പുഷ്ടിപലാവണ്യം ചൊരിയുന്ന ഓഷധികളേ, ഞങ്ങളുടെ രോഗങ്ങളും ദുഃഖങ്ങളും ദൂരീകരിച്ചാലും.

**-യജുർവേദം**

പത്തുകിണറിനുതുല്യം ഒരു കുളം
പത്തു കുളത്തിനു തുല്യം ഒരു ജലാശയം
പത്തു ജലാശയത്തിനുതുല്യം ഒരു പുത്രൻ
പത്തു പുത്രർക്കുതുല്യം ഒരു വൃക്ഷം

**-വൃക്ഷായുർവേദത്തിലെ 'തരുമഹിമ'യിൽനിന്ന്**

നാം വിശ്വസിക്കുന്നതിനേക്കാൾ ചിലതുകൂടിയാണ് പ്രകൃതി; അതിന് ആത്മാവുണ്ട്, സ്വാതന്ത്ര്യമുണ്ട്, സ്നേഹമുണ്ട്, ഭാഷയുമുണ്ട്.

**-ടിയുടിച്ചെർ**

വൃക്ഷങ്ങളുടെ ഹൃദയമിടിപ്പ് അറിയാൻ ശ്രമിക്കുക. എന്തുകൊണ്ടെന്നാൽ നമ്മളെപ്പോലെ അവയും ജീവനുള്ളവയാണ്.

**-സുന്ദർലാൽ ബഹുഗുണ**

കിണറുകൾ വറ്റിവരളും വരെ നമ്മൾക്ക് വെള്ളത്തിന്റെ വില മനസ്സിലാവില്ല.

**-തോമസ് ഫുളർ**

സാംബിയയിലെ ലുസാക്ക മൃഗശാലയിലെ ഒരു കൂടിനുമുമ്പിൽ, 'ലോകത്തിലെ ഏറ്റവും അപകടകാരിയായ മൃഗം ഇതിനകത്തു വസിക്കുന്നു' എന്നുകണ്ട് അകത്തു കയറിനോക്കിയപ്പോൾ മൃഗത്തെയല്ല എതിർഭിത്തിയിലെ ആൾക്കണ്ണാടിയിൽ സ്വന്തം പ്രതിരൂപം പ്രതിഫലിച്ചുകണ്ടു. വിവിധ രാജ്യങ്ങളിലെ വ്യത്യസ്തതരം ഏജൻസികളുടെ ശ്രമംകൊണ്ട് ഇപ്പോൾ ലോകത്തിലെ ഏറ്റവും അപകടകാരിയായ ജന്തുവിനെക്കുറിച്ച് പുതിയൊരവബോധം ഉണ്ടായിട്ടുണ്ട്. മേധാവിത്വത്തിന്റേതായ ഒരു വ്യവസ്ഥിതിയിൽ നിന്ന് പങ്കാളിത്തത്തിന്റേതായ ഒന്നിലേക്ക് വ്യതിചലിക്കാനുള്ള വിവേകം ഉണ്ടായിക്കൊണ്ടിരിക്കുന്നു.

**-നാനി പൽക്കിവാല,**
നിയമജ്ഞൻ

വൃക്ഷമേ നമിപ്പൂഞാൻ നിന്നിലെയൗന്നത്യത്തെ
ഹൃത്തടം ചുരത്തുന്ന കരുതൽക്കാരുണ്യത്തെ
എത്രയോ വസന്തങ്ങൾ, ഗ്രീഷ്മവും ഹേമന്തവും
വർഷക്കാലവും മഞ്ഞും നീയതിജീവിച്ചെന്നോ!
മർത്ത്യരീ മണ്ണും വിണ്ണുമൊക്കെയും തന്റേതാക്കാൻ
വ്യർത്ഥമായ് പണിപ്പെട്ടു പിണമായ്ത്തീരുമ്പോഴും
ഒറ്റയാൾപ്പട്ടാളംപോൽ നില്പാണ് ജീവാജീവ
രക്ഷയ്ക്കായ് നെടുംപാതയോരത്തു തണലായ് നീ.

**-ദിവാകരൻ വിഷ്ണുമംഗലം**

ഭൂമിക്കടിയിൽ വേരുകൾകൊണ്ട് കെട്ടിപ്പിടിക്കുന്നു,
ഇലകൾ തമ്മിൽത്തൊടുമെന്ന് പേടിച്ച്
നാം അകറ്റിനട്ട മരങ്ങൾ

**-വീരാൻകുട്ടി**

ഹേ, കേ-
എങ്ങോട്ടുപോകുന്നു ഹേ;
ഇത്രവേഗത്തിലിത്ര തിടുക്കത്തിൽ,
തണ്ണീർത്തടങ്ങളെപ്പിന്നിട്ട്
തെങ്ങിൻ നിരകളെപ്പിന്നിട്ട്?

**-റഫീഖ് അഹമ്മദ്**

കേരളമേ, ഇനിയെങ്കിലും
പ്രകൃതിയെ അറിയൂ!

**-പ്രൊഫ. മാധവ് ഗാഡ്ഗിൽ**

(പ്രകൃതിസംരക്ഷണത്തിൽ ഹരിതപ്രസ്ഥാനത്തിന്റെ പങ്കിനെക്കുറിച്ച് എഴുതിയ ലേഖനത്തിൽ)

www.ingramcontent.com/pod-product-compliance
Lightning Source LLC
LaVergne TN
LVHW100313051026
849517LV00006B/2276

* 9 7 8 9 3 9 3 3 9 7 5 9 1 *